സമരചരിത്രപരമ്പര

Nadakkavu, Kozhikode, Kerala, 673011
www. insightpublica. com
e-mail: insightpublica@gmail.com
Title: **Kayyur**
(Malayalam)
Author: **Dr. C. Balan**
Compiled & Edited: V. S. Anilkumar
First Edition: May 2022
Cover&Layout: kjvj@insight
Copyright © Reserved
All rights reserved.
Printed and Published by
InsightinPublica Printers & Publishers Pvt. Ltd.
ISBN 978-93-90535-06-4
₹ 229

കയ്യൂർ

ഡോ.സി.ബാലൻ

സമാഹരണം / സംയോജനം

വി.എസ്.അനിൽകുമാർ

1956 ഏപ്രിലിൽ കുഞ്ഞമ്പുവിന്റേയും പാട്ടിയമ്മയുടെയും മകനായി കോടോം-ബേളൂർ പഞ്ചായത്തിലെ അട്ടേങ്ങാനത്ത് ജനനം. ശ്രീശങ്കര യു.പി. സ്കൂൾ, രാജപുരം ഹോളി ഫാമിലി ഹൈസ്കൂൾ എന്നിവിടങ്ങളിൽ സ്കൂൾ വിദ്യാഭ്യാസം. കാഞ്ഞങ്ങാട് നെഹ്റു കോളേജിൽനിന്ന് ബി.എ.യും തലശ്ശേരി ബ്രണ്ണൻ കോളേജിൽ നിന്ന് ചരിത്രത്തിൽ എം.എ.യും പാസ്സായി. 1980ൽ കാഞ്ഞങ്ങാട് നെഹ്റു കോളേജിൽ അദ്ധ്യാപകനായി ചേർന്നു. 1987ൽ കോഴിക്കോട് സർവകലാശാലയിൽ നിന്ന് ഡോ. കെ.കെ.എൻ. കുറുപ്പിന്റെ കീഴിൽ 'കൊച്ചിയിലെ കാർഷിക ബന്ധങ്ങൾ' എന്ന വിഷയത്തിൽ എം.ഫില്ലും, ഡോ. രാജൻ ഗുരുക്കളുടെ കീഴിൽ 2003 'കേരളത്തിലെ ഗതാഗതത്തിന്റെ അടിസ്ഥാന സൗകര്യങ്ങളുടെ വികസനം കൊളോണിയൽ കാലഘട്ടത്തിൽ' എന്ന വിഷയത്തിൽ ഡോക്ടറേറ്റ് നേടി. 2007ൽ കണ്ണൂർ സർവകലാശാലയിൽ ചരിത്ര പൈതൃക പഠന വകുപ്പിൽ ഡയറക്ടറായി ചേർന്നു. 2010ൽ കണ്ണൂർ സർവകലാശാലയിൽ അക്കാദമിക് സ്റ്റാഫ് കോളേജ് ഡയറക്ടറായി നിയമിക്കപ്പെട്ടു. 2012ൽ റിട്ടയർ ചെയ്തു. പ്രാദേശിക ചരിത്ര പഠന രംഗത്ത് കേന്ദ്രീകരിക്കുന്നു.

ഭാര്യ: രഞ്ജിനി, മക്കൾ: വൈശാഖ്, ഗൗതം.

ഡോ.സി.ബാലൻ

കേരളം ഉണ്ടായത്

കേരളം ഉണ്ടായത് എങ്ങനെയെന്ന ചോദ്യത്തിന് ഒരൊറ്റ ഉത്തരമേയുള്ളൂ; രക്തരൂഷിത സമരത്തിലൂടെ. സ്വാതന്ത്ര്യ സമരത്തിന്റെ ഭാഗമായും അല്ലാതെയും കമ്മ്യൂണിസ്റ്റ് പാർട്ടികൾ നടത്തിയ വിട്ടുവീഴ്ചയില്ലാത്ത പോരാട്ടത്തിന്റെ ഫലമാണ് ഇന്നത്തെ കേരളം. മധ്യവർഗ ജീവിതത്തിന്റെ സുഖശീതളിമയിൽ ജീവിക്കുന്ന മലയാളിയെ സംബന്ധിച്ച് രക്തരൂഷിതമായ ഇത്തരം പോരാട്ടങ്ങൾ ഓർമ്മിക്കുക എന്നതു പോലും അസഹനീയമായിത്തീരാം. വികസന ത്തിന്റെ വർണശബളിമയിൽ പോരാട്ടത്തിന്റെയും ത്യാഗത്തിന്റെയും ഉണങ്ങാത്ത രക്തക്കറ പതിഞ്ഞിരിപ്പുണ്ട്. ആലസ്യത്തിന്റെ സുഷ പ്തിയിൽ കഴിയുന്ന ഈ കാലത്ത് അത് മലയാളിയെ വീണ്ടും ഓർമ്മി പ്പിക്കണം എന്ന് ഞങ്ങൾ കരുതുന്നു. അതൊരു ചരിത്ര നിയോഗമാ ണെന്ന് മനസ്സിലാക്കുന്നു. പ്രസാധനം പ്രക്ഷുബ്ധതയുടെ പ്രകാശനം എന്നത് സത്യസന്ധതകൊണ്ട് അടയാളപ്പെടുന്ന മായാത്ത ഒരു വാക്കിന്റെ വാഗ്ദാനമാണ്. അതുകൊണ്ടാണ് കേരളത്തിന്റെ സമരച രിത്രം ഒരു പരമ്പരയായി പുറത്തിറക്കാൻ ഞങ്ങൾ തീരുമാനിച്ചത്. ആദ്യഘട്ടത്തിൽ കയ്യൂർ, മുനയൻകുന്ന്, കാവുമ്പായി, പാടിക്കുന്ന്, മൊറാഴ, ഒഞ്ചിയം, ഇടപ്പള്ളി, പുന്നപ്ര-വയലാർ, ശൂരനാട് തുടങ്ങി ഒമ്പത് പുസ്തകങ്ങൾ അടങ്ങിയ പരമ്പരയാണ് പ്രസിദ്ധീകരിക്കുന്നത്. മറ്റ പ്രധാന സമരചരിത്രങ്ങൾ അടുത്തഘട്ടത്തിൽ പ്രസിദ്ധീകരിക്കാൻ കഴിയും എന്ന് ഞങ്ങൾ കരുതുന്നു. കഴിഞ്ഞ രണ്ടു വർഷമായി മലയാള ത്തിന്റെ പ്രിയപ്പെട്ട എഴുത്തുകാരൻ വി.എസ്. അനിൽകുമാർ ഇതിനുള്ള നിരന്തര പരിശ്രമങ്ങളിലായിരുന്നു. അനിയേട്ടനോട് അതിരറ്റ സ്നേഹം. സമയബന്ധിതമായി ചരിത്രരചന പൂർത്തീകരിച്ച എഴുത്തുകാരോടും സ്നേഹവും കൃതജ്ഞതയും രേഖപ്പെടുത്തി ഈ പരമ്പര കേരളത്തിന് സമർപ്പിക്കുന്നു.

സുമേഷ് ഇൻസൈറ്റ്

സമരചരിത്രപരമ്പര

വി. എസ്. അനില്‍കുമാര്‍

ചെന്നെയില്‍ നിന്ന് തൊണ്ണൂറു കിലോമീറ്റര്‍ അകലെ ഗ്രഡിയം എന്ന കുഗ്രാമത്തിലേക്കും ഹരിയാനയിലെ റോത്തക്കില്‍ നിന്ന് നാല്പതു കിലോമീറ്റര്‍ അകലെ ഫര്‍മാനയിലേക്കും മധുരൈയില്‍ നിന്ന് പന്ത്രണ്ട് കിലോമീറ്റര്‍ അകലെ കീഴടിയിലേക്കും പല കാലങ്ങ ളിലായി യാത്ര ചെയ്ത് എത്തിയപ്പോള്‍ ആദ്യം ഉണ്ടായ വികാരം ഒരേ പോലുള്ളതായിരുന്നു. കനത്ത പെരുത്ത കയറിയ ആദരവ്, വിനയം.

ഇന്ന് ഫര്‍മാന, സമ്പന്നമായയതും ഗ്രഡിയവും കീഴടിയും ദരിദ്രമായയതും ആയ കൃഷിയിടങ്ങളാണ്. പക്ഷെ നമ്മുടെ പ്രപിതാമഹന്മാര്‍ ആയി രക്കണക്കിന് വര്‍ഷങ്ങള്‍ക്കു മുമ്പ് ജീവിച്ച ഇടങ്ങളാണവ. കുറേദൂരം ഉരുളന്‍ കല്ലുകള്‍ ചവിട്ടി കഷ്ടപ്പെട്ട് ഗ്രഡിയത്തിലെത്തിയാല്‍ ആദി മാനവര്‍ വാണിരുന്ന ഒരു ഗുഹ കാണാം. വളരെ പഴയ കാലത്തെ ജനവാസത്തിന്റെ തെളിവുകള്‍ കീഴടി ഖനനത്തില്‍ കിട്ടുകയുണ്ടായി. അതിന് ഹാരപ്പന്‍ സംസ്കൃതിയെക്കാള്‍ പഴക്കമുണ്ടാകാം എന്നാണ് അനുമാനം. ഫര്‍മാനയാകട്ടെ അവിടെയൊരു ഹാരപ്പന്‍ പട്ടണം ഒളി പ്പിച്ചവച്ചു. അത് പതുക്കെ പുറത്തെടുത്തു നോക്കുകയായിരുന്നു, ഞങ്ങള്‍ എത്തുമ്പോള്‍.

സകല സൗകര്യങ്ങളും (fecilities) ഉള്ള ജീവിതത്തില്‍ നിന്ന് എത്തി, ഈ ഇടങ്ങളില്‍ നില്ക്കുമ്പോള്‍, എല്ലാ സംഘനൃത്തങ്ങളും സംഘഗാനങ്ങളും വിശപ്പും അസൗകര്യങ്ങള്‍ സൃഷ്ടിക്കുന്ന കഠിനമായ

യാതനകളും നിലവിളികളും ചരിത്രത്തിലെ ഏട്ടുകളിൽ മറിയുന്നത് അനുഭവപ്പെടും. അവരുടെ ജീവിതവും നമ്മുടെ ജീവിതവും തമ്മിൽ യാതൊരു താരതമ്യവും സാദ്ധ്യമല്ല. അവരുടെ ജീവിതം നിരന്തരമായ പോരാട്ടങ്ങളുടേയും സഹനങ്ങളുടേയും ശേഖരമാണ്.

കേരളീയമായ കമ്മ്യൂണിസ്റ്റ് പോരാട്ടങ്ങളുടെ ത്യാഗ-വീര-സഹന ചരിത്രത്തിലൂടെ കടന്നുപോകുമ്പോൾ അതേ ആദരവ്, അതേ വിനയം കനത്തു വരുന്നു...ഇതിനെക്കുറിച്ചൊക്കെ എന്തെങ്കിലും എഴുതാൻ പോലും എനിക്കെന്ത് അർഹത എന്ന സംശയമുണ്ടാകുന്നു. കാരണം അതിക്രൂരവും അതിശക്തവുമായ ഭരണ-സാമൂഹിക ക്രമത്തോട് ക്യത്യമായി പടയുണ്ടാക്കി, കൊണ്ടും കൊടുത്തും, അപ്പോഴല്ലെങ്കിൽ കുറച്ച കഴിഞ്ഞ് ലക്ഷ്യത്തിലെത്തിയ വീരചരിതങ്ങളാണെല്ലാം. ഹിംസ സ്വന്തം ശരീരത്തിൽ അനുഭവിക്കാനുള്ളത് മാത്രമല്ല തിരിച്ച കൊട്ടക്കാനുള്ളത് കൂടിയാണ് എന്ന പ്രത്യയശാസ്ത്രപരമായ തിരിച്ചറിവ് ഉണ്ടാക്കി യെടുത്തു നടത്തിയ സമരങ്ങളാണെല്ലാം.

ലക്ഷ്യശ്രുദ്ധിയോടൊപ്പം മാർഗ്ഗശ്രുദ്ധിയും അനിവാര്യമാണെന്ന് നിർബ്ബന്ധം പിടിക്കുന്നവരുണ്ട്. നല്ല ആശയമാണത്. പക്ഷെ പണി യെടുത്തു തളർന്ന വീഴുമ്പോഴും വിശന്ന് കരയേണ്ടി വരികയും പല വിധമായ അപമാനങ്ങളും വിവേചനങ്ങളും പീഡനങ്ങളും അനുഭവിക്കേ ണ്ടിവരികയും ചെയ്ത കർഷകരും തൊഴിലാളികളും പടയെടുക്കുമ്പോൾ മാത്രമാകരുത് ഈ നല്ല ആശയം പ്രചരിപ്പിക്കേണ്ടത്. തങ്ങളുടെ അത്യാഗ്രഹങ്ങൾക്കനുസരിച്ച് കാര്യങ്ങൾ നടക്കാൻ വേണ്ടി ഏതു നില വാരത്തിലുള്ള അക്രമവും നടത്താൻ കൈയ്യറപ്പില്ലാത്ത ജന്മി - പുരോ ഹിത-ഭരണവർഗ്ഗത്തോട് ഇതേ ലക്ഷ്യ - മാർഗ്ഗ വിശുദ്ധി ആരെങ്കിലും ഉപദേശിച്ചതായി കേട്ടിട്ടില്ല.

1939 ഡിസംബർ 31 നാണ് ഇന്നത്തെ ധർമ്മടം നിയോജകമണ്ഡ ലത്തിൽപ്പെട്ട പാറപ്രം എന്ന സ്ഥലത്ത് കേരളത്തിലെ കമ്മ്യൂണിസ്റ്റ് പാർട്ടി രൂപീകരണം നടക്കുന്നത്. ഇന്ത്യൻ നാഷണൽ കോൺഗ്രസി ന്റെ നേതൃത്വത്തിൽ ദേശീയ സ്വാതന്ത്ര്യ സമരം വളരെയധികം ശക്തി നേടിയ സമയത്തു പോലും മറ്റൊരു പ്രത്യയശാസ്ത്രത്തിന് കേരളത്തിൽ വ്യാപനം കിട്ടി എന്നത് ശ്രദ്ധേയമായ കാര്യമാണ്. മാത്രമല്ല ഇന്ത്യയിൽ കേവലം പതിനേഴ് വർഷം (1925 ൽ ഇന്ത്യയിൽ കമ്മ്യൂണിസ്റ്റ് പാർട്ടി രൂപീകൃതമായി) പ്രായമുള്ള ഒരു സംഘടനയ്ക്ക് 57 വർഷം പ്രായമായ ഇന്ത്യൻ നാഷണൽ കോൺഗ്രസിന്റെ 'ക്വിറ്റ് ഇന്ത്യ' സമരത്തെ സാമ്രാ ജ്യത്വാനുകൂല - വിരുദ്ധ സംവാദതലത്തിലേക്ക് കൊണ്ടുവരുവാനും

കഴിഞ്ഞു എന്നതും ഓർക്കണം. ശരിയായാലും തെറ്റായാലും ആ വിഷയം സമയാസമയങ്ങളിൽ സംവാദതലത്തിൽ ഇപ്പോഴും തുടരു ന്നുണ്ട്.

നിർഭയരും നിസ്വാർത്ഥരുമായ നേതാക്കളും പ്രവർത്തകരും വർഗ്ഗ പക്ഷപാതിത്തമുള്ള പ്രത്യയശാസ്ത്രവും കേരളത്തിലെ കർഷക - തൊഴിലാളിവർഗ്ഗം സ്വീകരിച്ചു എന്നതാണ് പിന്നീട് സംഭവിച്ചത്. പിറവിക്ക ശേഷം ഒരു വ്യാഴവട്ടത്തിനുള്ളിൽത്തന്നെ മഹത്വമുള്ളതും ഗംഭീരവുമായ സായുധപ്പോരാട്ടങ്ങൾ തന്നെ നടത്താൻ കേരളത്തിലെ കമ്മ്യൂണിസ്റ്റ് പാർട്ടിക്ക് കഴിഞ്ഞു. പഴയതും പ്രസക്തമായതുമായ ഭാഷയിൽ പറഞ്ഞാൽ ജന്മിമാരുടേയും ദുർഭരണാധികാരികളുടേയും കോട്ട കൊത്തളങ്ങളെ പിടിച്ചലയ്ക്കാൻ ഈ പോരാട്ടങ്ങൾ കൊണ്ട് സാധിച്ചു.

പിറവിയെടുത്ത് അടുത്ത വർഷം, 1940 ൽ മൊറാഴ സമരം നടക്കു ന്നുണ്ട്. ഒരു വർഷത്തിനുള്ളിൽ ഇത്രയും വലിയ ധീരതയ്ക്കും സഹനത്തി നും നിസ്വവർഗ്ഗം തയ്യാറായി എന്നത് അവരനുഭവിച്ച വന്ന ക്രൂരമായ ജീവിതത്തെക്കൂടി വ്യക്തമാക്കുന്നുണ്ട്. 1941 ലാണ് കയ്യൂർ പോരാട്ടം നടക്കുന്നത്. 1946 ൽ പുന്നപ്ര - വയലാറും കരിവെള്ളൂരും കാവുമ്പായിയും പോരാട്ടങ്ങൾ കൊണ്ട് ചുവക്കുന്നു. 1948-ൽ ഒഞ്ചിയത്തേയും മുനയൻ കുന്നിലേയും അധ്വാനിക്കുന്ന വർഗ്ഗം ധീരമായി പൊരുതുന്നു. 1949 ൽ ശൂരനാട്. 1950-ൽ ഇടപ്പള്ളിയും പാടിക്കുന്നു. ദേശീയ സ്വാതന്ത്ര്യം കിട്ടിയിട്ടും അടിസ്ഥാന വർഗ്ഗത്തിന്റെ പോരാട്ടങ്ങൾ അവസാനിച്ചില്ല. കമ്മ്യൂണിസ്റ്റ് പാർട്ടിയുടെ നേതൃത്വത്തിൽ നടന്ന കർഷകരുടേയും തൊഴിലാളികളുടേയും സമരങ്ങൾ ഈ പട്ടിക കൊണ്ട് അവസാനി ക്കുന്നമില്ല. ചിലത് എടുത്തു പറഞ്ഞു എന്നേയുള്ളൂ.

പിൽക്കാല കേരളം രൂപം കൊണ്ടത് പ്രധാനമായും ഈ സമര ങ്ങളുടെ അനന്തരഫലമായിട്ടാണ്. ചോരയും ജീവനും കൊടുത്ത് അന്നത്തെ കമ്മ്യൂണിസ്റ്റ് പ്രസ്ഥാനം പോരാടിയതു കൊണ്ടാണ് സാമൂഹിക ജീവിത മുന്നേറ്റത്തിനുതകുന്ന മുൻഗണനാക്രമം, ഭൂപരിഷ്ക രണത്തിനും വിദ്യാഭ്യാസത്തിനും ആരോഗ്യത്തിനുമൊക്കെ ലഭിച്ചത്. വികസനത്തിൽ രാഷ്ട്രീയമില്ല എന്ന് തീർത്തു പറയുന്ന അരാഷ്ട്രീയത, നമ്മുടെ രാഷ്ട്രീയപ്പാർട്ടികൾക്കും സ്വീകാര്യമായ ഈ കാലത്ത്, വളർ ച്ചയ്ക്കും പുരോഗമനത്തിനും കൃത്യമായ സോഷ്യലിസ്റ്റ് ഭാഷ്യമുണ്ട് എന്ന് ഉറപ്പിച്ചു പറയാൻ കരുത്തു നൽകിയത്, ഈ പറഞ്ഞതും അല്ലാത്തതു മായ പോരാട്ടങ്ങളാണ്. ഇന്ത്യയിലെ മറ്റൊരു സംസ്ഥാനത്തും ഇങ്ങനെ സംഭവിച്ചില്ല എന്നതും ഇതിനൊപ്പം പറയണം.

ഇൻസൈറ്റ് പബ്ലിക്ക 'സമരചരിത്രപരമ്പര' എന്ന പൊതുപേരിൽ ഇങ്ങനെ ഒരു കൂട്ടം പുസ്തകങ്ങൾ പ്രസിദ്ധീകരിക്കുമ്പോൾ അതിൽ എന്റെ പങ്ക് വളരെ വളരെ ചെറുതാണ് എന്നു പറയട്ടെ. 'നവോത്ഥാന പരമ്പര' എന്ന പേരിൽ ഇൻസൈറ്റ് പ്രസിദ്ധീകരിച്ച പുസ്തകങ്ങൾ മികച്ച വായനാനുഭവമായിരുന്നു. അതു ചൂണ്ടിക്കാട്ടി സുമേഷിനോട് ഇങ്ങനെയൊരു സാദ്ധ്യതയുണ്ട് എന്നു പറഞ്ഞു. പിന്നെ ഓരോ പുസ്തകത്തിനും ഗ്രന്ഥകാരനെ കണ്ടെത്തി. അവരെ ഫോണിലൂടെയും വാട്ട്സാപ്പിലൂടെയും കഴിഞ്ഞ രണ്ടു വർഷമായി നിരന്തരം ഓർമ്മപ്പെടു ത്തി. ഇത്ര മാത്രമാണ് എന്റെ പണി.

ചരിത്ര രചന ഒട്ടും എളുപ്പമുള്ള കാര്യമല്ല. കമ്മ്യൂണിസ്റ്റ് ചരിത്രമാ കുമ്പോൾ പ്രത്യേകിച്ചും. അപാകതകൾ ഉണ്ടാക്കി, പിന്നെയത് കണ്ടു പിടിക്കുന്ന തീവ്ര വലതുപക്ഷം കക്ഷിരാഷ്ട്രീയത്തിൽ വിജയിച്ചു നിൽക്ക കയും ഭരണവർഗ്ഗമാക്കുകയും ചെയ്ത ഈ സന്ദർഭത്തിൽ വളരെയധികം സൂക്ഷ്മത ആവശ്യമുള്ള ഒരു കർമ്മമാണിത്. ഡോ. സി. ബാലൻ (കയ്യൂർ), ഡോ. ജിനേഷ് കുമാർ എരമം (മുനയൻകുന്ന്) എ. പത്മനാഭൻ (കാവുമ്പായി), കെ. ബാലകൃഷ്ണൻ (പാടിക്കുന്ന്), ദാമോദരൻ (മൊറാഴ), വി. കെ. സുരേഷ് (ഒഞ്ചിയം), എൻ. എം. പിയേഴ്സൺ (ഇടപ്പള്ളി), സി. എസ്. സുരേഷ് (പുന്നപ്ര - വയലാർ), എൻ. കെ. ഭൂപേഷ് (ശൂരനാട്) എന്നിവരാണ് ഈ സംരംഭത്തിൽ വളരെ സന്തോഷത്തോടും ആത്മാർ ത്ഥതയോടും പങ്കെടുത്തത്. അവരോട് നന്ദി പറഞ്ഞു തീർക്കാനാവില്ല.

ഇൻസൈറ്റ് പബ്ലിക്കയാണ് ഇത് ഏറ്റെടുത്തത് എന്നതുകൊണ്ട് അവർക്കും പ്രത്യേകിച്ച് കൃതജ്ഞത അടയാളപ്പെടുത്തുന്നില്ല.

ഉള്ളടക്കം

കയ്യൂർ രക്തസാക്ഷി മണ്ഡപം

കയ്യൂർ ദേശം സമൂഹം

മർദ്ദിത ജനതയുടെ വിമോചന പോരാട്ട ചരിത്രത്തിലെ ജ്വലിക്കുന്ന പേരാണ് കയ്യൂർ. ഇരുപതാം നൂറ്റാണ്ടുവരെ തൊട്ടടുത്ത ഗ്രാമവാസികൾക്ക് മാത്രം പരിചിതമായിരുന്ന ഒരു ഗ്രാമം അന്തർദേശീയ പ്രശസ്തിയിലേക്ക് ഉയർന്നുവന്നത് സാമ്രാജ്യത്വ വിരുദ്ധ സമരത്തിലെ അവിസ്മരണീയ പങ്കാളിത്തത്തിലൂടെയാണ്. കേരളത്തിന്റെ വടക്കേ അറ്റത്ത് സ്ഥിതി ചെയ്യുന്ന കാസർകോട് ജില്ലയിലെ ഹോസ്ദുർഗ്ഗ് താലൂക്കിൽപ്പെട്ട കയ്യൂർ- ചീമേനി ഗ്രാമപഞ്ചായത്തിലെ ഒരു ഗ്രാമമാണ് കയ്യൂർ. 1860 മുതൽ ഭാഷാടിസ്ഥാനത്തിൽ സംസ്ഥാന പുനഃസംഘടന നടക്കുന്നത് വരെ കയ്യൂർ ദക്ഷിണ കാനറ ജില്ലയിലെ കാസർകോട് താലൂക്കിലെ നീലേശ്വരം ഫർക്കയുടെ ഭാഗമായിരുന്നു. മദ്രാസ് പ്രസിഡൻസിയിൽപ്പെട്ട ഒരു ജില്ലയായിരുന്നു ദക്ഷിണ കാനറ. 1860 ന് മുമ്പ് ഈ പ്രദേശം കാനറ ജില്ലയിലെ ബേക്കൽ താലൂക്കിന്റെ ഭാഗമായിരുന്നു. അതാകട്ടെ ബോംബെ പ്രസിഡൻസിയുടെ ഭാഗവും. 1860 ഓടെ കാനറ ജില്ല വിഭജിക്കപ്പെട്ടുകയും ഉത്തര കാനറ ബോംബെ പ്രസിഡൻസിയുടെ ഭാഗമായും ദക്ഷിണ കാനറ മദ്രാസ് പ്രസിഡൻസിയുടെ ഭാഗമായും മാറി. അന്നുവരെ താലൂക്ക് ആസ്ഥാനം ബേക്കൽ ആയിരുന്നു. ഇതാണ് പിന്നീട് കാസർകോട്ടേക്ക് മാറ്റിയത്. സ്വാതന്ത്ര്യ പ്രാപ്തിക്ക് ശേഷവും കാസർകോട് താലൂക്ക് മദ്രാസ് സംസ്ഥാനത്തിന്റെ ഭാഗമായി തുടർന്നു. 1956 നവംബറിൽ തിരുവിതാംകൂർ, കൊച്ചി, മലബാർ, ദക്ഷിണ കാനറ ജില്ലയിലെ കാസർകോട് എന്നിവ കൂട്ടിച്ചേർത്താണ് കേരള സംസ്ഥാനം രൂപം കൊണ്ടത്. പക്ഷേ പലപ്പോഴും കാസർകോടിനെ

വിസ്തരിച്ചുകൊണ്ടാണ് കേരള സംസ്ഥാന രൂപീകരണ ചരിത്രം പലരും വിശദീകരിക്കുന്നത്.

രണ്ട് വാക്കുകൾ കൂട്ടിച്ചേർന്നുണ്ടായതാണ് കയ്യൂർ എന്ന പേര്. കൈ+ഊര്= കയ്യൂർ. ഊര് ഗ്രാമവും കൈ വെള്ളം എന്നർത്ഥത്തിലു മാണ് ഉപയോഗിക്കുന്നത്. വെള്ളം സുലഭമായി ലഭിക്കുന്ന പ്രദേശമാണ് കയ്യൂർ. കയ്യൂരിന്റെ ഓരത്ത് കൂടെയാണ് കാര്യങ്കോട് പുഴ ഒഴുകുന്നത്. കേരളത്തിലെ ഏറ്റവും പ്രധാനപ്പെട്ട നദികളിലൊന്നാണ് കാര്യങ്കോട് അഥവാ തേജസ്വീനി. കാസർകോട് ജില്ലയിലെ രണ്ടാമത്തെ വലിയ നദിയുമാണിത്. കയ്യൂരിന്റെ ചരിത്രത്തെയും സമ്പദ്‌വ്യവസ്ഥയെയും നിർണ്ണയിക്കുന്നതിൽ കാര്യങ്കോട് പുഴയ്ക്ക് വലിയ പങ്കുണ്ട്. കയ്യൂരിന്റെ ജീവരേഖയാണ് ഈ പുഴ. ഗ്രാമത്തിന് പച്ചപ്പ് നൽകുകയും വൈവിധ്യ മാർന്ന വിളകൾക്ക് നിമിത്തമാകുന്നതും ഈ പുഴ തന്നെ. കയ്യൂർ ഒരു കാർഷിക ഗ്രാമമായിരുന്നു. കഠിനാദ്ധ്വാനം ചെയ്ത് ജീവിതം മുന്നോട്ട് നീക്കാൻ ശ്രമിക്കുന്ന നിഷ്ക്കളങ്കരായ ജനത അധിവസിക്കുന്ന ഗ്രാമം. ഈ ഗ്രാമമാണ് ഇരുപതാം ആറ്റാണ്ടിൽ സാമ്രാജ്യത്വവിരുദ്ധ സമരങ്ങളുടെ അരങ്ങായി മാറിയത്. ഇവിടെയാണ് വിമോചന സമര ചരിത്രത്തിലെ രൂസിപ്പിക്കുന്ന സമരം-കയ്യൂർ സമരം-അരങ്ങേറിയത്. ഈ രാഷ്ട്രീയ മാറ്റം ഉണ്ടാക്കുന്നതിൽ തേജസ്വിനി പുഴയുൾപ്പടെ കയ്യൂ രിന്റെ ഭൂമിശാസ്ത്രപരമായ സവിശേഷത നിർണ്ണായകമായ സ്വാധീനം ചെലുത്തിയിരുന്നു. കന്നട സാഹിത്യത്തിലെ പ്രമുഖ പുരോഗമന എഴു ത്തുകാരനും ഇടതുപക്ഷക്കാരനുമായിരുന്ന നിരഞ്ജന കാര്യങ്കോട് പുഴയ്ക്ക് തേജസ്വിനി എന്ന പേര് നൽകി. നീലേശ്വരം രാജാസ് ഹൈസ്കൂൾ വിദ്യാർത്ഥിയായിരുന്ന ദക്ഷിണ കാനറയിലെ പുത്തൂരിലെ കളകുന്ത ശിവറാവു എന്ന നിരഞ്ജന. രാജാസ് ഹൈസ്കൂളിൽ പഠിച്ചുകൊണ്ടിരി ക്കുമ്പോഴാണ് കോൺഗ്രസ് സോഷ്യലിസ്റ്റ് പാർട്ടിയുടെയും കമ്യൂണിസ്റ്റ് പാർട്ടിയുടെയും നേതാവായിരുന്ന കെ. മാധവൻ സ്കൂളിൽ ഹിന്ദിക്ലാസ് ആരംഭിച്ചത്. ഹിന്ദി പഠിക്കാനെത്തിയ നിരഞ്ജന ക്രമേണ കമ്യൂണി സ്റ്റായി മാറി. കയ്യൂർ കേസ് മംഗലാപുരം കോടതിയിൽ നടന്നപ്പോൾ അത് പത്രങ്ങൾക്ക് റിപ്പോർട്ട് ചെയ്തത് നിരഞ്ജനയായിരുന്നു. കയ്യൂർ സമരം അദ്ദേഹത്തെ വല്ലാതെ പ്രചോദിപ്പിച്ചിരുന്നു. കയ്യൂർ സമരത്തി ന്റെ ഇതിഹാസമായ ചിരസ്മരണ എന്ന വിഖ്യാത നോവൽ എഴുതാൻ പ്രേരിപ്പിച്ചത് കയ്യൂരുമായുള്ള ഈ ബന്ധം തന്നെ. പ്രമുഖ എഴുത്തുകാര നായിരുന്ന സി. രാഘവൻ മാസ്റ്ററാണ് ചിരസ്മരണ കന്നടയിൽ നിന്ന് മലയാളത്തിലേക്ക് വിവർത്തനം ചെയ്തത്.

നീലേശ്വരം ഫർക്ക മലബാറിനോട് ചേർന്ന് നിൽക്കുന്ന പ്രദേശ മാണ്. അതിനാൽ പല ഗ്രാമങ്ങളും കയ്യൂർ ഉൾപ്പെടെ, എല്ലാ കാര്യങ്ങൾ ക്കും പൊതുവെ മലബാറിനെയാണ് ആശ്രയിച്ചിരുന്നത്. കയ്യൂരിലേക്ക് ദേശീയ പ്രസ്ഥാനവും കർഷക കമ്യൂണിസ്റ്റ് പ്രസ്ഥാനവും എത്തിച്ചേർ ന്നത് മലബാറിൽ നിന്നാണ്. കയ്യൂർ ഉൾപ്പെട്ടുന്ന നീലേശ്വരം ഫർക്ക യുടെ ഭൂമിശാസ്ത്രം കയ്യൂർ സമര ചരിത്രകാരനും കമ്യൂണിസ്റ്റ് നേതാവും കയ്യൂർ കേസിലെ രണ്ടാം പ്രതിയുമായ വി.വി. കുഞ്ഞമ്പു കയ്യൂർ സമര ചരിത്രമെന്ന പുസ്തകത്തിൽ മനോഹരമായി പ്രതിപാദിക്കുന്നുണ്ട്.

കയ്യൂരിന്റെ ഹൃദയധമനിയായി ഒഴുകുന്ന കാര്യങ്കോട്ടപുഴ കയ്യൂരു കാരുടെ ജീവിതത്തിലെ നിത്യ സാന്നിധ്യമാണ്. അവരുടെ ജീവിത ത്തെയും സംസ്കാരത്തെയും രൂപപ്പെടുത്തിയെടുക്കുന്നതിൽ പുഴയ്ക്ക് വലിയ പങ്കുണ്ട്. കിഴക്കൻ മേഖലയിൽ നിന്ന് ഒഴുകിയെത്തുന്ന ഏക്കൽ മണ്ണ് പുഴയുടെ ഓരങ്ങളിലെല്ലാം എത്തുന്നു. കവുങ്ങിൻ തോട്ടങ്ങളും തെങ്ങിൻ തോപ്പുകളും ധാരാളമായി ഉയർന്നുവന്നത് പുഴയുടെ തീര പ്രദേശങ്ങളിലാണ്. വിശാലമായ നെൽവയലുകൾ കയ്യൂരിന്റെ ഭക്ഷ്യ കലവറയായി പ്രവർത്തിക്കുന്നു. കുന്നിൻ ചെരുവുകളിൽ കശുവണ്ടി, കുരുമുളക് തുടങ്ങിയ നാണ്യവിളകളുണ്ട്. ഇതിനെയെല്ലാം ആസ്പദമാ ക്കിയാണ് കയ്യൂരുകാരുടെ ജീവിതം. കർഷക തൊഴിലാളികളും ദരിദ്ര കർഷകരുമാണ് ജനസംഖ്യയിൽ ഭൂരിഭാഗവും. ഭൂരിഭാഗം ജനങ്ങളും നിരക്ഷരരാണ്. അപൂർവ്വം ചിലർ വിദ്യാസമ്പന്നരാണ്. സ്വാതന്ത്ര്യ സമ്പാദനത്തിന് ശേഷമാണ് കയ്യൂരിൽ ഹൈസ്കൂൾ വരുന്നതും അക്ഷര വിപ്ലവം വ്യാപിക്കുന്നതും.

പുറം നാട്ടുകളുമായി വലിയ ബന്ധമൊന്നുമില്ലാതെ ഒറ്റപ്പെട്ട ഗ്രാമമാ യിരുന്നു കയ്യൂർ. കാര്യങ്കോട് പുഴയ്ക്ക് പാലമുണ്ടായിരുന്നില്ല. മറ്റ് പ്രദേശ ങ്ങളുമായി ബന്ധിക്കുന്ന റോഡുകളുമുണ്ടായിരുന്നില്ല. പ്രധാന സഞ്ചാര മാർഗ്ഗം പുഴതന്നെ. പുഴയ്ക്കിരുവശത്തും താമസിക്കുന്ന ജനങ്ങളെ പരസ്പരം ബന്ധിപ്പിക്കുന്നത് തോണി യാത്രകളാണ്. നീലേശ്വരം കോട്ടപ്പുറത്ത് നിന്ന് കയ്യൂരിനു കിഴക്കുള്ള പെരുമ്പട്ട വരെ മുമ്പ് ബോട്ട് സർവ്വീസുണ്ടായിരുന്നു. കിഴക്കൻ മലയോരങ്ങളിൽ നിന്നും കയ്യൂർ ഉൾപ്പെടെയുള്ള ഉൾനാടൻ ഗ്രാമങ്ങളിൽ നിന്നുമുള്ള ഉല്പന്നങ്ങൾ നീലേശ്വരത്തെ കോട്ടപ്പുറം തുറമുഖത്തിലെത്തിയത് കാര്യങ്കോട് പുഴ യിലൂടെയായിരുന്നു. കോട്ടപ്പുറത്ത് നിന്ന് കച്ചവടക്കാർ കയ്യൂർ വന്ന് ചരക്കുകൾ വാങ്ങിക്കും. ചിലപ്പോൾ നേരത്തെ വന്ന് വിളകൾ പാട്ടത്തി നെടുക്കും. ദരിദ്രരായ കർഷകർക്ക് മറ്റൊരു വഴിയും ഇല്ലാത്തതുകൊണ്ട്

കച്ചവടക്കാർ പറയുന്ന വിലയ്ക്ക് ചരക്കുകൾ നൽകും. കർഷകരിൽ നിന്നും ചുളുവിലയ്ക്ക് ഉൽപ്പന്നങ്ങൾ ലഭ്യമാക്കുകയെന്ന ലക്ഷ്യം വെച്ച് കച്ചവടക്കാർ കർഷകർക്ക് കടം നൽകും. വിളവെടുപ്പ് സമയത്ത് കച്ച വടക്കാർ പറയുന്ന വിലയ്ക്ക് ഉല്പന്നങ്ങൾ അവർക്ക് നൽകാൻ കർഷകർ നിർബന്ധിക്കപ്പെട്ടുകയും ചെയ്യുന്നു. മനുഷ്യരുടെ നിസ്സഹായാവസ്ഥ ചൂഷണം ചെയ്ത് സമ്പത്ത് ഉണ്ടാക്കുന്നവർ അന്നും വിരളമായിരുന്നില്ല.

കർഷകർ തങ്ങളുടെ ഉൽപ്പന്നങ്ങൾ തലച്ചുമടായി നീലേശ്വരം പേരോലിലെ ചന്തയിലോ, ചെറുവത്തൂർ ചന്തയിലോ എത്തിക്കും. തലച്ചുമടായി പോകുന്നവരെ സഹായിക്കുന്നതിനും ആ കച്ചവടം അഭിവൃദ്ധിപ്പെട്ടുത്തുന്നതിനും വേണ്ടിയാണ് പാതയോരങ്ങളിൽ ചുമട് താങ്ങികൾ നിർമ്മിച്ചത്. ചന്തയിൽ നിന്ന് ആവശ്യമുള്ള ഉപ്പും മീനും മറ്റും വാങ്ങി കർഷകർ ഗ്രാമത്തിൽ തിരിച്ചെത്തും. ഈ ആഴ്ച ചന്തകൾ പിന്നീട് സ്ഥിരം അങ്ങാടികളായി വളർന്നു.

ക്ലായിക്കോട്, തിമിരി, നീലേശ്വരം, പാലായി, കൊടക്കാട്, ചീമേനി, കരിന്തളം, കിണാവൂർ തുടങ്ങിയയവയാണ് കയ്യൂരിന്റെ സമീപഗ്രാമ ങ്ങൾ. ഈ ഗ്രാമങ്ങളെല്ലാം കാർഷിക ഗ്രാമങ്ങളാണ്. തേജസ്വിനി പുഴയിലെ വെള്ളം കാർഷിക സമൃദ്ധിക്ക് പ്രധാന കാരണമാണ്. കർഷക പ്രസ്ഥാനവും കമ്യൂണിസ്റ്റ് പ്രസ്ഥാനവും കയ്യൂരിനൊപ്പം ഈ ഗ്രാമങ്ങളിലും വളരെ സജീവമായിരുന്നു. സമരത്തിന്റെ പ്രത്യാഘാതം ഏറ്റവും കൂടുതൽ അനുഭവിച്ച ഗ്രാമങ്ങൾക്കൂടിയാണവ. കയ്യൂർ കേസ്സിലെ പ്രതികളിൽ പലരും ഈ ഗ്രാമങ്ങളിൽ നിന്നുള്ളവരാണ്. ക്ലൂക്കോട്ട്, ക്ലൂക്കണ്ടം, എടത്തിൽ കടവ്, ചെറിയാക്കര തുടങ്ങിയവയാണ് കയ്യൂരിലെ പ്രധാന സ്ഥലങ്ങൾ. ഇവയാണ് പ്രധാന സമരകേന്ദ്രങ്ങൾ. കർഷക പ്രസ്ഥാനം രൂപം കൊണ്ടതും സമരങ്ങൾ വളർന്നുവന്നതും വിപ്ലവകാ രികൾ ഉയർന്നുവന്നതുമെല്ലാം കയ്യൂരിലെ ഈ ചെറു പ്രദേശങ്ങളിലാണ്. കയ്യൂരിൽ എന്തുകൊണ്ടാണ് കർഷക കമ്യൂണിസ്റ്റ് പ്രസ്ഥാനങ്ങൾ ഉയർന്നുവന്നത്? കയ്യൂർ എങ്ങിനെയാണ് ചുവന്ന ഗ്രാമമായി മാറിയത് തുടങ്ങിയ ചോദ്യങ്ങൾക്ക് ഉത്തരം ലഭിക്കണമെങ്കിൽ നമുക്ക് കയ്യൂർ ഉൾപ്പെടെയുള്ള കാസർകോടിന്റെ രാഷ്ട്രീയവും സാമ്പത്തികവുമായ ചരിത്ര പശ്ചാത്തലം മനസ്സിലാക്കണം. ഈ പശ്ചാത്തലമാണ് കയ്യൂരിനെ രാഷ്ട്രീയ ഗ്രാമമായി രൂപപ്പെടുത്തിയത്.

മലബാറിലെ മറ്റ് ഗ്രാമങ്ങളെപ്പോലെ കയ്യൂരിലും ജാതീയമായ ശ്രേണി വ്യവസ്ഥ നിലനിന്നിരുന്നു. സമൂഹം പൊതുവെ മൂന്ന് തട്ട കളായിട്ടാണ് വിഭജിക്കപ്പെട്ടിരുന്നത്. ബ്രാഹ്മണർ, നായർ തുടങ്ങി

സവർണ്ണരെന്ന് പൊതുവെ അറിയപ്പെടുന്ന വിഭാഗമാണ് മേൽത്തട്ടി ലുണ്ടായിരുന്നത്. അധികാരവും സമ്പത്തും നിയന്ത്രിച്ചിരുന്നത് ഈ വരേണ്യ വിഭാഗമാണ്. മറ്റ് രണ്ട് വിഭാഗങ്ങളെയും അധികാരത്തിൽ നിന്നും സമ്പത്തിൽ നിന്നും അകറ്റി നിർത്തുന്നതിന് വേണ്ടി വരേണ്യ സമൂഹം ഏറ്റവും ശക്തമായി ഉപയോഗിച്ചത് ജാതി വ്യവസ്ഥയായി രുന്നു. മറ്റുള്ളവർ തീണ്ടൽ ജാതിക്കാരാണ്. തൊട്ടുകൂടാത്തവരാണ്. യഥാർത്ഥത്തിൽ സമ്പത്തിനെയും അധികാര ഘടനയെയും നിയന്ത്രി ച്ചിരുന്നത് ഈ സവർണ്ണ വരേണ്യ വിഭാഗമാണ്. ഇവരാണ് ജന്മിമാർ. ഇവർ തന്നെയാണ് നാട്ടുവാഴികളും അധികാരികളും. കയ്യൂരിലെ പ്രബല ജന്മി നീലേശ്വരം രാജാവ് തന്നെയാണ്. കൊളോണിയൽ ഭരണക്കൂടത്തിന്റെ ആരംഭത്തോടെ നീലേശ്വരം രാജാവിന്റെ അധികാരം മുഴുവൻ നഷ്ടപ്പെടുകയും അദ്ദേഹം കേവലം ഒരു ജന്മിയായി, ഭൂപ്രഭവായി തരംതാഴ്ത്തപ്പെടുകയും ചെയ്തിരുന്നു. അധികാരം നഷ്ടപ്പെട്ട രാജാവ് തന്റെ കീഴിലുണ്ടായിരുന്ന ഭൂമിയുടെ ജന്മിയായി മാറി. കൊഴുമ്മൽ തറവാട്ട കാർക്ക് കയ്യൂരിൽ ഭൂമിയുണ്ടായിരുന്നു. കുറുവാടൻ നായർ, വേങ്ങയിൽ നായർ, പുലിങ്ങാടൻ നായർ എന്നീ തറവാട്ടുകാർക്കും കയ്യൂരിൽ അവകാശങ്ങളുണ്ടായിരുന്നു. കയ്യൂരിലെ ജനസംഖ്യയിൽ ഒരു പ്രധാന ഘടകം നായന്മാരായിരുന്നു. കയ്യൂരിലെ സാധാരണക്കാരായ നായർ കുടുംബങ്ങൾ കർഷകരായിരുന്നു. അവർ ദരിദ്ര കർഷകരായിരുന്നു. മറ്റ് വിഭാഗങ്ങളിൽപ്പെട്ട കർഷകരെപ്പോലെ നായന്മാരും മേലാളന്മാരുടെ എല്ലാവിധ ചൂഷണങ്ങളും അനുഭവിച്ചവന്നിരുന്നു. ഈ ചൂഷണവും അതി ക്രമവുമാണ് നായന്മാരായ ചെറുപ്പക്കാരെ കർഷക സംഘത്തിലേക്ക് ആകർഷിച്ച് സംഘം പ്രവർത്തകരാക്കിയത്. കയ്യൂർ കേസ്സിലെ ജാതി പ്രാതിനിധ്യം നിരീക്ഷിച്ചാൽ ഇത് വ്യക്തമായി മനസ്സിലാകും.

സമൂഹത്തിന്റെ രണ്ടാമത്തെ തട്ടിൽ അവർണ്ണരായിരുന്നു. തൊഴി ലെടുത്ത് ജീവിക്കുന്നവർ. ചരക്കുല്പാദന പ്രക്രിയയിലും വിനിമയത്തിലും സമ്പത്തുല്പാദനത്തിലും ഏർപ്പെട്ട ജീവിക്കുന്നവരാണ് അവർണ്ണർ. തീയ്യരും മണിയാണിയും മുസ്ലിമും വാണിയനുമെല്ലാം ഈ വിഭാഗത്തിൽ പ്പെട്ടും. സമൂഹത്തിന്റെ പൊതു ആവശ്യങ്ങൾ നിറവേറ്റിക്കൊടുക്കുന്നവ രാണ് ഈ വിഭാഗം. പക്ഷേ സ്വന്തമായി ഭൂമിയില്ല. അധികാരവുമില്ല. ഭൂമി പാട്ടത്തിനെടുത്ത് കൃഷി ചെയ്യുന്നവർ. അവർ ദരിദ്ര കർഷകരാണ്, കർഷക തൊഴിലാളികളുമാണ്. ചിലർ ചെറുകിട കച്ചവടക്കാരാണ്. യഥാർത്ഥത്തിൽ സമ്പത്തുല്പാദിപ്പിക്കുന്നത് ഇവരാണ്. മണ്ണിൽ പണിയെടുക്കുന്ന വിഭാഗം. കയ്യൂരിലെ ജനസംഖ്യയിൽ ഏറ്റവും പ്രബലർ

തീയ്യരാണ്. പ്രതിപ്പട്ടികയില്ലും ഇവർ പ്രബലരാണ്. ഒന്നും നഷ്ടപ്പെ
ടാനില്ലാത്ത ഈ ദരിദ്ര കർഷകരും കർഷകതൊഴിലാളികളുമാണ്
കർഷകസംഘത്തിന്റെ അടിത്തറ. ആത്മാഭിമാനം സംരക്ഷിക്കുന്ന
തിനുവേണ്ടിയാണ് അവർ സംഘത്തിലെത്തിയത്. കർഷകസംഘം
അവർക്ക് വ്യക്തിത്വം നൽകി. കർഷകസംഘത്തെ അവർ ജീവിതത്തി
ന്റെ ഭാഗമായി കണ്ടു. കർഷക സംഘം പ്രക്ഷോഭത്തിനിറങ്ങിയപ്പോൾ
അവർ അതിന്റെ മുന്നിൽ നിന്നു. മൂന്നാമത്തെ വിഭാഗം ദളിത് ആദിവാസി
വിഭാഗക്കാരാണ്. പാർശ്വവൽക്കരിക്കപ്പെട്ട സമൂഹം. ഭൂമിയും വ്യക്തിത്വ
വും ഒന്നുമില്ലാത്ത തൊട്ടുകൂടാത്തവർ. കയ്യൂരിന്റെ സാമൂഹിക ഘടനയിൽ
ഇവർ അത്ര പ്രസക്തമല്ല.

ജാതീയമായ ശ്രേണി വ്യവസ്ഥ നിലനിന്നിരുന്ന കയ്യൂരിൽ മേൽ
സൂചിപ്പിച്ച ജനവിഭാഗങ്ങൾ പല ഘട്ടങ്ങളിലായിട്ടാണ് ഇവിടെ
അധിവാസ കേന്ദ്രം സ്ഥാപിച്ചത്. കയ്യൂരിലെ പ്രബല വിഭാഗമായ തീയ്യർ
ചെറുവത്തൂരിൽ നിന്നും പരിസരങ്ങളിൽ നിന്നുമായിരിക്കണം കയ്യൂരി
ലെത്തിയത്. തീയ്യരുടെ ഏറ്റവും പ്രധാനപ്പെട്ട അധിവാസകേന്ദ്രവും
പിന്നീട് അവരുടെ കഴകവുമായി മാറിയ നെല്ലിക്കാ ഇരുത്തി കഴകം
ചെറുവത്തൂരിലാണല്ലോ. തെങ്ങ് കൃഷിയുടെ വ്യാപനത്തോടെ ഇവിടെ
കുടിയേറിയ പ്രബല വിഭാഗമാണ് തീയ്യർ. അതിനാൽ അവരുടെ
ആദ്യകാല അധിവാസകേന്ദ്രങ്ങളെല്ലാം തീരപ്രദേശങ്ങളിലാണ്.
തീരദേശങ്ങളിൽ നിന്ന് ഉൾനാടൻ ഗ്രാമങ്ങളിലേക്കുള്ള തീയരുടെ
കടന്നുവരവ് കാർഷിക മേഖലയിൽ വലിയ ഉണർവ്വുണ്ടാക്കിയിരുന്നു.
തെങ്ങ് കൃഷിയുടെ വ്യാപനമായിരുന്നു അതിലേറ്റവും പ്രധാനപ്പെട്ടത്.
ചെറുവത്തൂർ, നീലേശ്വരം, ഉദിനൂർ, കരിവെള്ളൂർ തുടങ്ങിയ സ്ഥലങ്ങളിൽ
നിന്ന് നായന്മാരും കയ്യൂരിലെത്തി. ബദന്നൂർ നായക്കന്മാർക്കെതിരെ
നടന്ന ഏറ്റുമുട്ടലിൽ കോലത്തിരിയെ സഹായിച്ചത് നായർ പടയാ
യിരുന്നു. വടകരയുടെ പരിസരങ്ങളിൽ നിന്ന് തെരഞ്ഞെടുക്കപ്പെട്ട
യുവാക്കൾ നായർ പടയുടെ ഭാഗമായി. ഉത്തര കേരളത്തിലേക്കുള്ള
പടനീക്കത്തിൽ അവർ സജീവ സാന്നിധ്യമായി മാറി. ഒരു നൂറ്റാണ്ടി
ലേറെക്കാലം അള്ളടനാട്ടും കവയനാട്ടുമെല്ലാം പിടിച്ചെടുക്കാനും
തുടർന്ന് നായക്കന്മാരെ ചെറുക്കാനും അതുവഴി കാസർകോട് പ്രദേ
ശത്തെ സ്വന്തം വരുതിയിൽ നിർത്താനും കോലത്തിരിയെ സഹാ
യിച്ചത് നായർ പടയായിരുന്നു. യുദ്ധത്തിന് ശേഷം പലരും സ്വന്തം
നാട്ടുകളിലേക്ക് മടങ്ങാതെ പ്രധാനകേന്ദ്രങ്ങളിൽ താമസമുറപ്പിച്ചു.
ഉദിനൂർ, ചെറുവത്തൂർ, നീലേശ്വരം, മഡിയൻ കൂലോം, പനയാൽ,

കീഴ്ർ ഇടങ്ങിയവയായിരുന്ന പ്രധാനകേന്ദ്രങ്ങൾ. കാലക്രമേണ കൃഷിയുടെ പ്രത്യേകിച്ച് നെൽകൃഷിയുടെയും തെങ്ങിൻ തോപ്പുകളുടെയും വ്യാപനത്തോടെ നായന്മാരും ഉൾനാടൻ ഗ്രാമങ്ങളിലെത്തി പുതിയ അധിവാസകേന്ദ്രങ്ങൾ സ്ഥാപിച്ചു. ഇതോടൊപ്പം കർണ്ണാടകയുടെ വിവിധ ഭാഗങ്ങളിൽ നിന്നുംവന്ന ബണ്ടമ്മാരിൽ നിന്ന് പുതിയ നായർ വിഭാഗങ്ങൾ രൂപപ്പെട്ട് വന്നിട്ടുണ്ട്. കാസർകോട് താലൂക്കിലെ ഏറ്റവും പ്രമുഖ ജന്മിത്തറവാട്ടുകളിലൊന്നായിരുന്ന ഏച്ചിക്കാനം തറവാട്ടുകാ രുടെ ഉല്പത്തി ചരിത്രം കർണ്ണാടകയിലേക്ക് നീളുന്നു.

നായരും തീയ്യരും കയ്യൂരിലെത്തിയതോടെ രൂപപ്പെട്ടുവന്ന കാർഷിക സമൂഹത്തിന്റെ ആവശ്യങ്ങൾ നിറവേറ്റുന്നതിന് മറ്റ് ചില വിഭാഗങ്ങളും ഇവിടെ എത്തി. വാണിയരും കണിശരുമൊക്കെ ഇങ്ങനെയെത്തിയ വരായിരിക്കും. കയ്യൂരിലെ ആദിമ നിവാസികളുടെ പിൻമുറക്കാരായ കീഴാള വിഭാഗവുമെല്ലാം ചേർന്നാണ് കയ്യൂർ എന്ന ഗ്രാമസമൂഹത്തെ രൂപപ്പെടുത്തിയെടുത്തത്. ഈ ഗ്രാമ സമൂഹമാണ് ജാതി വ്യവസ്ഥ ശക്തമായതോടെ വിവിധ തട്ടുകളായി വിഭജിക്കപ്പെട്ടത്. ഓരോ വിഭാ ഗത്തിനും അവരുടെ കുല ദേവതകളുണ്ടായിരുന്നു. തറവാട്ടുകളും ക്ഷേ ത്രങ്ങളും മുണ്ഡ്യകളുമായിരുന്ന ദേവതകളുടെ ആരൂഢം. തീയ്യരെ സംബ ന്ധിച്ചിടത്തോളം ചെറിയ അധിവാസ കേന്ദ്രങ്ങളിൽ മുണ്ഡ്യയായിരുന്നു ദേവതകളുടെ ആവാസകേന്ദ്രം. മുണ്ഡ്യയിലാണ് തെയ്യം അരങ്ങേറുന്നത്. അവിടെയാണ് പൂരക്കളി നടക്കുന്നത്. തിയ്യരുടെ സാമൂഹികവും ആത്മീ യവുമായ കാര്യങ്ങൾ ചർച്ച ചെയ്യുകയും തീരുമാനങ്ങൾ എടുക്കുകയും ചെയ്തിരുന്നത് കഴകം, താനം, മുണ്ഡ്യ എന്നിവിടങ്ങളിൽ വെച്ചായിരുന്നു. ഈ ആരാധന കേന്ദ്രങ്ങളിൽ വിവിധ സേവനങ്ങൾ അനുഷ്ഠിക്കുന്ന അഥവാ ധർമ്മങ്ങൾ നിർവ്വഹിക്കുന്നവരുണ്ട്. ആചാരക്കാരെന്ന് അവർ പൊതുവെ അറിയപ്പെടുന്നു. ഈ സ്ഥാപനങ്ങൾ അബ്രാഹ്മണസ്ഥാ പനങ്ങളെന്ന നിലയിൽ ദേവതാ പ്രീതിക്കായി നടത്തുന്ന ചടങ്ങുക ളെല്ലാം നിർവ്വഹിക്കുന്നത് ആചാരക്കാരാണ്. ബ്രാഹ്മണ സാന്നിധ്യം ഈ ആരാധനാലയങ്ങളില്ല എന്നർത്ഥം. അതേ സമയം ഈ ആരാധനാലയങ്ങൾക്ക് മേൽ പ്രാദേശിക അധികാരകേന്ദ്രത്തിന്റെ നിയന്ത്രണമുണ്ടാകും. ഈ പ്രാദേശിക അധികാരകേന്ദ്രം പലപ്പോഴും ജന്മിമാരാണ്. എല്ലാ അവർണ്ണ ആരാധനാകേന്ദ്രങ്ങളിലും ജന്മിമാർ കോയ്മ എന്ന പദവിയിലൂടെ തങ്ങളുടെ അധികാരത്തിന്റെ മേൽക്കോയ്മ നിലനിർത്തും. കോയ്മയുടെ സാന്നിധ്യത്തിലാണ് പ്രധാന തീരുമാനങ്ങ ളെല്ലാമെടുക്കുന്നത്. കയ്യൂർ മുണ്ഡ്യയുടെ കോയ്മകളായുണ്ടായിരുന്നത്

പുളിങ്ങാടൻ നായർ, വേങ്ങയിൽ നായർ, കുറുവാടൻ നായർ എന്നി വരായിരുന്നു.

പൂരവും ആണ്ടതോറും നടക്കുന്ന കളിയാട്ടവുമായിരുന്നു കയ്യൂരിലെ പ്രധാന ആഘോഷങ്ങൾ. കയ്യൂർക്കാരുടെ സംഗമ വേദികൂടിയാണ് കളിയാട്ടം. വി.വി. കുഞ്ഞമ്പു ഇത് ഏദ്യമായി വിവരിക്കുന്നുണ്ട്. ബന്ധു ക്കളൾപ്പെടെയുള്ളവർ തെയ്യം കാണാൻ വരും. മറ്റ സാമൂഹ്യവിഭാഗ ങ്ങളിൽപ്പെട്ടവരും തെയ്യത്തിനെത്തും. അതവരുടെ ഉത്സവമാണ്. ഒത്തുക്കൂടലിന്റെ അപൂർവ്വമായ സന്ദർഭമാണത്. ആണ്ടിലൊരിക്കൽ നടക്കുന്ന തെയ്യത്തിന്/കളിയാട്ടത്തിന് ജനങ്ങൾ കാത്തു നിൽക്കും. തെയ്യത്തോടനുബന്ധിച്ച് നടക്കുന്ന ചന്തയിൽ സോപ്പ്, ചീപ്പ്, കണ്ണാടിയും മധുരപലഹാരങ്ങളും മറ്റ ഒട്ടേറെ സാധനങ്ങളും വില്പന ക്കുണ്ടാവും. ഓരോ കുടുംബത്തിലെയും ചെലവ് കഴിഞ്ഞുള്ള സമ്പാദ്യം ഈ കളിയാട്ട വേളയിൽ ചെലവഴിക്കും. വിദൂര സ്ഥലങ്ങളിൽ നിന്നുള്ള കച്ചവടക്കാർ ചന്തയിലെത്തും. ബന്ധുക്കളുടെ കൂടിച്ചേരൽ നടക്കുന്നു. വിവാഹപ്രായമായ മക്കൾക്ക് വധൂവരന്മാരെ കണ്ടെത്തുന്നു. കച്ചവടം നടക്കുന്നു. തങ്ങളുടെ ജീവിതത്തിലേക്ക് പേമാരി പോലെ പെയ്തിറങ്ങുന്ന ദുരിതങ്ങളും ദുരന്തങ്ങളും തെയ്യത്തിന്/ദൈവത്തിന് മുന്നിൽ ഇറക്കി വെച്ച് പ്രാർത്ഥിക്കും. തെയ്യമാകട്ടെ ഗുണം വരണം, ഗുണം വരണം എല്ലാവർക്കും ഗുണം വരണം എന്ന വചനത്തിലൂടെ ഏവരേയും അനുഗ്ര ഹിക്കും. ഈ അനുഗ്രഹവചനങ്ങൾ വിശ്വമാനവികതയുടെ ഉദാത്തമായ വിളംബരം കൂടിയാണ്. കുടുംബങ്ങൾ തമ്മിലോ, വ്യക്തികൾ തമ്മിലോ ഏതെങ്കിലും പ്രശ്നത്തെ സംബന്ധിച്ച് തർക്കങ്ങളുണ്ടായാൽ അതും തെയ്യസന്നിധിയിലെത്തും. തെയ്യം രണ്ട്കൂട്ടരെയും അടുത്തുവിളിച്ച് സംസാരിച്ച് നിർദ്ദേശം വെക്കും. അത് ഇരുകൂട്ടരും അംഗീകരിക്കും. തെയ്യം ന്യായാധിപനായി മാറുന്ന അപൂർവ്വ കാഴ്ചയാണ് ഇവിടെ കാണുന്നത്. ചുരുക്കത്തിൽ ജനങ്ങളുടെ ജീവിതത്തിന്റെ അവിഭാജ്യ ഘടകമാണ് തെയ്യം.

കാസർകോടൻ ഗ്രാമങ്ങളിലെ തെയ്യങ്ങളുടെ സംഘാടനം വളരെ സവിശേഷമാണ്. കളിയാട്ടം നടത്താൻ വേണ്ടിവരുന്ന ചെലവ് കഴകം, താനം, മുണ്ഡ്യകളിലെ അംഗങ്ങൾ വഹിക്കും. എല്ലാവരും ചേർന്ന് കൂട്ടമായി എടുക്കും. പ്രായപൂർത്തിയായവരിൽ നിന്നാണ് പിരിവെടുക്ക ന്നത്. അത് മുൻകൂട്ടി തീരുമാനിക്കും. ഇത് അംഗങ്ങളിൽ നിന്ന് പിരി ച്ചെടുക്കാൻ പ്രതിനിധികളുണ്ടാകും. ഇവരെ കൂട്ടായിക്കാർ എന്നാണ് പറയുന്നത്. അനുഷ്ഠാനപരമായ ധർമ്മമാണ് കൂട്ടായിക്കാർ ചെയ്യുന്നത്.

ഇത്ക്കൂടാതെ തെയ്യം കാണാൻ വരുന്നവരെല്ലാം തെയ്യത്തെ തൊഴുത് വണങ്ങുമ്പോൾ തെയ്യത്തിന് മുന്നിൽ വെച്ചിരിക്കുന്ന തളികയിൽ പണമിടും. അത് ഓരോ വ്യക്തിക്കും കഴിയുന്ന പോല്യുള്ള സംഭാവനയായിരിക്കും. പക്ഷെ എല്ലാംകൂടുമ്പോൾ അത് വലിയൊരു തുകയാകും. ഈ തുക കയ്യൂരിലെ മുണ്ഡ്യക്കോ ദേവസ്ഥാനത്തിനോ എടുക്കാൻ പറ്റില്ല. കോയ്മയാണ് ഈ പണത്തിന്റെ ഉടമസ്ഥനെന്നാണ് ആചാരം. അത് കോയ്മയുണ്ടാക്കിയ ആചാരമായിരിക്കാം. കളിയാട്ടം നടത്താനുള്ള ചെലവിലേക്ക് വരേണ്ട ഈ തൊഴുതു പിരിവ് അവരിൽ നിന്ന് കവർന്നെടുത്ത് ജന്മിമാരായ കോയ്മകൾ കൊണ്ടുപോകും. തങ്ങൾക്കവകാശപ്പെട്ട സമ്പത്ത് കൺമുന്നിലൂടെ കോയ്മ തട്ടിപ്പറിച്ചെട്ടുത്ത് കൊണ്ടുപോകുന്നത് നിസ്സഹായരായി നോക്കി നിൽക്കാനേ ജനങ്ങൾക്ക് കഴിഞ്ഞിരുന്നുള്ളൂ. പക്ഷേ ഇത് പിന്നീട് മാറുന്നുണ്ട്. കർഷകസംഘം സൃഷ്ടിച്ച ആത്മവിശ്വാസവും ധൈര്യവും തിരിച്ചറിവും കോയ്മയുടെ അധികാരത്തെ ചോദ്യം ചെയ്യുന്നതിലേക്ക് എത്തുന്നുണ്ട്. കയ്യൂർ സമരത്തിന്റെ പശ്ചാത്തലമൊരുക്കുന്നതിൽ കോയ്മയുടെ അധികാരവും അതിന്റെ ചോദ്യം ചെയ്യലും നിർണ്ണായകമായി മാറുന്നുണ്ട്.

ചുരുക്കത്തിൽ കാര്യങ്കോട് പുഴ കയ്യൂരിന്റെ ഹൃദയ ധമനിയാണ്. കയ്യൂരിലെ വയലുകൾക്കും തോട്ടങ്ങൾക്കും അത് വെള്ളം നൽകുന്നു. കയ്യൂരിന്റെ ജീവരേഖയായ കാര്യങ്കോട് പുഴ വർഷകാലങ്ങളിൽ അതിന്റെ രൗദ്രഭാവം പ്രകടിപ്പിക്കും. പുഴ നിറഞ്ഞ് കവിഞ്ഞ് ഒഴുകി ചിലപ്പോൾ എല്ലാം നശിപ്പിക്കും. കയ്യൂരുകാരെ നിസ്സഹായരാക്കി പ്രകൃതി അതിന്റെ താണ്ഡവം നടത്തും. പക്ഷെ അതിനെക്കാൾ ഭീകരമാണ് ചില ജന്മികളുടെ ഭാഗത്ത് നിന്ന് ഉണ്ടായത്. കയ്യൂർ സമരത്തിൽ പുഴ വളരെ സജീവമാണ്. കയ്യൂരിന് പുറത്ത് നിന്ന് കമ്മ്യൂണിസ്റ്റ് കർഷക സംഘം നേതാക്കൾ കയ്യൂരിലെത്തിയത് ഈ പുഴ കടന്നാണ്. അരയാക്കടവിൽ തോണിയടുക്കുമ്പോൾ അതിൽ അപരിചിതരായ വ്യക്തികളുമുണ്ടാകും. കയ്യൂർ നിവാസികളുടെ ദുരന്തങ്ങൾക്ക് അറുതി വരുത്തുവാനുള്ള പോരാട്ടത്തിന് ശക്തിപകരാൻ എത്തുന്ന നേതാക്കളാണിവർ. കയ്യൂരിലെത്താൻ പുഴ മാത്രമാണ് ഏക മാർഗ്ഗം. പക്ഷെ ഇന്നത് മാറി. അരയാക്കടവിൽ പുഴയുടെ കുറുകെ പാലം വന്നു. കയ്യൂരിന്റെ മുഖമാകെ മാറി.

സാമ്പത്തിക-രാഷ്ട്രീയ പശ്ചാത്തലം

കാസ്സരിലെ കർഷകർ ഇരുപതാം നൂറ്റാണ്ടിൽ കോളോണിയൽ ഭരണത്തിനെതിരെ ശക്തമായ പ്രതിരോധ പ്രസ്ഥാനം വളർ ത്തിയെടുക്കുന്നതിന് പിന്നിൽ ഒരു പൊതുപശ്ചാത്തലമുണ്ട്. ഈ പശ്ചാ ത്തലം നിലനിൽക്കുന്ന രാഷ്ട്രീയ സാമ്പത്തിക വ്യവസ്ഥയുടെ ഫലമായി വികസിച്ചുവന്നതുമാണ്. കാസർകോട് ഒരു അതിർത്തി പ്രദേശമാണ്. തെക്ക് ഭാഗത്ത് മലബാറും വടക്ക് ഭാഗത്ത് ദക്ഷിണ കാനറയും. ഇവി ടെയുള്ള ജനങ്ങളുടെ ബന്ധങ്ങൾക്കും അതിർത്തി ഒരു ഘടകമാണ്. ചന്ദ്രഗിരിപ്പുഴയുടെ വടക്ക് ഭാഗത്തുള്ളവരുടെ ദൈനംദിന ബന്ധങ്ങൾ മുഴുവൻ ദക്ഷിണ കാനറയുമായിട്ടാണ്. അതുപോലെ, ചന്ദ്രഗിരിപ്പുഴയുടെ തെക്ക് ഭാഗത്തുള്ളവർ എല്ലാ കാര്യങ്ങൾക്കും മലബാറിനെ ആശ്രയിച്ച. ചന്ദ്രഗിരിയുടെ വടക്ക് ഭാഗത്ത് കൂടിയാണ് കർണ്ണാടകയിൽ നിന്നുള്ള പടയോട്ടങ്ങളും വിവിധ ജനവിഭാഗങ്ങളുടെ കുടിയേറ്റവും നടന്നത്. പഴയ ഹൊയ്സാലക്കാരും വിജയനഗരക്കാരും ഇക്കേരി നായക്കന്മാരും മൈസൂർ സുൽത്താന്മാരും കാസർകോടെത്തിയത് ഈ വഴികളിലൂടെ യാണ്. മൂഷകരാജാക്കന്മാരും പെരുമാക്കളും കോലത്തിരിയും ഇവിടെ യെത്തിയത് മലബാറിൽ നിന്നാണ്.

രാജവംശങ്ങളുടെ/ഭരണകർത്താക്കളുടെ കടന്നുവരവ് രാഷ്ട്രീയ-സാമ്പത്തിക മേഖലകളിൽ മാത്രമല്ല സ്വാധീനം സൃഷ്ടിച്ചത്. പടയോട്ട ങ്ങളോടൊപ്പം വിവിധ ജനവിഭാഗങ്ങളും ഇവിടെയെത്തി. അവർ സംസാ രിക്കുന്ന വ്യത്യസ്ത ഭാഷകളുമെത്തി. ഒപ്പം അവരുടെ ആചാരാനുഷ്ഠാന ങ്ങളും കലദൈവങ്ങളുമെത്തി. വിഭിന്ന തൊഴിലുകൾ കാസർകോടിന്റെ മണ്ണിലെത്തി. ഇതെല്ലാം ചേർന്ന് പുതിയൊരു സമൂഹം കാസർകോട്

ഉയർന്നുവന്നു. സമൂഹം ബഹുസ്വര സമൂഹമായി രൂപാന്തരപ്പെട്ടു. നാട്ടുഭാഷയായ തുളുവിനൊപ്പം കന്നട, മലയാളം, കൊങ്കണി, മറാട്ടി, ഉർദ്ദു, ബ്യാരി എന്നിവയും ഇവിടത്തെ വ്യവഹാര ഭാഷകളായി വളർന്നു. ഇതെല്ലാം ചേർന്നതോടെ കാസർകോട് സപ്തഭാഷ സംഗമ ഭൂമിയായി മാറി. കയ്യൂർ ഉൾപ്പെടുന്ന കാസർകോടിന്റെ സാംസ്കാരിക വൈവിധ്യവും ബഹുസ്വരതയുമെല്ലാം രൂപപ്പെട്ടുവന്നത് ഈ പശ്ചാത്തലത്തിലാണ്.

ദൈർഘ്യമേറിയ രാഷ്ട്രീയ ചരിത്രമാണ് കാസർകോടിന്റേത്. പയസ്വിനി അഥവാ ചന്ദ്രഗിരിപ്പുഴയുടെ തെക്കും വടക്കുമുള്ള പ്രദേശങ്ങ ളുടെ രാഷ്ട്രീയ ചരിത്രം വിഭിന്നമാണ്. ഇരുപതാം നൂറ്റാണ്ട് വരെ ഈ അവസ്ഥ നിലനിൽക്കുന്നുണ്ട്. മലബാറിനോട് ചേർന്ന് നിൽക്കുന്ന തെക്കൻ പ്രദേശം ഏഴിമലയിലെ മൂഷക രാജവംശത്തിന്റേയും തുടർന്ന് മഹോദയപുരത്തെ പെരുമാൾ രാജവംശത്തിന്റേയും കീഴിലായിരുന്നു. പെരുമാക്കന്മാരുടെ ഭരണസീമ ഈ പ്രദേശത്തേയ്ക്ക് വ്യാപിച്ചിരുന്നു വെന്ന് കൊടവലം ശാസനം സൂചിപ്പിക്കുന്നു. മന്ദകുലാദിത്യനെന്നും അറിയപ്പെടുന്ന ഭാസ്കര രവിവർമ്മനെന്ന പെരുമാൾ രാജാവിന്റെ അമ്പത്തിയെട്ടാം ഭരണ വർഷത്തി (1019-20 എഡി)ലാണ് പുല്ലൂരിനടു ത്ത കൊടവലം വിഷ്ണു ക്ഷേത്രത്തിലെ ശാസനം കരിങ്കൽ പാളിയിൽ രേഖപ്പെടുത്തിയത്. പന്ത്രണ്ടാം നൂറ്റാണ്ടോടെ ചിറക്കൽ കേന്ദ്രീകരിച്ച് അധികാരം ഉറപ്പിച്ച കോലത്തിരിയുടെ വടക്കൻ അതിർത്തി ചുരുങ്ങി യത് ചന്ദ്രഗിരി വരെ വ്യാപിച്ചിരുന്നു. ഗോകർണ്ണമാണ് വടക്കനതിർത്തി എന്ന വാദവും ശക്തമാണ്. കാർഷിക വ്യാപനത്തിന്റെ ഫലമായി പുതിയ അധിവാസ കേന്ദ്രങ്ങൾ ഉയർന്നുവരികയും പ്രാദേശിക അധികാര കേന്ദ്രങ്ങൾ രൂപപ്പെടുകയും ചെയ്തപ്പോൾ പഴയ ഹോസ്ദുർഗ് താലൂക്കിന്റെ വിവിധ ഭാഗങ്ങളിൽ നാട്ടുവാഴികൾ പ്രബലരായി തീർന്നു. തോറ്റം പാട്ടുകളിൽ ഈ നാട്ടുവാഴികൾ എട്ടുകുടക്കീഴിൽ പ്രഭുക്കന്മാർ എന്നറിയപ്പെടുന്നു. ഈ എട്ടുകുട്ടക്കീഴിൽ പ്രഭുക്കളെ, പ്രത്യേകിച്ച് മടിയൻ കോവിലകത്തെയും ഉദിനൂർ കോവിലകത്തെയും നാട്ടുവാഴി കളായ അല്ലോഹലനെയും മന്നോനെയും പരാജയപ്പെടുത്തിയാണ് കോലത്തിരി രാജകുമാരൻ നീലേശ്വരം ആസ്ഥാനമാക്കി അള്ളട രാജവംശം (നീലേശ്വരം രാജവംശം) സ്ഥാപിച്ചത്. അവരുടെ വാണി ജ്യകേന്ദ്രവും തുറമുഖവുമാണ് കോട്ടപ്പുറം. വിസ്തൃമായ ഭൂപ്രദേശത്തിന്റെ അധിപരായിരുന്ന നീലേശ്വരം രാജവംശം. തോറ്റംപാട്ടിലും വടക്കൻ പാട്ടുകളിലും പരാമർശിക്കുന്ന തുളുനാടൻ കളരികളായ ഓടങ്കര, മാടങ്കര, കുമ്മണാർ, കരിന്തളം എന്നിവയിൽ അവസാനത്തെ രണ്ടെണ്ണം ഈ പ്രദേശത്താണ്. അള്ളട രാജവംശം നിലവിൽ വന്നപ്പോൾ അവരുടെ നായർപ്പടയെ പരിശീലിപ്പിച്ചത് കുമ്മണാർ, കരിന്തളം കളരികളാണ്.

എന്നാൽ ഇതിൽ നിന്നും വ്യത്യസ്തമായ രാഷ്ട്രീയ ചരിത്രമാണ് ചന്ദ്രഗിരി യുടെ വടക്കൻ പ്രദേശങ്ങളിലേത്.

തൗളവ രാജവംശമായ അല്ലപ്പന്മാരിൽ നിന്ന് തുടങ്ങുന്ന ഈ പ്ര ദേശത്തിന്റെ രാഷ്ട്രീയ ചരിത്രം. തെക്ക് ചന്ദ്രഗിരി വരെ, ചിലപ്പോൾ അതിനപ്പറത്തും ആയിരുന്ന ആല്വപമാരുടെ അതിർത്തി. ഏകദേശം ഏഴാം നൂറ്റാണ്ട് മുതൽ 14-ാം നൂറ്റാണ്ട് വരെ തുളുനാട് ആല്വപമാരുടെ അധീനതയിലായിരുന്ന. ഇവർ അതാത് കാലഘട്ടത്തിൽ മറ്റിടങ്ങ ളിൽ ഉയർന്നുവന്ന അതീവ ശക്തരായ രാജാക്കന്മാരുടെ സാമന്ത ന്മാരുമായിരുന്ന. കർണ്ണാടകയിലെ പ്രധാന രാജവംശങ്ങളായിരുന്ന ബാദാമിയിലെ ചാല്ക്യർ, രാഷ്ട്രകൂടർ, ഹൊയ്സാല തുടങ്ങിയ രാജവം ശങ്ങളുടെ സാമന്ത രാജാക്കന്മാരായിരുന്ന. ആല്വപ രാജവംശത്തിലെ ജയസിംഹൻ ഒന്നാമന് (980-1010 എ.ഡി.) കാസർകോട്ടമായി അടുത്ത ബന്ധമുണ്ട്. തളങ്കര ശാസനം ഇദ്ദേഹത്തിന്റേതാണ്. കാർഷിക വ്യാപന ത്തിന്റെ ചരിത്രം വെളിപ്പെടുത്തുന്ന പ്രസ്തുത ശാസനം കാസർകോടിന്റെ ചരിത്രത്തിലെ പ്രധാന രേഖയാണ്.

വിജയനഗരത്തിന്റെ ആവിർഭാവത്തോടെ തുളുനാട് അതിന്റെ നിയ ന്ത്രണത്തിലായി. തുളുനാടിനെ രണ്ടായി ഭാഗിച്ച് രണ്ട് ഗവർണ്ണർമാരുടെ കീഴിലാക്കി. മംഗലാപുരവും ബാർക്കൂറുമായിരുന്ന നാട്ടുകൾ. കാസർകോട് മംഗലാപുരത്തിന്റെ ഭാഗമായിരുന്ന. ഇക്കാലത്ത് കാസർകോട് സന്ദർശിച്ച ക്വാസനി ബേക്കൽ, കുമ്പള, കാസർകോട് എന്നിവയെക്ക റിച്ചും 14-ാം നൂറ്റാണ്ടിൽ ഇവിടെയെത്തിയ ദിമിഷ്കി ബേക്കലിനെയും കുമ്പളയേയും കുറിച്ച് വിശദീകരണം നൽകുന്നുണ്ട്. തുറമുഖങ്ങളിലെ സജീവമായ വാണിജ്യമായിരിക്കണം വിജയനഗര രാജാക്കന്മാരെ തുളുനാട്ടിലും കാസർകോട്ടും എത്തിച്ചത്. പശ്ചിമ തീരത്ത് സജീവമായ ഹൻജ്മാനാ എന്ന പേർഷ്യക്കാരുടെ വർത്തക സംഘത്തെക്കുറിച്ച് ഉള്ള പാഢ്ദണകൾ പരാമർശിക്കുന്നുണ്ട്.

വിജയ നഗരത്തിന്റെ തകർച്ച ഇക്കേരി നായക്കന്മാരെ കാസർകോ ട്ടെത്തിച്ച. വെങ്കിടപ്പ നായക്കും ശിവപ്പനായക്കും സോമശേഖര നായക്കും തങ്ങളുടെ ഭാഗ്യഭൂമിയായി കാസർകോടിനെ കണ്ട. ഇവിടെയുള്ള തുറമു ഖങ്ങളുടെ മേല്ലുള്ള ആധിപത്യം സ്ഥായിയായി നിലനിർത്തുന്നതിന വേണ്ടി അവയെ കോട്ടകൾ കെട്ടി സംരക്ഷിച്ച. എല്ലാ തുറമുഖങ്ങൾക്ക് സമീപവും അവർ കോട്ട കെട്ടി. വാണിജ്യ പാതകളെ സംരക്ഷിക്കുന്നതി നും ഇത്തരം കോട്ടകൾ നായക്കന്മാർ നിർമ്മിക്കുകയുണ്ടായി. കോലത്തി രിയും ഇക്കേരി നായക്കന്മാരും തമ്മിലുള്ള ഏറ്റുമുട്ടലിന്റെ ചരിത്രമാണ് പിന്നീട് നാം കാണുന്നത്. ഇരുകൂട്ടർക്കും വിജയപരാജയങ്ങളുടെ ഒരു

തുടർക്കഥയുണ്ടായി. കാസർകോടിന്റെ സാമൂഹ്യസാമ്പത്തിക മേഖലയെ വിപുലപ്പെടുത്തുന്നതിൽ ഈ ഏറ്റുമുട്ടൽ നിർണ്ണായക ഘടകങ്ങളായി പ്രവർത്തിച്ചു. മൈസൂരിന്റെ ഉയർച്ച ഇക്കേരി നായക്കന്മാരുടെ തകർച്ചയ്ക്ക് കാരണമായി. ഹൈദരാലിയും മകൻ ടിപ്പുവും കാസർകോട്ട് എത്തുകയും തുറമുഖങ്ങളുടെയും ഉൾനാടൻ വിഭവങ്ങളുടെയും മേൽ അധീശത്വം സ്ഥാ പിക്കുകയും ചെയ്തു. വിദേശ നാട്ടുകളുമായുള്ള ബന്ധത്തിന്റെ പ്രധാന വാതായനങ്ങളായി ടിപ്പു കണ്ടത് കാസർകോടൻ തുറമുഖങ്ങളെയാണ്. മൈസൂരിന്റെ നിലനിൽപ്പിന് കാസർകോട് അനിവാര്യമായി മാറി. അതിനാലാണ് മരിച്ച് വീഴുന്നതുവരെ ടിപ്പുസുൽത്താൻ കാസർകോട് ഈസ്റ്റ് ഇന്ത്യാ കമ്പനിക്ക് വിട്ടു കൊടുക്കുവാൻ തയ്യാറാകാതിരുന്നത്.

19-ാം നൂറ്റാണ്ടിന്റെ ആരംഭത്തിൽ തന്നെ ഈ പ്രദേശം ബ്രിട്ടീഷ് ഭരണത്തിന്റ ഭാഗമായിത്തീർന്നു. ഈസ്റ്റ് ഇന്ത്യാ കമ്പനി പല റവന്യൂ പരി ഷ്കാരങ്ങളും ഇവിടെ നടപ്പിലാക്കി. 1858 ലെ വിക്ടോറിയ രാജ്ഞിയുടെ വിളമ്പരത്തോടെ കമ്പനി ഭരണം അവസാനിക്കുകയും ബ്രിട്ടീഷ് ഗവൺ മെന്റിന്റെ നേരിട്ടുള്ള ഭരണത്തിൻ കീഴിൽ വരികയും ചെയ്തു. നീലേശ്വരം രാജാവിന്റെ രാഷ്ട്രീയാധികാരം പൂർണ്ണമായി കമ്പനി അവസാനിപ്പിച്ചു. കയ്യൂർ ഉൾപ്പെടുന്ന വിപുലമായ ഭൂപ്രദേശത്തിന്റെ ഭൂപ്രഭുവായി രാജാവ് മാറി. പാരമ്പര്യാധികാരവും ജന്മിയുടെ അധികാരവും ഒരാളിൽ നിക്ഷിപ്ത മാകുന്ന അവസ്ഥയാണിത്. മാത്രമല്ല, ഭൂമിയിൽ നിന്നുള്ള നികുതി പിരി ക്കാനുള്ള അവകാശം ചില തറവാട്ടുകാർക്ക് നൽകാനും അധികൃതർ തയ്യാറായി. പട്ടേലർമാർ നാട്ടിലുണ്ടായത് അങ്ങിനെയാണ്. ഇവർ ഗ്രാ മങ്ങളിലെ ജന്മിമാരമായിരുന്നു. ആധുനിക ജന്മിത്വത്തിന്റെ വളർച്ചയുടെ ഭാഗമായി കയ്യൂരിൽ ജന്മിത്വം പ്രബലമായി. സാമ്പത്തികാധികാരവും രാഷ്ട്രീയാധികാരവും ജനങ്ങളിൽ നിന്ന് അകന്ന് നിൽക്കുന്ന സവിശേഷ രാഷ്ട്രീയ ഘടന ഇരുപതാം നൂറ്റാണ്ടിൽ മലബാറിലെ ഗ്രാമങ്ങളിൽ കാണാം. കയ്യൂരും അത്തരമൊരു അനുഭവത്തിലൂടെയായിരുന്നു കടന്നു പോയത്.

ഭൂബന്ധങ്ങളും പാട്ട വ്യവസ്ഥയും

ഗ്രാമീണ ജീവിതത്തിൽ അടിസ്ഥാനപരമായ മാറ്റമാണ് കൊളോണിയൽ ഭരണക്കൂടം നടപ്പിലാക്കിയത്. കൊളോണിയൽ പൂർ വ്യകാലഘട്ടത്തിൽ ഇവിടെയുണ്ടായിരുന്ന ഭരണാധികാരികൾ സമ്പദ്മേ ഖലയിൽ ഘടനാപരമായ മാറ്റങ്ങൾ ഒന്നും വരുത്തിയിരുന്നില്ല. സാമൂഹ്യ ജീവിതം തടസ്സമില്ലാതെ കടന്നുപോയിരുന്നു. ഓരോ ഭരണാധികാരിയും നിലനിൽക്കുന്ന സാമൂഹിക വ്യവസ്ഥയെ തുടർന്നുപോകാൻ അനുവദി ച്ചിരുന്നുവെന്നർത്ഥം. കാർഷിക മേഖലയിൽ കാണം, ജന്മം, മര്യാദ

എന്ന മര്യാദ പാട്ടമായിരുന്ന നിലവില്ലുണ്ടായിരുന്നത്. ഭൂമി വാങ്ങാനും വിൽക്കാനുമുള്ള ചരക്കായിരുന്നില്ല. ഭൂനികുതി പിരിച്ചിട്ടേ ഇല്ലായിരുന്നു. ടിപ്പുവിന്റെ കാലത്ത് മലബാറിൽ നിന്ന് ഭൂനികുതി പിരിച്ചിരുന്നു. ജന്മിയും കാണക്കാരനും കൃഷിക്കാരനും ഉല്പന്നത്തിൽ അവകാശമുണ്ടായിരുന്നു. അത് നിയമത്തിന്റെ അടിസ്ഥാനത്തിൽ നടപ്പിലാക്കിയതല്ല. സാമൂഹ്യ മര്യാദയെന്ന നിലയിൽ അനുവർത്തിച്ചു വന്നതാണ്. നൂറ്റാണ്ടുക ളോളം സ്വച്ഛമായി ഒഴുകിയിരുന്ന കാർഷിക ജീവിതത്തിലേക്കാണ് കൊളോണിയൽ ഭരണകൂടം ഇടപെടൽ നടത്തിയത്. അവർ എല്ലാം തലകീഴ്മേൽ മറിച്ചു. ഭൂമി കാശ് കൊടുത്ത് വാങ്ങാൻ പറ്റുന്ന ചരക്കായി മാറി. ഭൂമിയിലുള്ള അവകാശങ്ങളെ റോമൻ നിയമത്തിന്റെ അടിസ്ഥാ നത്തിൽ വ്യാഖാനിച്ചു. ജന്മം അവകാശം ഭൂമിയുടെ മേലുള്ള പരിപൂർണ്ണ ഉടമസ്ഥാവകാശം എന്ന് വ്യാഖ്യാനിക്കപ്പെട്ടു. ജന്മി ഉടമയും ഭൂമിയിൽ കൃഷി ചെയ്യുന്ന കർഷകൻ കുടിയാനുമായി മാറി. പാട്ട വ്യവസ്ഥ സമഗ്ര മായ പരിഷ്കാരത്തിന് വിധേയമായി. റയത്വാരി സമ്പ്രദായമാണ് ബ്രിട്ടീഷുകാർ ഇവിടെ നടപ്പിലാക്കിയത്.

മലബാറിലെ കർഷകരിൽ നിന്ന് വിഭിന്നമായി കാസർകോട് താലൂക്കിലെ കർഷകരുടെ അവസ്ഥ അത്യന്തം ദയനീയമായിരുന്നു. മലബാറിലെ കർഷകർക്ക് ലഭിച്ചിരുന്ന പരിമിതമായ പരിരക്ഷപോലും ഇവിടെ കർഷകർക്ക് ലഭിച്ചില്ല. 1929-ലെ മലബാർ കാർഷിക നിയമം കാസർകോടിന് ബാധകമായിരുന്നില്ല. ചുരുക്കത്തിൽ കർഷകന്റെ ജീവിതം ജന്മിയുടെ ദയാദാക്ഷിണ്യത്തെ ആസ്പദമാക്കിയായിരുന്നുവെന്ന് പറയാം. ജന്മിമാരുടെ അക്രമപിരിവുകൾക്കും ദുഷ്ചെയ്തികൾക്കുമെതി രെയുള്ള ചെറുത്ത് നില്പ് അനിവാര്യമായി മാറി. ഒറ്റപ്പെട്ട നീക്കങ്ങൾക്ക് പകരം സംഘടിതമായ പ്രതിരോധ പ്രസ്ഥാനം വളർത്തിയെടുക്കേണ്ട ആവശ്യകത വർദ്ധിച്ചു വന്നു. കൊളോണിയൻ ഭരണാധികാരികൾക്കും അവരുടെ നാടൻ സഖ്യകക്ഷികളായ ജന്മിമാർക്കുമെതിരെ പുതിയ സംഘടിതപ്രസ്ഥാനത്തിന്റെ ആവിർഭാവത്തിന് സാഹചര്യമൊരുങ്ങി വന്നത് ഈ പശ്ചാത്തലത്തിലാണ്.

പാട്ടവ്യവസ്ഥയുടെ മൗലികമായ ഒരു പ്രത്യേകത ഇവിടെ മലബാറിലേതുപോലെ ജന്മിമാർ ഭൂമിയുടെ പരമാധികാരികളായ ഉടമകളായിരുന്നില്ല, പട്ടാദാർമാർ മാത്രമായിരുന്നു. മലബാറിൽ മൂന്നിലൊന്നാണ് പാട്ടമായി നിശ്ചയിച്ചതെങ്കിൽ ഇവിടെ അത് ഉൽപാ ദനത്തിന്റെ നേരെ പകുതിയായിരുന്നു. ഇവിടെ എല്ലാ ഭൂമിക്കും നികുതി ഏർപ്പെടുത്തിയിരുന്നു. ഏക്കറിന് ഒരണമുതൽ മൂന്നണ വരെ നികുതി ചുമത്തിയിരുന്നു. മലബാറിൽ തരിശ്ഭൂമി ജന്മിമാരുടേതായിരുന്നുവെന്ന്

വിശ്വാസമുണ്ടായിരുന്നു. ഇവിടെ അങ്ങനെയായിരുന്നില്ല. കാസർകോട ട്ട് എല്ലാ ഭൂമിയും സർക്കാരിന്റെതായിരുന്നു. അതിനാൽ പട്ടയമുള്ള ആൾക്കാരൊക്കെ ജന്മിയടക്കം കേവലം സർക്കാരിന്റെ കുടിയാന്മാരാ യിരുന്നു. ഭൂമി വ്യക്തികൾക്ക് (ജന്മിമാർക്ക്) പതിച്ചുകൊടുക്കുന്ന പതിവ് മലബാറിലുണ്ടായിരുന്നില്ല. എന്നാൽ ഇവിടെ പതിനാലാം നൂറ്റാണ്ടോ ട്ടുകൂടിതന്നെ ഭൂമി വ്യാപകമായി പതിച്ചനൽകിയിരുന്നുവെന്ന് കാണുന്നു. വാർഗദാർമാർ ഇപ്രകാരം ഉയർന്നുവന്നവരാണ്. വേറൊരു പ്രത്യേകത മലബാർ താരതമ്യേന വിദേശ ആക്രമണത്തിൽ നിന്ന് വിമുക്തമായിരു ന്നു. മറിച്ച് ഈ പ്രദേശം നിരന്തരമായ ഏറ്റുമുട്ടലകൾക്കും വിദേശാക്രമ ണത്തിനും സാക്ഷ്യം വഹിച്ച പ്രദേശമാണ്. ഇക്കേരി നായക്കന്മാരും കോലത്തിരിയും ഈ പ്രദേശത്തിന്റെ അധീശത്വത്തിനുവേണ്ടി നിരന്ത രമായ യുദ്ധങ്ങളിൽ ഏർപ്പെട്ടുരുന്നു. ഇക്കേരിനായക്കന്മാർ ഭൂമിയുടെ ഉടമസ്ഥാവകാശം വാർഗദാർമാർക്കാണെന്ന് ഒരിക്കലും അംഗീകരിച്ചി രുന്നില്ല. എന്നാൽ ജന്മിമാരിൽ നിന്ന് പാട്ടം പിരിച്ച് ഹൈദരാലി ഈ സമ്പ്രദായം തുടർന്നു. കമ്പനി ഭരണത്തിലും ഈ വ്യവസ്ഥ മാറ്റമില്ലാതെ തുടരുകയായിരുന്നു. കമ്പനി ഭരണത്തിൽ കാസർകോട്ടെ പാട്ടവ്യവ സ്ഥയിൽ ഏറ്റവും പ്രധാനപ്പെട്ടവ മൂലഗണി, ചാലഗണി, വൈദഗണി എന്നിവയാണ്. ഭൂമിയുടെ മേലുള്ള അവകാശമാണിത്. ഓരോന്നിലും അവകാശം ഒരുപോലെയായിരുന്നില്ല. മലബാറിൽ നിലവിലുണ്ടായി രുന്ന ജന്മം, കാണം, വെറും പാട്ടം എന്നിവയ്ക്ക് സമാനമായ പാട്ടവ്യവ സ്ഥയാണ് ദക്ഷിണ കാനറയിലും റയത്ത്‌വാരി സമ്പ്രദായത്തിലൂടെ ബ്രിട്ടീഷുകാർ നടപ്പാക്കിയത്. പക്ഷെ ചില മൗലീകമായ വ്യത്യാസം ഇവ തമ്മിലുണ്ട്.

ഏറ്റവും പ്രധാനപ്പെട്ട പാട്ടവ്യവസ്ഥയാണ് മൂലഗണി. കാസർകോട് താലൂക്കിൽ ഏറ്റവും കൂടുതൽ പ്രചാരത്തിലുണ്ടായിരുന്ന രണ്ടു പാട്ടവ്യ വസ്ഥകളിൽ ഒന്നാണിത്. കൃഷിക്കാരന് ഭൂമിയിൽ സ്ഥിരാവകാശം ലഭിക്കുന്നുവെന്നതാണ് ഇതിന്റെ പ്രത്യേകത. ജന്മിക്ക് നിശ്ചിതപാട്ടം കുടിയാൻ കൊടുക്കണം. ജന്മിയുടെ നിയമവിധേയമായ ആവശ്യങ്ങൾ നിറവേറ്റപ്പെട്ടാൽ കുടിയാനെ ഒരു കാരണവശാലും ഭൂമിയിൽനിന്ന് ഒഴിപ്പിക്കുവാൻ കഴിയില്ല. ജന്മിക്ക നൽകേണ്ട പാട്ടം കൃത്യമായി നൽകി യില്ലെങ്കിൽ കുടിയാൻ ഭൂമി നന്നാക്കിയെടുക്കാൻ ചെലവാക്കിയ തുക നൽകിയതിനുശേഷമേ കുടിയൊഴിപ്പിക്കുവാൻ ജന്മിമാർക്ക് അവകാശമു ണ്ടായിരുന്നുള്ളൂ. 1818-ലെ ബോർഡ് ഓഫ് റവന്യൂ രേഖയിൽ പറയുന്നത് മൂലഗണി ഏറ്റവും പഴക്കം ചെന്ന പാട്ടവ്യവസ്ഥയാണെന്നാണ്. ഈ വ്യവസ്ഥയിൽ ഭൂമി ലഭിക്കുന്ന കൃഷിക്കാരെ മൂലഗണികർ എന്നുപറയുന്നു. മൂലഗണികർ സ്ഥിരപാട്ടവകാശമുള്ള പരമ്പരാഗത കൃഷിക്കാരാണ്.

കായംഗണി എന്ന പേരിലും ഈ വ്യവസ്ഥ അറിയപ്പെടുന്നുണ്ട്. നിശ്ച യിക്കപ്പെടുന്ന പാട്ടം സ്ഥിരമാണ്. സർക്കാർ ഭൂനികുതി വർദ്ധിപ്പിച്ചാൽ അധിക നികുതി മൂലഗർ (ജന്മി) നൽകണമെന്നാണ് ഇതിന്റെ പ്ര ത്യേകത. ഒരിക്കലും പാട്ടം വർദ്ധിപ്പിക്കുവാൻ ജന്മിമാർക്ക് അവകാശമില്ല എന്ന് ചുരുക്കം. അതിനാൽ ചിലപ്പോൾ ചാലഗണിയെക്കാൾ അൽപം ഉയർന്ന പാട്ടമായിരിക്കും ആദ്യം തന്നെ തീരുമാനിച്ചിരിക്കുന്നത്. മൂലഗണികർക്ക് ഭൂമി വിൽക്കാൻ അവകാശമുണ്ടായിരുന്നില്ല. പക്ഷെ പണയപ്പെടുത്താനോ പതിച്ചനൽകാനോ അവകാശമുണ്ടായിരുന്ന. ഇത്തരത്തിൽ സ്ഥിരാവകാശമുള്ള ഒരു വിഭാഗം മലബാറിൽ ഉണ്ടായി രുന്നില്ല. ഇവർ ഭൂമിയിൽ സ്വയം കൃഷിചെയ്യുകയോ മറ്റ് കുടിയാന്മാർക്ക് പാട്ടത്തിന് പതിച്ച് നൽകുകയോ ചെയ്ത.

താൽക്കാലിക കുടിയായ്മയെ ചാലഗണി എന്നും കുടിയാന്മാരെ ചാലഗണികർ എന്നും വിളിച്ചുവന്നു. പരമ്പരാഗതമായി ഭൂമി കൈവശം വെയ്ക്കാനുള്ള അവകാശം ഈ വ്യവസ്ഥയിൽ ഉണ്ടായിരുന്നുവെങ്കിലും ഭൂവ്യടമയ്ക്ക് എല്ലായ്പ്പോഴും പാട്ടം വർദ്ധിപ്പിക്കാനോ ഒഴിപ്പിക്കാനോ അധികാരമുണ്ടായിരുന്നു. ചുരുങ്ങിയ കാലത്തേക്ക്, ചിലപ്പോൾ ഒരു വർഷത്തേക്ക് മാത്രം നൽകുന്നതാണ് അവകാശം. ഒരു വിധത്തിലുള്ള നഷ്ടപരിഹാരത്തിനും കുടിയാന്മാർക്ക് അവകാശമുണ്ടായിരുന്നില്ല. മലബാറിലെ വെറും പാട്ടത്തിന് തുല്യമായ ഒരു പാട്ടവ്യവസ്ഥയാണിത്. പക്ഷേ വെറും പാട്ടം കുടിയാന് കാലാകാലമായി ആകെ ഉൽപാദന ത്തിൽ ഒരുപങ്കിനുള്ള അവകാശമുണ്ട്. ഭൂമിയുടെ മേൽ ഒരു ചെറിയ അവകാശം വെറും പാട്ടക്കാരനുണ്ട്. നികുതി അടച്ചില്ലെങ്കിൽ മാത്രമേ കുടിയാനെ ഒഴിപ്പിക്കാൻ പറ്റുകയുള്ളൂ. പക്ഷേ ചാലഗണിക്കാരന് ഈ അവകാശങ്ങളൊന്നും തന്നെ ഉണ്ടായിരുന്നില്ല. കുടിയാനും ജന്മിയും തമ്മിൽ ലിഖിതമായ ഒരു കരാറുമില്ല. മൂലഗണിയേക്കാൾ താഴ്ന്ന ഒരു വ്യവസ്ഥയാണിത്. അതുകൊണ്ട് തന്നെ കൃഷിക്കാരന്റെ അവസ്ഥ ഈ സമ്പ്രദായത്തിൽ വളരെ മോശമാണ്. കാസർകോട് താലൂക്കിലെ കുടി യാന്മാരാകെ പിന്നീട് കർഷകപ്രസ്ഥാനത്തിൽ അണിനിരക്കാൻ തയ്യാ റായത് ഇതുകൊണ്ട് തന്നെയായിരിക്കണം. ദീർഘകാലം ഭൂമി കൈവശം വെച്ച് ചാലഗണികർ മൂലഗണി അവകാശം/സ്ഥിരാവകാശം അവകാ ശപ്പെടുന്ന സ്ഥിതി ഉണ്ടായി. പക്ഷേ ഇത് അപൂർവ്വം സന്ദർഭങ്ങളിൽ മാത്രമേ അനുവദിച്ചിരുന്നുള്ളൂ. അത്തരം സന്ദർഭങ്ങളിൽ കുടിയാന്മാർ ജന്മിക്ക് കൂടുതൽ ഉയർന്ന പാട്ടം നൽകാൻ നിർബന്ധിക്കപ്പെട്ടിരുന്നു. ചാലഗണി വെറും പാട്ടം എന്ന പേരിലും അറിയപ്പെട്ടു.

മൂലഗണിയുടെയും ചാലഗണിയുടേയും ഇടയിലുള്ള ഒന്നാണ് വേദഗണി. ഒരു നിശ്ചിത സമയത്തേക്കാണ് ഭൂമി പതിച്ചുകൊടുക്കുന്നത്. നിശ്ചിതപാട്ടം കൊടുത്തുകൊണ്ട് മുൻനിശ്ചയ പ്രകാരമുള്ള കാലത്തേക്ക് ഭൂമി കൈവശം വെക്കാനുള്ള അവകാശം ഇതിലുണ്ട്. ഭൂമി നന്നാക്കി യെടുക്കാനുള്ള അവകാശം കുടിയാനുണ്ട്. സമയപരിധിക്ക് ശേഷം ഭൂമിവിട്ടുകൊടുക്കുമ്പോൾ ഭൂവുടമ പ്രസ്തുത ചെലവ് കുടിയാന് കൊടുക്കാൻ ബാധ്യസ്ഥരാണ്. ഈ വ്യവസ്ഥയിൽ ഭൂമിലഭിക്കുന്ന കുടിയാൻ വൈദഗ ണികൾ എന്നറിയപ്പെടുന്നു.

മലബാറിൽ തരിശ്ഭൂമിക്ക് നികുതി ഉണ്ടായിരുന്നില്ല. പക്ഷേ ഇവിടെ പാറക്കെട്ടിന് പോലും നികുതി ചുമത്തിയിരുന്നുവെന്ന് ഡോ: കെ.കെ.എൻ. കുറുപ്പിന്റെ പഠനത്തിൽ വിശദമാക്കുന്നുണ്ട്. സ്വാഭാവി കമായും കർഷകന്റെ സ്ഥിതി ഇവിടെ അത്യന്തം ദയനീയമായിരുന്നു. മേൽസൂചിപ്പിച്ച ഈ അവകാശങ്ങളൊന്നും ഇല്ലാത്ത ഭൂരഹിതരായ കർഷകതൊഴിലാളികളും കാർഷിക മേഖലയിലെ സജീവസാന്നിദ്ധ്യ മായിരുന്നു. പ്രാദേശിക ജന്മിമാരുടെ എല്ലാവിധത്തിലുമുള്ള അതിക്രമ ങ്ങൾക്ക് ഇരയായവർ. കീഴാള ജനവിഭാഗത്തിൽപ്പെട്ട ഇവർ ഗ്രാമത്തിന് വെളിയിൽ അധിവസിക്കുന്നവരാണ്. ഭക്ഷണത്തിനപ്പറത്തൊന്നും വേതനമായി ലഭിക്കാത്ത ഇവരുടെ സ്ഥിതി വളരെ ദയനീയമായിരുന്നു. ഉടമകളുടെ അടിമകളായിരുന്നു പലരും. ഭൂമിയോടൊപ്പം വിൽക്കുകയും വാങ്ങുകയും ചെയ്യപ്പെട്ടവർ. കമ്പനി ആദ്യം സെറ്റിൽമെന്റ് നടത്തിയ പ്പോൾ അടിമത്വത്തിന്റെ മേഖലയിൽ ഇടപെടാൻ തയ്യാറായിരുന്നില്ല. അങ്ങനെ ഇടപെട്ട് അടിമത്വം ഇല്ലാതാക്കിയാൽ സമൂഹത്തിൽ വലിയ പ്രശ്നങ്ങൾ ഉയർന്നുവരുമെന്ന് കമ്പനി അധികൃതർ ഭയപ്പെട്ടിരുന്നു. 1843-ൽ അടിമത്വം നിരോധിച്ചുവെങ്കിലും ഈ ഭൂരഹിത കുടിയാന്മാർക്ക് യാതൊരു ഗുണവും ഉണ്ടായിരുന്നില്ല.

കൊളോണിയൽ ഭരണാധികാരികൾ നടപ്പിൽ വരുത്തിയ റവന്യൂ പരിഷ്ക്കാരവും തത്ഫലമായി ഉയർന്നുവന്ന പുതിയ ഭൂവുടമകളും കാസർകോടിന്റെ സാമൂഹിക ജീവിതത്തിൽ പുതിയ പ്രശ്നങ്ങൾ ഉയർ ത്തിക്കൊണ്ടു വന്നു. പരമ്പരാഗതമായ നാട്ടുവാഴികളും ദേവസ്വങ്ങളും മാത്രമല്ല, പുതിയ ജന്മിമാരുടെ കടന്നുവരവും കാർഷിക മേഖലയിൽ സങ്കീർണ്ണമായ പ്രശ്നങ്ങൾ സൃഷ്ടിക്കാൻ ഇടങ്ങി. ഈ വിഭാഗമാകട്ടെ, 20-ാം നൂറ്റാണ്ടിന്റെ പ്രാരംഭഘട്ടത്തിൽ നാണ്യവിളകൾക്കുണ്ടായ വിലക്ക യറ്റം ഫലപ്രദമായി ഉപയോഗപ്പെടുത്തുകയും കൂടുതൽ ഭൂസ്വത്ത് സമ്പാ ദിക്കുന്നതിലൂടെ ശക്തരായി മാറിയവരുമായിരുന്നു. കൊളോണിയൽ ഭരണാധികാരികളുടെ സ്വാഭാവിക സഖ്യകക്ഷികളായി അതിവേഗം

ഈ ജന്മിമാർ വളർന്നു വന്നു. ഭരണക്കൂടവുമായുള്ള ദൃഢമായ ബന്ധം പ്രാദേശിക തലത്തിൽ സ്വയം ഭരണകർത്താക്കളായി മാറാൻ ഇവരെ സഹായിച്ചു. കർഷകരുടേയും കർഷക തൊഴിലാളികളുടെയും ജീവിതം ഈ പുതിയ സാഹചര്യത്തിൽ സങ്കീർണ്ണമാകാൻ തുടങ്ങി. മലബാറിലെ മറ്റ പ്രദേശങ്ങളിലെന്നപോലെ ജന്മിത്വം മൃഗീയമായ ചൂഷണത്തിന്റെ വികൃതമായ മുഖം കാസർകോട് താലൂക്കിലും പ്രദർശിപ്പിക്കുവാൻ ഇരുപതാം നൂറ്റാണ്ടിന്റെ ആരംഭത്തിൽ തന്നെ തുടങ്ങിയിരുന്നു.

റയത്ത്‌വാരി സമ്പ്രദായം നിലനിന്ന ഇവിടെ കാർഷിക ബന്ധങ്ങൾ ഏറ്റവും സങ്കീർണ്ണമായി മാറി. ബ്രിട്ടീഷ് ഭരണം നിലവിൽ വന്നതോടെ വാരം, പാട്ടം വ്യവസ്ഥ നിലവിൽ വന്നു. കുടിയാനായ കർഷകന് ഭൂമിയിൽ സ്ഥിരാവകാശം ഉണ്ടായിരുന്നില്ല. 1930-കളിലെ ആഗോള സാമ്പത്തിക മാന്ദ്യം കാർഷിക വിളകളുടെ വില അപ്പാടെ തകർക്ക കയും നികുതി കൊടുക്കാനാകാത്ത കർഷകരുടെ സ്വത്തുക്കൾ ലേലം ചെയ്യപ്പെടുകയും ചെയ്തു. കുടിയാന്റെ വിളകൾ ലേലം ചെയ്ത വിൽക്കുന്ന നടപടികളും ഗ്രാമങ്ങളിൽ നടപ്പാക്കിയിരുന്നു. കുടിയൊഴിപ്പിക്കൽ സർവ്വ സാധാരണമായിത്തീർന്നു. കാസർകോട് താലൂക്കിലെ കൃഷിയോഗ്യമായ ഭൂമിയത്രയും ഉടുമ്പുംതല, കോടോം, ഏച്ചിക്കാനം, താഴെക്കാട്ട് മന, കൂട്ടമത്ത് കുന്നിയൂർ, കരിന്തളം, നീലേശ്വരം കോവിലകം, കോണത്ത്, കക്കാട്ട്, കൂലോം, കീക്കാംകോട്ട് തന്ത്രി, ചേരിപ്പാടി, ആലത്തടി, മാവില, മടിയൻ കൂലോം ക്ഷേത്രം, കാട്ടൂർ, ഇടനീർ മഠം, ഇച്ചിലമ്പാടി, മായിപ്പാടി കോവിലകം, ബംബ്രാണ, ഹേരൂർ തുടങ്ങി അല്പം ചില ജന്മി കുടുംബ ങ്ങളുടേയും ക്ഷേത്രങ്ങളുടേയും നിയന്ത്രണത്തിലായിരുന്നു. മഞ്ചേശ്വരം ശ്രീ ആനന്ദേശ്വരം ക്ഷേത്രത്തിന്റെയും ഇടനീർ മഠത്തിന്റെയും ഭ്രസ്വത്ത് പുരോഹിതർ എന്ന നിലയിൽ ബ്രാഹ്മണർ നിയന്ത്രിച്ചു. ഭൂമി സ്വന്തമായി കൈവശം വെച്ചിരുന്ന ഇത്തരം ഉന്നതകുലജാതന്മാരെയാണ് ഗവൺ മെന്റ് പട്ടേൽമാരായും ശ്യാൻബോഗ്ഗമാരായും ഇവിടെ നിയമിച്ചത്.

ഗ്രാമത്തിന്റെ അധിപനായി പ്രാദേശിക നീതിന്യായ നിർവ്വഹണം ജന്മിമാരായ പട്ടേലന്മാരായിരുന്നു നടത്തിയിരുന്നത്. ജന്മിമാരുടെ പത്തായപുരകൾ പ്രാദേശിക ഭരണകേന്ദ്രമായി പ്രവർത്തിച്ചു. ഇവിടെ വെച്ച് അധികാരികൾ സിവിൽ ക്രിമിനൽ തർക്കങ്ങൾ വിചാരണ ചെയ്ത് തീർപ്പ് കല്പിച്ചു. വ്യക്തമായ നിയമങ്ങളോ നടപടിക്രമങ്ങളോ ഇത്തരം അവസരങ്ങളിൽ പിന്തുടരാൻ അധികാരികൾ തയ്യാറായിരുന്നില്ല. സ്വന്തം ഇഷ്ടാനിഷ്ടങ്ങളെ ആസ്പദമാക്കിയാണ് തർക്കങ്ങളിൽ തീർപ്പ് കല്പിക്ക ന്നത്. പത്തായത്തിൽ അടച്ചിടുക, അടിക്കുക, പിഴച്ചമത്തുക, കണ്ണിൽ അച്ചാർ ഒഴിക്കുക, ചാണകം കലക്കിയ വെള്ളം കുടിപ്പിക്കുക, കണ്ണിൽ

മുളക് തേങ്ങ തുടങ്ങിയവയായിരുന്ന സാധാരണ ശിക്ഷകൾ. ജന്മി മാരുടെ ഇത്തരം ചെയ്തികളെ നിയന്ത്രിക്കുവാനും ചോദ്യം ചെയ്യവാനും ഒരു സംവിധാനവും നിലവില്ലുണ്ടായിരുന്നില്ല. ഏതെങ്കിലും കൃഷിക്കാരൻ ഇതിനെ ചോദ്യം ചെയ്‌താൽ ലഭിക്കുന്ന ശിക്ഷ ക്രൂരമായിരുന്നു.

കയ്യൂർ ഉൾപ്പെടെയുള്ള ഗ്രാമങ്ങളിലെ കർഷകരുടെ അവസ്ഥ ദയനീ യമായിരുന്നു. ഭൂപ്രഭുക്കളുടെ എല്ലാ അവഹേളനങ്ങളും അവർക്ക് സഹി ക്കേണ്ടി വന്നു. മാത്രമല്ല, നിയമവിരുദ്ധമായ നിരവധി അക്രമപിരിവുകളും ഇവർ കർഷകരിൽ നിന്ന് പിരിച്ചെടുത്തിരുന്നു. വാശി, നരി, മുക്കാൽ, ശീലക്കാശ്, വെച്ചുകാണൽ, പൊലി തുടങ്ങിയ അക്രമപ്പിരിവുകൾ സാർ വ്വത്രികമായിരുന്നു. ഒരു പറ പാട്ടം അളന്നാൽ ഒരു പിടി നെല്ലും പത്താ മത്തെ പറ അളന്നാൽ രണ്ട് കൈക്കുമ്പിൾ നെല്ലും മാറ്റി വെയ്ക്കും. അളന്നു കഴിഞ്ഞാൽ ഈ നെല്ല് ജന്മി എടുക്കും. അളവിന്റെ കണക്ക് തെറ്റാതിരിക്കാനാണ് ഇങ്ങനെ നരി വെക്കുന്നത്(നരി). ഓരോ പത്ത് പറ അളക്കുമ്പോഴും മൂന്നുപറ ഉണക്ക് വാശിയായി കൂടുതൽ അളക്കണം (വാശി). പാട്ടം അളന്നു കഴിഞ്ഞാൽ അളവുകാരന് കുടിയാൻ പ്രത്യേകം നെല്ല് കൊടുക്കണം (മുക്കാൽ). ഹിന്ദു ജന്മിമാർക്ക് പച്ചക്കറികളും ഫലങ്ങളും മുസ്ലീം ജന്മിമാർക്ക് കോഴിയും പുത്തൻ കലത്തിൽ പഞ്ചസാ രയും നെയ്യും കുടിയാന്മാർ നൽകേണ്ടതാണ്. ഓണം, വിഷു, പെരുന്നാൾ തുടങ്ങിയ വിശേഷ ദിവസങ്ങളിലും ജന്മിയുടെ വീട്ടിൽ പ്രസവം, മരണം, വയസ്സറിയിക്കൽ എന്നിവ നടന്നാലും വാഴക്കുല, പച്ചക്കറികൾ, തൈര്, മോര്, പാൽ, കോഴി എന്നിവ കാഴ്ചവെക്കണം (വെച്ച് കാണൽ). ജന്മിക്ക് കൂടുതൽ പാട്ടം ലഭിക്കുന്നതിനായി രേഖമാറ്റിയെഴുതും. പന്ത്രണ്ട് വർഷ ത്തിലൊരിക്കൽ നിലവിലുള്ള കരാർ പുതുക്കണം. പലപ്പോഴും അതിനു മുമ്പായി കരാർ പുതുക്കാൻ കൃഷിക്കാരെ ജന്മിമാർ നിർബന്ധിക്കും. ഇതിനെയാണ് പൊളിച്ചെഴുത്ത് എന്നു പറയുന്നത്. പൊളിച്ചെഴുത്ത് നടക്കുമ്പോൾ കൃഷിക്കാർക്ക് അവരുടെ സ്വത്ത് തന്നെ നഷ്ടമാകാനും സാധ്യതയുണ്ടായിരുന്നു.

ഓണം, വിഷു തുടങ്ങിയ വിശേഷ ദിവസങ്ങളിൽ ജന്മിയ്ക്ക് കായ്ഫലങ്ങ ളും പച്ചക്കറികളും സമർപ്പിക്കണം (കാഴ്ച). തന്റെ കൃഷി സ്ഥലത്തു നിന്നും താൻ നട്ടുനനച്ചുണ്ടാക്കിയ വിളവ് പറിച്ചെടുക്കുന്നതിന് ജന്മിയുടെ മുൻകൂട്ടി യുള്ള അനുവാദം വാങ്ങണം. അതിനു നൽകുന്ന പണത്തിന്റെ പേരാണ് കങ്കാണിപ്പണം (കങ്കാണി). പാട്ടത്തിന്റെ കാലാവധി കഴിഞ്ഞാൽ വീണ്ടും പാട്ടത്തിന് ഭൂമി ലഭിക്കണമെങ്കിൽ ജന്മിയെ പണം കൊടുത്ത് സന്തോഷിപ്പിക്കണം. ഇതിനാണ് ശീലക്കാശ് എന്നു പറയുന്നത്. വാരം അളക്കുവാൻ പ്രത്യേകം പറയുണ്ട്. സാധാരണ പറയേക്കാൾ

വലിപ്പമുള്ള പറ.ഇതിനെ കൃഷിക്കാർ കള്ളപ്പറ എന്നാണ് വിളിച്ചിരുന്നത്. പുനം കൃഷിക്കും മറ്റും ഉപയോഗിക്കുന്ന സ്ഥലത്തെ മരങ്ങളും മുളകളും മുറിച്ച മാറ്റിയാൽ അതിന്റെ കുറ്റി കണക്കാക്കി പണം കൊടുക്കുന്നതിനെ യാണ് കുറ്റിക്കാണം എന്ന പറയുന്നത്. ജന്മിക്കെതിരായി എന്തെങ്കിലും തെറ്റ് ചെയ്താൽ ഭ്രഷ്ട് കല്പിക്കും. അവരെ സഹായിക്കുന്നവർക്കും ഭ്രഷ്ട് കല്പിക്കും. കുടിയാൻ ഉണ്ടാക്കുന്നതിന്റേയും അവന് ലഭിക്കുന്നതിന്റേയും നല്ല പങ്ക് ജന്മിക്ക് അവകാശപ്പെട്ടതാണ്. നല്ല മത്സ്യം, വാഴക്കുല, ചക്ക തുടങ്ങിയവ ജന്മി ഗൃഹത്തിലെത്തിക്കണം. വേട്ടയാടി കിട്ടിയ മൃഗത്തിന്റെ നല്ല ഭാഗങ്ങൾ (കൊറ്, കരൾ, കഴുത്ത്) ജന്മിക്കാണ്. വസ്ത്രധാരണത്തിലും പെരുമാറ്റത്തിലും ഭാഷാ പ്രയോഗത്തിലും നിയ ന്ത്രണങ്ങൾ ഉണ്ടായിരുന്നു. കാൽമുട്ട് മറച്ചുകൊണ്ട് വസ്ത്രം ധരിക്കാൻ പാടില്ല. ചെരുപ്പ് ഉപയോഗിക്കാനോ ഷർട്ട് ധരിക്കാനോ കുടിയാന്മാർക്ക് അവകാശമുണ്ടായിരുന്നില്ല. സ്ത്രീകൾക്ക് മാറ് മറക്കാനുള്ള അവകാശം പോലും നിഷേധിക്കപ്പെട്ടിരുന്നു.

വീട് നിർമ്മാണം, വിവാഹം തുടങ്ങിയവയ്ക്കെല്ലാം ജന്മിയുടെ മുൻ കൂട്ടിയുള്ള അനുവാദം തേടേണ്ടതാണ്. ജന്മിയുടെ പത്തായപ്പുരയുടെ മുന്നിലൂടെ നടന്നുപോകുമ്പോൾ ചില മര്യാദകൾ പാലിക്കേണ്ടതാണ്. കഴുത്തിൽ നിന്ന് രണ്ടാംമുണ്ട് എടുത്തുമാറ്റേണ്ടതും കുട പൂട്ടേണ്ടതും തലകു നിച്ച് നടക്കേണ്ടതുമാണ്. കുടിയാന്റെ മക്കൾ വിദ്യാഭ്യാസം നേടുവാൻ പാട്ടുള്ളതല്ല. അതുപോലെ താഴ്ന്ന ജാതിക്കാരായ കുടിയാന്മാർക്ക് നായർ ബ്രാഹ്മണ ജന്മിമാരുടെ വീട്ടുകൾക്കകത്ത് കടന്നുചെല്ലാൻ അനുവാദ മുണ്ടായിരുന്നില്ല. തൊട്ടുകൂടായ്മ വ്യാപകമായി നിലവിലുണ്ടായിരുന്നു. ജന്മിമാരെ കീഴാളവിഭാഗത്തിൽപ്പെട്ടവർ അഭിസംബോധന ചെയ്യു മ്പോൾ പ്രത്യേക വാക്കുകൾ ഉപയോഗിക്കണം. നായർ ജന്മിയെ നായർ കുടിയാൻ യജമാനെന്നും, തീയ്യർ, മണിയാണി, വാണിയർ എന്നിവർ നായനാർ എന്നും (ചിലയിടങ്ങളിൽ തീയ്യർ തണ്ടോർ, കൈക്ക്ളോർ എന്നും വിളിച്ചിരുന്നു.) മലയൻ, വണ്ണാൻ എന്നിവർ തമ്പ്രാനെന്നും ഹരി ജനങ്ങൾ ഉടയോർ എന്നും അഭിസംബോധന ചെയ്യണമായിരുന്നു. ബ്രാഹ്മണ ജന്മിമാരെ എല്ലാവരും തമ്പ്രാക്കളെന്നായിരുന്നു വിളിച്ചിരു ന്നത്.

മേൽമീശ വെക്കാൻ കുടിയാന്മാർക്ക് അവകാശമില്ലായിരുന്നു. ജന്മിയെ കണ്ടാൽ തലയിലെ മുണ്ട് കക്ഷത്തിൽവെച്ച് കുമ്പിടേണ്ടിയി രുന്നു. വല്ല അഹിതവും തോന്നിയാൽ വണ്ണാത്തി മാറ്റ് മുടക്കൽ, ക്ഷൗരവൃ ത്തിമുടക്കൽ, വയലിൽ തോല്വെക്കൽ തുടങ്ങിയ ശിക്ഷാവിധികൾ ജന്മി നടപ്പാക്കിയിരുന്നു. ശാരീരിക പീഡനവും അസാധാരണമായിരുന്നില്ല.

കുടിയാന്മാർ അടിയൻ, റാൻ എന്നിങ്ങനെയേ സംബോധന ചെയ്യാവൂ. കുപ്പ, മാടം, കരിക്കാടി എന്നീ പേരുകളിലാണ് കർഷകരുടെ കുടിലും ഭക്ഷണവും അറിയപ്പെട്ടിരുന്നത്. ഇത്തരത്തിൽ ജന്മിമാരുടെ പീഡനങ്ങൾ ഒട്ടനവധിയായിരുന്നു. കുടിയാന്മാരുടെ വീട്ടുകളിലെ കാണാൻ കൊള്ളാവുന്ന സ്ത്രീകൾ ജന്മിമാരുടെ കണ്ണിൽപ്പെടാതെ മാറി നടക്കേണ്ട അവസ്ഥയുമുണ്ടായിരുന്നു.

ജന്മിമാരുടെ അക്രമപ്പിരിവുകളുടെ ഫലമായി കർഷകർ അനുഭവിച്ച ദുരിതങ്ങളുടെ ഒരു ചിത്രം കർഷകസംഘം നേതാവായ വിഷ്ണുഭാരതീയൻ എഴുതി പ്രചരിപ്പിച്ച തുള്ളൽ പാട്ടിൽ വ്യക്തമാണ്.

'പുടമുറിയോ, ചില പുലയോ വന്നാൽ
ഉടനേ വടക്കോ തെക്കോ പാഞ്ഞ്
ചക്ക, യടക്ക യടുക്കൻ പഴവും
തെക്കൻ പൂവൻ നേന്ത്രക്കായും
തേങ്ങകൾ, ചേനകൾ, ചേമ്പുകിഴങ്ങുകൾ,
മാങ്ങകൾ, മത്തൻ, കപ്പ, പടോലം
കൊട്ടനിറച്ചും കെട്ടിക്കൊണ്ടവർ
കൊട്ടാരത്തിൽ പോയീടേണം.'

ഇതായിരുന്നു പൊതുവെ കർഷകരുടെ അവസ്ഥ. ഇതിനെതിരെ പ്രതികരിക്കാൻ കഴിയുന്ന സാഹചര്യമായിരുന്നില്ല കയ്യൂരിലും മറ്റ കാസർകോടൻ ഗ്രാമങ്ങളിലും നിലനിന്നിരുന്നത്. ജന്മിത്വത്തിനും ഭരണ കൂടത്തിന്റെ ചെയ്തികൾക്കുമെതിരെ കർഷകരുടെ മനസ്സിൽ ഘനീഭവിച്ച അമർഷത്തിന്റെയും പ്രതിഷേധത്തിന്റെയും പൊട്ടിത്തെറിയാണ് ദേശീയ സ്വാതന്ത്ര്യസമരത്തിലെയും കർഷക സമരങ്ങളിലെയും വിപ്ലവമായ ബഹുജന പങ്കാളിത്തമായി മാറിയത്. ഈ പൊതുഅവസ്ഥയും കയ്യൂരിൽ സവിശേഷമായി ഉയർന്നുവന്ന സാഹചര്യങ്ങളുമാണ് കയ്യൂരിനെ സാമ്രാജ്യത്വ ജന്മിവിരുദ്ധ സമരങ്ങളുടെ അരങ്ങായി പരിവർത്തിപ്പിച്ചത്. കയ്യൂർ എന്ന കർഷക ഗ്രാമത്തെ ചുവപ്പിച്ചത് ഈ സാഹചര്യങ്ങളാണ്. ആത്മാഭിമാനം സംരക്ഷിക്കാനാണ് കയ്യൂരൾപ്പടെയുള്ള ഗ്രാമങ്ങളിലെ കർഷകർ പൊരുതിയത്.

ഈ പശ്ചാത്തലത്തിലാണ് കയ്യൂരിൽ കോൺഗ്രസ് സംഘടനയും കർഷകസംഘവും രൂപം കൊള്ളുന്നത്. പക്ഷെ ഇതിന് മുമ്പും കയ്യൂർ ഉൾപ്പടെയുള്ള കാസർകോട്ടുകാർ ഭരണകൂടത്തിനും വ്യവസ്ഥിതിക്ക മെതിരെ അതിശക്തമായ പ്രതിഷേധങ്ങൾ ഉയർത്തിയിട്ടുണ്ട്.

സമരപൈതൃകം

സമരതീക്ഷ്ണമായ പൈതൃകമാണ് കാസർകോടിന്റേത്. ഓരോ ഘട്ടത്തിലും നിലനിന്നിരുന്ന സാമൂഹ്യ വ്യവസ്ഥയോട് വിയോജിപ്പും പ്രതിഷേധവും കാസർകോടൻ സമൂഹം എന്നും പ്രക ടിപ്പിച്ചിരുന്നു. ഇത് പലപ്പോഴും പ്രത്യക്ഷ രൂപത്തിലായിരുന്നില്ലെന്ന് മാത്രം. വിയോജിപ്പിന്റെയും പ്രതിഷേധത്തിന്റെയും ഒരു പൊതുധാര എന്നും ഈ നാടിന്റെ പാരമ്പര്യത്തിലുണ്ട്. നാടോടി പാരമ്പര്യത്തിലും അനുഷ്ഠാനങ്ങളിലും ഈ സമരപൈതൃകം നമുക്ക് കാണാം. നേരിട്ട് പ്രക ടിപ്പിക്കാൻ കഴിയാത്തതാണ് പരോക്ഷമായി പ്രകടിപ്പിക്കാൻ സമൂഹം തയ്യാറാകുന്നത്. കാസർകോടിന്റെ തനത് അനുഷ്ഠാന രൂപമായ തെയ്യാട്ടത്തിലും കോഴിക്കെട്ടിലുമൊക്കെ സമൂഹത്തിൽ നിലനിന്നിരുന്ന ജാതീയമായ ശ്രേണീ വ്യവസ്ഥ തലകീഴ്മേൽ മറിയുന്നത് കാണാം. നിഷേധത്തിന്റെ നിഷേധമെന്ന സവിശേഷത വളരെ വ്യക്തമായി ഈ സന്ദർഭത്തിൽ നടക്കുന്നുണ്ട്. ശാലിയ പൊറാട്ടിൽ അനുഷ്ഠാന വേഷങ്ങളിലൂടെ സാമൂഹ്യ വ്യവസ്ഥയേയും ജാതി വ്യവസ്ഥയേയും അതി നിശിതമായി വിമർശിക്കുന്നത് കാണാം. ഈ വിമർശനത്തിൽ ശ്ലീ ലാശ്ലീലങ്ങളില്ല. വായിൽ തോന്നുന്ന എന്തും വിളിച്ചുപറയുന്ന പൊറാട്ട് വേഷങ്ങൾ ഈ വിമർശനങ്ങളിലൂടെ സമൂഹത്തെ നവീകരിക്കുകയാണ്. പാർശ്വവൽക്കരിക്കപ്പെട്ടവരുടെ ഒത്തുചേരലും പരസ്പര സഹകരണവും കളിയാട്ട വേളകളിൽ കാണാം. തെയ്യത്തിന്റെ ഗുണം വരണം ഗുണം വരണം എല്ലാവർക്കും ഗുണം വരണമെന്ന ആശംസാ വചനം വിശ്വമാ നവികതയുടെ വർണ്ണാഭമായ ലോകകാഴ്ചയാണ് നമുക്ക് നൽകുന്നത്. തോറ്റംപാട്ടുകളിലൂടെ പ്രകാശിതമാകുന്നതും പ്രതിഷേധത്തിന്റെയും

വിയോജിപ്പിന്റേയും അടയാളങ്ങൾ തന്നെയാണ്. കൊളോണിയൽ ഭരണം നിലവിൽ വന്നതോടെ ഈ സമരപൈതൃകം പ്രത്യക്ഷമായ രൂപത്തിൽ തന്നെ പ്രകടിപ്പിക്കാൻ സമൂഹം തയ്യാറാകുന്നുണ്ട്. അത് നാല് ദശാബ്ദങ്ങളോളം നീണ്ട കർഷക കലാപങ്ങളുടെയും പിന്നീട് ദേശീയ പ്രസ്ഥാനത്തിന്റേയും കർഷക കമ്മ്യൂണിസ്റ്റ് പ്രസ്ഥാനങ്ങ ളുടെയും രൂപത്തിൽ പ്രത്യക്ഷപ്പെടുകയാണ് ചെയ്തത്.

ഈ സമര പൈതൃകത്തിന്റെ ആദ്യത്തെ വിളംബരം പത്തൊമ്പതാം നൂറ്റാണ്ടിന്റെ ആരംഭത്തിൽ തന്നെ ഇവിടെ നടന്നു. 1799 ൽ ടിപ്പുവി ന്റെ കയ്യിൽ നിന്നും ഈ പ്രദേശം കമ്പനിയുടെ കയ്യിലെത്തി കുറച്ച് മാസങ്ങൾക്കുള്ളിൽ തന്നെ നീലേശ്വരത്തും കുമ്പളയിലും കലാപങ്ങൾ ഉയർന്നുവന്നു. പ്രാഥമികതലത്തിൽ നടന്ന പ്രതിരോധ പ്രസ്ഥാനങ്ങ ളെന്ന നിലയിൽ അവയിൽ അധികാരം നഷ്ടപ്പെട്ട രാജാക്കന്മാരുടെ നേതൃത്വപരമായ സാന്നിദ്ധ്യം ഉണ്ടായിരുന്നു. പക്ഷെ കമ്പനി ഭരണ ത്തിനതിരെ കർഷകരെ സംഘടിപ്പിക്കുവാൻ നീലേശ്വരം കുമ്പള രാജാ ക്കന്മാർക്ക് സാധിച്ചിരുന്നുവെന്നത് ശ്രദ്ധേയമാണ്. വരാൻപോകുന്ന വിപത്തുകളെ മുൻകൂട്ടി കാണാനും പ്രതികരിക്കാനുമുള്ള ഒരു സമൂഹ ത്തിന്റെ ശേഷിയാണ് ഈ കലാപം സൂചിപ്പിക്കുന്നത്. കമ്പനി ഭരണം കുമ്പളയിൽ നിന്നും നീലേശ്വരത്ത് നിന്നും ഭീമമായ നികുതിയാണ് ആവശ്യപ്പെട്ടത്. ഈ നികുതിഭാരം സ്വാഭാവികമായും കർഷകരിലാണ് ചുമത്തപ്പെട്ടത്. കേവലം ഭൃവടമകളായി തരംതാഴ്ത്തപ്പെട്ട രാജാക്കന്മാ രോടൊപ്പം ചേർന്ന് പ്രതിഷേധിക്കാൻ സാധാരണ കർഷകരും മുന്നോ ട്ടുവന്നത് ഈ പശ്ചാത്തലത്തിലാണ്. കൃഷിക്കാരുമായി ഒരു വിധത്തി ലുമുള്ള സെറ്റിൽമെന്റും ഉണ്ടാക്കാൻ ജനകീയ പ്രതിഷേധത്തെ തുടർന്ന് മൺറോവിന് കഴിഞ്ഞില്ലെന്ന് രേഖകൾ സൂചിപ്പിക്കുന്നു. 1804 ഓടെ നീലേശ്വരം രാജാവിനേയും കുമ്പളരാജാവിനേയും കീഴ്പ്പെടുത്താൻ കമ്പനിക്ക് സാധിച്ചുവെങ്കിലും ജനകിയകലാപം പുതിയ രൂപത്തിൽ പിന്നീട് പ്രത്യക്ഷപ്പെട്ടുകൊണ്ടിരുന്നു.

കമ്പനി അധികാരികൾ ഇവിടെ നടപ്പാക്കിയ റവന്യൂപരിഷ്ക്കാരം കൃഷിക്കാരിൽ വലിയ അസംതൃപ്തി ഉണ്ടാക്കി. 1810-11ൽ പഴയ ബേക്കൽ താലൂക്കിന്റെ വിവിധഭാഗങ്ങളിൽ നടന്ന കർഷകകലാ പത്തിന്റെ സാന്നിദ്ധ്യത്തിലേക്ക് ചില ബ്രിട്ടീഷ്രേഖകൾ വിരൽ ചൂണ്ടുന്നു. അന്നത്തെ ദക്ഷിണകാനറാ ജില്ലാകലക്ടർ അലക്സാണ്ടർ റീഡ് ബോർഡ് ഓഫ് റവന്യൂവിനയച്ച കത്തുകളിൽ കർഷകരുടെ മനോഭാവങ്ങളെക്കുറിച്ചും കർഷകർ ഗവൺമെന്റിലേക്ക് അടക്കാൻ ള്ള കിസ്ത് അടക്കാൻ സംഘടിതമായി വിസമ്മതിച്ചതിനെക്കുറിച്ചും

പരാമർശിക്കുന്നുണ്ട്. വർദ്ധിപ്പിച്ച നികുതിയിനത്തിൽ കർഷകർ ഇളവ് ആവശ്യപ്പെട്ടു. അലക്സാണ്ടർ റീഡ്തന്നെ ശരിയായ നികുതിയേക്കാൾ ഉയർന്ന നികുതിയാണ് തങ്ങൾ പിരിക്കുന്നതെന്ന് ഒദ്യോഗിക കത്ത കളിൽ സമ്മതിക്കുന്നുണ്ട്. ഭൂനികുതിയിലെ വർദ്ധനവിനെതിരെയും ഉപ്പ്, പുകയില എന്നിവയുടെ കമ്പനി കുത്തകയ്ക്കമെതിരെ കാസർകോട്ടെ കർഷകർ പ്രക്ഷോഭത്തിനിറങ്ങി. കലാപത്തിന്റെ വിശദാംശങ്ങളെ സംബന്ധിക്കുന്ന രേഖകൾ ലഭ്യമല്ലെങ്കിലും ജനങ്ങൾ തങ്ങൾക്ക് കഴിയുന്നതരത്തിൽ കമ്പനി ഭരണത്തിനെതിരെ പ്രതിഷേധം പ്രകടി പ്പിക്കുകയും പ്രക്ഷോഭം നയിക്കുകയും ചെയ്തിരുന്നു.

ഈ കലാപത്തിന്റെ തുടർച്ചയാണ് ബേക്കൽ താലൂക്കിനെ പിടി ച്ചുകുലുക്കിയ കൂട്ടക്കലാപം. കുറെക്കൂടി സംഘടിതമായ പ്രക്ഷോഭമാ യിരുന്ന 1830-31ൽ നടന്ന കൂട്ടക്കലാപമെന്ന് ഔദ്യോഗിക രേഖകൾ സൂചിപ്പിക്കുന്നു. മഞ്ചേശ്വരം, ബങ്കര മഞ്ചേശ്വരം, കുമ്പള, മൊഗ്രാൽ, മധൂർ, കാസർകോട് തുടങ്ങിയവയായിരുന്ന പ്രധാന സമരകേന്ദ്ര ങ്ങൾ. നെല്ല്, ഏലം, കുരുമുളക്, തേങ്ങ എന്നിവയുടെ വിലയിടിവ് കർഷകരുടെ ജീവിതം ദുസ്സഹമാക്കി. കൃത്യവും ക്രമമായതുമായ ഭൂസർവ്വേ സർക്കാർ നടത്തിയിരുന്നില്ല. നികുതിനിർണ്ണയത്തിൽ ഒട്ടേറെ പാകപ്പിഴകൾ ഇതുമൂലമുണ്ടായി. നികുതി തിട്ടപ്പെടുത്തുന്നതിൽ അസമത്വമുണ്ടായി. മാത്രമല്ല നികുതി വളരെ അധികവുമായിരുന്നു. നികുതിനിർണ്ണയമാകട്ടെ തിട്ടക്കപ്പെട്ടതും നിർബന്ധപൂർവ്വമായിരുന്നു. നികുതി നിർണ്ണയിച്ചത് കർഷകരുടെ അഭാവത്തിലായിരുന്നു. ഉദ്യോ ഗസ്ഥരെ കാണാനും സെറ്റിൽമെന്റ് നടത്താനും കർഷകർ വരാൻ കൂട്ടാക്കിയില്ല. നികുതിയിളവിന് വേണ്ടിയുള്ള കർഷകരുടെ നിവേദനം നിരസിക്കപ്പെട്ടതിനെത്തുടർന്നാണ് സമരം ആളിക്കത്തിയത്. ഏറ്റവും വലിയ പ്രശ്നം ഉപ്പിന്റെയും പുകയിലയുടെയും മേൽ കമ്പനി ഏർപ്പെട്ട ത്തിയ കുത്തകയാണ്. ഉപ്പും ചപ്പും സമരായുധമായി മാറിയ ആദ്യത്തെ സമരം. നിയമലംഘന പ്രസ്ഥാനം 1930-ൽ ഉപ്പ് സമരായുധമാക്കി മാറ്റി. പക്ഷെ, അതിന് 100 വർഷം മുമ്പാണ് എഴുത്തും വായനയും അറിയാത്ത കർഷകർ ഉപ്പ ചപ്പും എടുത്ത് കലാപം നടത്തിയത്. ചിലപ്പോൾ ഈ സമര ചരിത്രമാകാം ഗാന്ധിജിയെ നിയമലംഘന സമരത്തിൽ ഉപ്പിനെ മുഖ്യവിഷയമാക്കിയെടുക്കാൻ പ്രേരിപ്പിച്ചത്. പാടിയിലേയും അംഗഡിമുഗറിലേയും കർഷകർ കളക്ടർ ഡിക്കൻസിന് പരാതി അയച്ചവരിൽപ്പെട്ടു. കൃഷിക്കാർ സംഘടിക്കുവാൻ തുടങ്ങി. കർഷകർ ഓരോ സ്ഥലത്തും കൂട്ടം ചേർന്ന് കൃഷിക്കാരുടെ പ്രശ്നങ്ങൾ ചർച്ച ചെയ്യുകയും പ്രക്ഷോഭം നടത്തുവാൻ തീരുമാനിക്കുകയും ചെയ്തു.

വോർക്കാടി, മധൂർ, മഞ്ചേശ്വരം, കുമ്പള, മൊഗ്രാൽ എന്നിവിടങ്ങളിൽ ആദ്യക്കൂട്ടം സംഘടിപ്പിച്ചു. കൂട്ടം നേതാക്കളുടെയും പ്രവർത്തകരുടെ യും ഒരു യൂണിയനാണ്. ഇത്തരം പ്രാദേശികകൂട്ടങ്ങൾക്ക് മേൽ ഒരു പെരുങ്കൂട്ടം ഉണ്ടായിരുന്നു. മംഗലാപുരം കദ്രിയിലെ മഞ്ചനാഥക്ഷേ ത്രമായിരുന്ന പെരുങ്കൂട്ടത്തിന്റെ ആസ്ഥാനം. ക്ഷേത്രപരിസരങ്ങൾ ജനകീയകൂട്ടായ്മയുടെയും പ്രക്ഷോഭങ്ങളുടെയും കേന്ദ്രസ്ഥാനമായി മാറ്റുന്നതിന്റെ ചിത്രമാണ് ഇത് മുന്നോട്ട് വെക്കുന്നത്. മലബാർ കലാപ കാലത്ത് മുസ്ലീം പള്ളികളായിരുന്നുവല്ലോ കർഷകരുടെ കലാപകേന്ദ്ര ങ്ങൾ. ശ്രദ്ധേയമായ വ്യത്യാസം കൂട്ടക്കലാപത്തിൽ മതനേതാക്കൾക്ക് യാതൊരു പങ്കുമുണ്ടായിരുന്നില്ലെന്നതാണ്. കർഷകനേതാക്കൾ രഹസ്യ ലഘുലേഖകളിലൂടെ സമരപരിപാടികളും ആശയങ്ങളും കൃഷി ക്കാരിലെത്തിക്കുന്നതിൽ നിതാന്ത ജാഗ്രതപുലർത്തി. ചിലയിടങ്ങളിൽ ധൈര്യശാലികളായ കർഷകർ ഗവൺമെന്റ് ഉദ്യോഗസ്ഥനെ കയ്യേറ്റം ചെയ്തു. പുതിയ നികുതിനിർണ്ണയം നടത്തുന്നതുവരെ കിസ്ത് അടക്കമി ല്ലെന്ന കൃഷിക്കാർ പരസ്യമായി പ്രഖ്യാപിച്ചു. കർഷകരുടെ വീരോചി തമായ ചെറുത്തുനിൽപ് 1831 മാർച്ച് വരെ ഇടരുകയുണ്ടായി. ജനകീയ പ്രക്ഷോഭത്തിന്റെ വ്യാപ്തി തിരിച്ചറിഞ്ഞ ഭരണക്കൂടം കർഷകരുടെ നിവേദനം പരിശോധിക്കുകയും നഷ്ടം തിട്ടപ്പെടുത്തി നികുതിയിളവ് നടത്താമെന്നും ഉറപ്പ് നൽകി. ഇതേത്തുടർന്നാണ് ജനങ്ങൾ സമര ത്തിൽ നിന്ന് പിന്തിരിയാൻ തയ്യാറായത്. സമൂഹത്തിലെ എല്ലാവിഭാഗം ജനങ്ങളും കൂട്ടക്കലാപത്തിൽ പങ്കെടുത്തു. കൈക്കൂലി വാങ്ങുന്നവരേയും ജനങ്ങളുടെ പരാതികൾ കൃത്യമായി മേലുദ്യോഗസ്ഥർക്ക് വ്യാഖ്യാനി ച്ചുകൊട്ടക്കാത്ത ഉദ്യോഗസ്ഥരെയും ജനങ്ങൾ കയ്യേറ്റം ചെയ്തു. ചില ഉദ്യോഗസ്ഥർ സമരപാതയിൽ അണിനിരന്നതിന്റെ ഉദാഹരണവും കാണാം. തിന്മയ്ക്കെതിരെ പൊരുതാൻ നിരക്ഷരരായ ഒരു സമൂഹം മുന്നോട്ടവന്നതിന്റെ തിളക്കമാർന്ന ഉദാഹരണമാണ് കൂട്ടക്കലാപം.

ബ്രിട്ടീഷ്ഭരണം നടപ്പിലാക്കിയ നികുതിവ്യവസ്ഥ ജനങ്ങളി ല്ലുണ്ടാക്കിയ അമർഷത്തിന്റെ പൊട്ടിത്തെറിയാണ് വീണ്ടും ഒരു കലാപമായി 1837ൽ രൂപംകൊണ്ടത്. കൂടകിനെ കേന്ദ്രീകരിച്ച് കല്യാണസ്വാമി ഉയർത്തിയ പ്രക്ഷോഭത്തിന്റെ അലയൊലികൾ കാസർകോടിനേയും പിടിച്ചുകുലുക്കി. നേരിട്ട് ബന്ധമില്ലെങ്കിൽ കൂടി കല്യാണ സ്വാമിയുടെ സഹപ്രവർത്തകർ കാസർകോട്ടെ കർഷ കരേയും സംഘടിപ്പിച്ച് പ്രക്ഷോഭത്തിനിറക്കി. സർക്കാർ ജീവനക്കാര ടക്കം ഈ കലാപത്തിൽ പങ്കെടുക്കുകയുണ്ടായി. കലാപകാരികളുടെ സൈന്യത്തിന്റെ ഒരു ഘടകം 1837 ഏപ്രിലിൽ കുമ്പളയിൽ നിന്ന്

ജാഥയായി കാസർകോട്ടെത്തി ഗവൺമെന്റ് ട്രഷറി കൊള്ളയടിച്ചു രേഖകൾ കത്തിച്ചു. തുടർന്ന് കുമ്പളയിൽ തിരിച്ചെത്തിയ സൈന്യം അവിടെ കുറെദിവസം സജീവമായി ജനങ്ങളുടെയിടയിൽ പ്രവർത്തി ക്കുകയുണ്ടായി. ഏപ്രിൽ അവസാനത്തോടെ കലാപം അടിച്ചമർത്തി. ചുരുക്കത്തിൽ കമ്പനിഭരണത്തിന്റ ജനവിരുദ്ധനയങ്ങൾക്കെതിരെ കാസർകോടിന്റെ വിവിധഭാഗങ്ങളിൽ കർഷകർ കലാപത്തിന്റെ കൊടിക്കൂറ ഉയർത്തിപിടിച്ചിരുന്നുവെന്ന് കാണാം.

മേൽസൂചിപ്പിച്ച കർഷകകലാപങ്ങളിൽ വ്യക്തമായ രാഷ്ട്രീയ നേതൃത്വമോ ശാസ്ത്രീയമായ പ്രത്യയശാസ്ത്ര സാന്നിദ്ധ്യമോ ഉണ്ടായി രുന്നില്ലെന്ന് കാണാം. പക്ഷെ ഈ നാടിന്റെ പാരമ്പര്യം-വ്യവസ്ഥാ നിഷേധത്തിന്റെ പാരമ്പര്യം-ഉയർത്തിപ്പിടിക്കാൻ ഏത് ഘട്ടത്തിലും കർഷകർ തയ്യാറായിരുന്നുവെന്ന് ഇത്തരം കലാപങ്ങൾ തെളിയിക്കു ന്നു. പത്തൊമ്പതാം നൂറ്റാണ്ടിന്റെ തുടക്കംമുതൽ തന്നെ സമ്പന്നമായ ഒരു കൊളോണിയൽ വിരുദ്ധസമരപാരമ്പര്യം ഇവിടെ സജീവമാ യിരുന്നുവെന്ന് ഇവ തെളിയിക്കുന്നു. ഇരുപതാം നൂറ്റാണ്ടിലും ഈ കലാപം തുടർന്നുവെന്നും കലാപകേന്ദ്രങ്ങളിൽ മാറ്റമുണ്ടായി എന്നും കയ്യൂർ സമരം തെളിയിക്കുന്നു. കയ്യൂർ, മുമ്പ് സൂചിപ്പിച്ച കൊളോണിയൽ വിരുദ്ധസമരത്തിന്റെ തുടർച്ചയാണ്. ഈ സമരപാരമ്പര്യം ദേശീയ പ്ര സ്ഥാനവും കർഷക കമ്മ്യൂണിസ്റ്റ് പ്രസ്ഥാനവും ഇരുപതാംനൂറ്റാണ്ടിൽ ഇവിടെ കൂടുതൽ സജീവമാക്കി.

കയ്യൂരിന്റെ രാഷ്ട്രീയ ഭൂമിക-ദേശീയ പ്രസ്ഥാനം

ഭാഷാടിസ്ഥാനത്തിൽ പ്രദേശ് കോൺഗ്രസ് കമ്മിറ്റികൾ രൂപീക രിക്കാൻ കോൺഗ്രസ് നേതൃത്വം തീരുമാനിച്ചതോടെ കേരളത്തിലും പ്രദേശ് കോൺഗ്രസ് കമ്മിറ്റി നിലവിൽ വന്നു. ദേശീയ പ്രസ്ഥാനത്തി ന്റെ ആശയങ്ങൾ ജനങ്ങളിലെത്തിക്കുന്നതിനു വേണ്ടി കെ. മാധവൻ നായരും കെ.പി. കേശവമേനോനുമുൾപ്പടെയുള്ള നേതാക്കൾ മുൻകൈ എടുത്ത് മാതൃഭൂമി പത്രവും മൊയ്തു മൗലവിയുടെ നേതൃത്വത്തിൽ അൽഅമീനും കേരളത്തിൽ പ്രസിദ്ധീകരണമാരംഭിച്ചു. ലോകത്തും ഇന്ത്യയിലും നടക്കുന്ന സംഭവങ്ങൾ മലബാറിന്റെ ഉൾനാടൻ ഗ്രാമ ങ്ങളിലെ ജനങ്ങളിലെത്തിക്കുന്നതിൽ മാതൃഭൂമി പത്രം വലിയ പങ്ക് വഹിച്ചു. ജനങ്ങളിൽ രാഷ്ട്രീയ ബോധ്യമുളവാക്കുന്ന തരത്തിലായിരു ന്നു മാതൃഭൂമിയിലെ വാർത്തകളും ലേഖനങ്ങളും. റഷ്യൻ വിപ്ലവത്തെ തുടർന്ന് കമ്മ്യൂണിസ്റ്റ് പാർട്ടി അധികാരത്തിലെത്തിയപ്പോൾ അത് തൊഴിലാളികളുടെ നേതൃത്വത്തിലുള്ള ഗവൺമെന്റിനെ കുറിച്ചുള്ള

ആവേശകരമായ വാർത്തയും ജനങ്ങളിലെത്തിച്ചു.

കാസർകോട് താലൂക്കിൽ കോൺഗ്രസ് ആശയമെത്തുന്നത് 1920 കളോടെയായിരുന്നു. മംഗലാപുരത്ത് നിന്ന് കോൺഗ്രസ് നേതാക്കളായ സദാശിവറാവുവും ഉമേശ് റാവുവും കാസർകോട്ടും നീലേശ്വരവും എത്തി തിലക് ഫണ്ട് ശേഖരിച്ചു. നീലേശ്വരത്ത് ഇവർ സി.കെ. രാഘവൻ നമ്പ്യാരൾപ്പടെയുള്ളവരെ കാണുകയും ഖാദി പ്രചരണത്തിനാവശ്യമായ നിർദ്ദേശങ്ങൾ നൽകുകയും ചെയ്തു. കോൺഗ്രസ്സിന്റെ കമ്മിറ്റി കാഞ്ഞങ്ങാട് 1925 ൽ രൂപീകരിച്ചു. എ.സി. കണ്ണൻനായർ, കെ.ടി. കുഞ്ഞിരാമൻ നമ്പ്യാർ, വിദ്വാൻ പി. കേളനായർ എന്നിവരുടെ നേതൃത്വത്തിലാണ് കോൺഗ്രസ് സമ്മേളനം ചേർന്നത്. വിജ്ഞാനദായിനി ദേശീയ വിദ്യാലയം വെള്ളിക്കോത്ത് സ്ഥാപിച്ചതിനെ തുടർന്ന് ബദൽ വിദ്യാഭ്യാസ പദ്ധതി നടപ്പിലാക്കി. അതൊരു രാഷ്ട്രീയ പരിശീലനക്കളരിയായി മാറുകയും ചെയ്തു. ജാഥകളും യോഗങ്ങളും പതിവായി തീർന്നു. കോൺഗ്രസ് കമ്മിറ്റികൾ പല ഗ്രാമങ്ങളിലും നിലവിൽ വന്നു. തീവണ്ടിയില്ലൂടെയുള്ള ഗാന്ധിജിയുടെ മംഗലാപുരം സന്ദർശനം കോൺഗ്രസ് പ്രവർത്തകരിലും ജനങ്ങളിലും ആവേശമുണ്ടാക്കി. ഗാന്ധിജിയെ കാണുന്നതിന് വേണ്ടി റെയിൽവെ സ്റ്റേഷനുകളിൽ തടിച്ചുകൂടി മുദ്രാവാക്യം വിളിക്കുകയും ഗാന്ധിജിയെ കാണാൻ കഴിഞ്ഞതില്ലുള്ള നിർവൃതിയുമായി ജനങ്ങൾ തിരിച്ചപോകുകയും ചെയ്തു.

ഉപ്പസത്യാഗ്രഹം കോൺഗ്രസ്സിന്റെ വ്യാപനത്തിൽ മറ്റൊരു നാഴികക്കല്ലായി മാറി. കോഴിക്കോട് നിന്ന് കേളപ്പജിയുടെ നേതൃത്വത്തിൽ പുറപ്പെട്ട ഉപ്പസത്യാഗ്രഹ ജാഥയിലെ 32 പേരിൽ 8 പേർ കാസർകോട് താലൂക്കിൽ നിന്നായിരുന്നു. പയ്യന്നൂരിൽ ഉപ്പ് നിയമം ലംഘിച്ചശേഷം പ്രവർത്തകർ പി. കൃഷ്ണപിള്ളയുടെ നേതൃത്വത്തിൽ ഉദിനൂരിലും പിലിക്കോട്ടും കാഞ്ഞങ്ങാട്ടും വന്ന് ഉപ്പുണ്ടാക്കി ലേലം ചെയ്യുകയും നിയമം ലംഘിക്കുകയും ചെയ്തു. ഇതെല്ലാം ജനങ്ങളെ ഇളക്കി മറിക്കുകയും കൂടുതൽ രാഷ്ട്രീയ ബോധമുള്ളവരാക്കി മാറ്റുകയും ചെയ്തു. കോൺഗ്രസിനകത്ത് ഇടത് വലത് ആശയങ്ങൾ തമ്മിലുള്ള അഭിപ്രായ വ്യത്യാസവും സാവധാനം ഉയർന്നുവന്നു.. മാത്രമല്ല, ഉപ്പ് സത്യാഗ്രഹത്തിൽ പങ്കെടുത്ത് കണ്ണൂർ സെൻട്രൽ ജയിലിലെത്തിയ കോൺഗ്രസ് പ്രവർത്തകർ അവിടെ ജയിലില്ലുണ്ടായിരുന്ന ഭഗത്സിംഗിന്റെ സഹപ്രവർത്തകരുമായും മറ്റ വിപ്ലവസംഘടനകളുടെ പ്രവർത്തകരുമായും സമ്പർക്കം പുലർത്തി. രാഷ്ട്രീയ വാദപ്രതിവാദം ജയിലിൽ നടന്നു. ജയിൽവാസം കഴിഞ്ഞ് പുറത്ത് വന്ന കോൺഗ്രസ്സുകാരിൽ പലരും ഗാന്ധിയൻ സമരരീതിയോട് വിയോജിപ്പ് പ്രകടിപ്പിക്കാൻ തുടങ്ങി.

അഖിലേന്ത്യാ തലത്തിൽ തന്നെ അഭിപ്രായ വ്യത്യാസം രൂക്ഷമായ തോടെ സോഷ്യലിസ്റ്റ് ആഭിമുഖ്യമുള്ളവരെല്ലാം ചേർന്ന് കോൺഗ്രസ് സോഷ്യലിസ്റ്റ് പാർട്ടിക്ക് രൂപം നൽകി. ഇഎംഎസ്, പി. കൃഷ്ണപിള്ള, മൊയാരത്ത് ശങ്കരൻ, കെ. ദാമോദരൻ ഇടങ്ങിയവർ സിഎസ്പിയുടെ പ്രധാന നേതാക്കളായി മാറി. കോൺഗ്രസ്സിനെ ബഹുജന പ്രസ്ഥാന മാക്കി വളർത്തിക്കൊണ്ടുവരുന്നതിനുവേണ്ടി ബഹുജന സംഘടനകൾ രൂപീകരിക്കാൻ അവർ നേതൃത്വം നൽകി. കർഷക സംഘവും വിദ്യാർ ത്ഥി ഫെഡറേഷനും യുവജന സംഘടനയും തൊഴിലാളി സംഘടനയും രൂപം കൊണ്ട. ഓരോ ബഹുജന സംഘടനയും സാമ്രാജ്യത്വ വിരുദ്ധ വികാരം അണികളിൽ വളർത്തിയെടുത്തു.

ട്രേഡ് യൂണിയൻ-കർഷക സമരങ്ങളിലൂടെ വളർന്ന വന്ന പുതിയ രാഷ്ട്രീയ പ്രവർത്തകർ ദേശീയ പ്രസ്ഥാനത്തെ ഇടതുപക്ഷത്തേയ്ക്ക് നയി ക്കാനുള്ള ശ്രമം നടത്തി. അതോടൊപ്പം അതിനകത്ത് നിന്നുകൊണ്ട് സോഷ്യലിസം ലക്ഷ്യമായി പ്രഖ്യാപിക്കുകയും ചെയ്തു. കോൺഗ്രസ് സോഷ്യലിസ്റ്റ് പാർട്ടിയുടെ പ്രവർത്തനങ്ങളെ മുന്നിൽ നിന്ന് നയിച്ചവരെ ല്ലാം കോൺഗ്രസ്സിന്റേതിൽ നിന്ന് വിഭിന്നമായ രാഷ്ട്രീയം-സോഷ്യലിസ്റ്റ് രാഷ്ട്രീയം മുറുകെ പിടിക്കുകയും അത് രാജ്യത്ത് പ്രാവർത്തികമാക്കാൻ ശ്രമിക്കുകയും ചെയ്തവരായിരുന്നു. മലബാറിലെ കമ്മ്യൂണിസ്റ്റുകാരൊ ക്കെ കോൺഗ്രസ്സിലൂടെയും സിഎസ്പിയിലൂടെയും കടന്നുവന്നവരാണ്. കോൺഗ്രസ് സോഷ്യലിസ്റ്റ് പാർട്ടിയിൽ പ്രവർത്തിക്കുന്നതോടൊപ്പം ഒരു വിഭാഗം പ്രവർത്തകർ രാജ്യത്ത് വളർന്നുകൊണ്ടിരുന്ന കമ്മ്യൂണി സ്റ്റ് പാർട്ടിയുമായി ബന്ധപ്പെടുകയും പാർടി മെമ്പർമാരായി തീരുകയും ചെയ്യുന്നുണ്ട്.

ബ്രിട്ടീഷ് ഭരണകൂടത്തിന്റെ എല്ലാ വെല്ലുവിളികളെയും അതിജീ വിച്ചുകൊണ്ടാണ് ഇന്ത്യയിൽ കമ്മ്യൂണിസ്റ്റ് പാർട്ടി വളർന്നുവന്നത്. റഷ്യൻ വിപ്ലവത്തിനശേഷം ലോകത്തിന്റെ വിവിധ ഭാഗങ്ങളിൽ കമ്മ്യൂണിസ്റ്റ് ഗ്രൂപ്പുകൾ ഉയർന്നുവന്നിരുന്നുവല്ലോ. എം.എൻ.റോയിയുടെ നേതൃത്വത്തിൽ സോവിയറ്റ് യൂണിയനിലെ താഷ്ക്കന്റിൽ 1920 ൽ തന്നെ ഇന്ത്യൻ കമ്മ്യൂണിസ്റ്റ് ഗ്രൂപ്പ് നിലവിൽ വന്നിരുന്നു. അന്നുമുതൽ തന്നെ ബ്രിട്ടീഷ് ഭരണകൂടം കമ്മ്യൂണിസ്റ്റ് വേട്ടയും ഇടങ്ങി. നിരവധി ഗൂഢാലോചന കേസ്സുകളെയും അടിച്ചമർത്തലുകളെയും അതിജീവി ച്ചുകൊണ്ടാണ് കമ്മ്യൂണിസ്റ്റ് പാർട്ടി വളരാൻ ശ്രമിച്ചത്. പേഷവാർ, കാൺപൂർ, മീററ്റ് ഗൂഢാലോചന കേസ്സുകൾ കമ്മ്യൂണിസ്റ്റ് പാർട്ടിയെ വേരോടെ പിഴുതെറിയാനുള്ള ഭരണകൂട ശ്രമമായിരുന്നു. ഇന്ത്യയിലെ

ഒരു രാഷ്ട്രീയ പാർട്ടിയും ഭരണക്കൂട ഭീകരതയ്ക്ക് ഇത്രമേൽ വിധേയമാ
യിട്ടില്ല. കേസ്സുകളും മർദ്ദനങ്ങളും അതിജീവിച്ചുകൊണ്ട് വളർന്നുവരാൻ
കമ്മ്യൂണിസ്റ്റ് പാർട്ടിക്ക് കഴിഞ്ഞത് അത് കൃത്യമായ സാമ്രാജ്യത്വ-ജന്മി
ത്വവിരുദ്ധ രാഷ്ട്രീയം ഉയർത്തിപ്പിടിച്ചത് കൊണ്ടാണ്. ത്യാഗനിർഭരമായ
ജീവിതം നയിച്ചുകൊണ്ട് കമ്മ്യൂണിസ്റ്റുകാർ ജനങ്ങൾക്കൊപ്പം നിന്നു.
ചുരുക്കത്തിൽ ഇന്ത്യയിൽ ഉയർന്നുവന്ന കമ്മ്യൂണിസ്റ്റ് പാർട്ടിയുടെ
ശാഖ കേരളത്തിൽ 1937 ൽ തന്നെ രൂപംകൊണ്ടു. ഇ.എം.എസ്, പി.
കൃഷ്ണപിള്ള, എൻ.സി. ശേഖർ, കെ. ദാമോദരൻ എന്നിവരടങ്ങുന്ന
കേരള ഘടകം കോൺഗ്രസ് സോഷ്യലിസ്റ്റ് പാർട്ടിയുടെ പ്ലാറ്റ് ഫോറം
ഉപയോഗിച്ചുകൊണ്ട് കമ്മ്യൂണിസ്റ്റ് ആശയങ്ങൾ ജനങ്ങളിലെത്തിച്ചു.
ഇന്ത്യയിൽ ആദ്യമായി മാർക്സിന്റെ ജീവചിരിത്രം പ്രസിദ്ധീകരിക്ക
ന്നത് മലയാളത്തിലാണെന്നതും ശ്രദ്ധേയമാണ്. സ്വദേശാഭിമാനി രാമ
കൃഷ്ണപിള്ള 1912 ൽ തന്നെ മാർക്സിന്റെ ജീവചരിത്രം മലയാളത്തിൽ
പ്രസിദ്ധീകരിച്ചിരുന്നു.

കമ്മ്യൂണിസ്റ്റ് ഇന്റർ നാഷണലിന്റെ ഏഴാമത് സമ്മേളനത്തിൽ
ദിമിത്രോവ് അവതരിപ്പിച്ച ഫാസിസത്തിനെതിരെ ജനകീയ ഐക്യ
മുന്നണിയെന്ന ആശയം ഇന്ത്യയിലെ കമ്മ്യൂണിസ്റ്റ് പാർട്ടിയുടെ
വളർച്ചയിൽ നിർണ്ണായകമായ സ്വാധീനം ചെലുത്തിയിരുന്നു. പ്ര
സിദ്ധിയലകപ്പെട്ട ലോക സാമ്രാജ്യത്വം അതിജീവനത്തിനുവേണ്ടി
തീവ്രദേശീയത, വംശീയത തുടങ്ങിയ ജനവിരുദ്ധ ആശയങ്ങൾ ഉപയോ
ഗിക്കാനും ലോകത്ത് ആധിപത്യ സ്ഥാപനത്തിനുവേണ്ടി വെറുപ്പിന്റെ
രാഷ്ട്രീയം പ്രചരിപ്പിച്ചുകൊണ്ടിരിക്കുകയും ചെയ്യുന്ന സന്ദർഭത്തിലാണ്
ഫാസിസ്റ്റ് വിരുദ്ധ ഐക്യമുന്നണിയെന്ന ആശയം ശ്രദ്ധ നേടിയത്.
കോളോണിയൽ വിരുദ്ധ ദേശീയ പ്രസ്ഥാനങ്ങളിൽ എല്ലാ ജനാധിപ
ത്യ ശക്തികളും അണിനിരക്കണം. അതിനോടൊപ്പം തൊഴിലാളികള
ടെയും കർഷകരുടെയും വർഗ്ഗബഹുജന പോരാട്ടങ്ങൾക്ക് നേതൃത്വം
കൊടുക്കുകയും ചെയ്യണം. ഈ രണ്ടു സമീപനങ്ങളും ഐക്യപ്പെടുമ്പോൾ
ഫാസിസ്റ്റ് കടന്നുകയറ്റത്തെ ചെറുത്ത് തോൽപ്പിക്കാനാകുമെന്ന രാഷ്ട്രീ
യമാണ് കമ്മ്യൂണിസ്റ്റ് പാർട്ടി ലോകത്തെല്ലാം ഉയർത്തിപ്പിടിച്ചത്.
ഇതിന്റെ അനുരണനം ഇന്ത്യയിലുമുണ്ടായി. കോൺഗ്രസ് സോഷ്യലിസ്റ്റ്
പാർട്ടിയുടെ പ്രവർത്തനം ഇതിന്റെ ഭാഗമാണ്. എല്ലാ മേഖലകളിലുമുള്ള
ബഹുജനങ്ങളെ ഫാസിസത്തിനെതിരെ അണിനിരത്തി ഫാസിസ്റ്റ്
വിരുദ്ധ പ്രചരണം ശക്തിപ്പെടുത്താൻ കമ്മ്യൂണിസ്റ്റ് പാർട്ടി ഇന്ത്യ
യിൽ സജീവമായ നേതൃത്വം നൽകി. 1937 മുതൽ സിഎസ്പിക്കകത്ത്

കമ്മ്യൂണിസ്റ്റ് പാർട്ടി സ്വതന്ത്രമായി പ്രവർത്തിക്കാൻ തുടങ്ങി. ഒരു ഭാഗത്ത് കോൺഗ്രസ്സുമായി ചേർന്ന് ദേശീയ മുന്നണി എന്ന ആശയം നടപ്പിൽ വരുത്തുകയും അതിനോടൊപ്പം സാമ്രാജ്യത്വത്തിനെതിരായി ജനകീയമുന്നണി എന്ന കമ്മ്യൂണിസ്റ്റ് ഇന്റർനാഷണലിന്റെ ആശയവും ഫലപ്രദമായി ഇവിടെ നടപ്പിലാക്കി. ഈ ദ്വിമുഖ നിലപാട് ശക്തമായി നടപ്പിലക്കാൻ ശ്രമിച്ചത് കൊണ്ടാണ് കേരളത്തിൽ കമ്മ്യൂണിസ്റ്റ് പാർട്ടിക്ക് വിപ്ലവമായ ജനകീയ അടിത്തറ സൃഷ്ടിക്കാൻ കഴിഞ്ഞത്. ഇതിനെ സഹായിച്ച മറ്റൊരു സാഹചര്യവുമുണ്ടായിരുന്നു. മുപ്പതുകളുടെ മദ്ധ്യത്തിൽ തുടങ്ങി ഒരു ദശാബ്ദക്കാലം കേരളത്തിലെ ജനങ്ങളുടെ ജീവിതം ദുരിതത്തിലാക്കിയ ദാരിദ്ര്യവും പട്ടിണിയും പകർച്ചവ്യാധിക ളും അവയിൽ നിന്ന് ജനങ്ങളെ രക്ഷിക്കുന്നതിനുവേണ്ടി കമ്മ്യൂണിസ്റ്റ് പാർട്ടി നടത്തിയ ഐതിഹാസികമായ ഇടപെടലുകളും പാർട്ടി സ്വാധീനം വർദ്ധിപ്പിക്കാൻ സഹായിച്ചു. കർഷകസംഘം രൂപീകരണ വും അതിന്റെ നേതൃത്വത്തിൽ നടന്ന സമരങ്ങളും ജനങ്ങൾക്കൊപ്പം തങ്ങളുണ്ടെന്ന പ്രഖ്യാപനമായിരുന്നു. അതിനാൽ ജനങ്ങൾ സംഘ ത്തിന്റെ പിന്നിൽ അണിനിരക്കാൻ തുടങ്ങി. പട്ടിണി മാറ്റുകയെന്ന ലക്ഷ്യവും അഗ്രഹവുമായിരുന്ന കർഷകരെ ഇതിന് പ്രേരിപ്പിച്ചത്. ഈ പശ്ചാത്തലത്തിലാണ് കയ്യൂർ ഉൾപ്പടെയുള്ള കാസർകോടൻ ഗ്രാമങ്ങളിൽ കർഷകസംഘം രൂപീകരിക്കാനുള്ള ശ്രമം കോൺഗ്രസ് സോഷ്യലിസ്റ്റ് പാർട്ടി നേതാക്കളായ തിരുമുമ്പിന്റേയും കെ. മാധവന്റേ യും നേതൃത്വത്തിൽ നടക്കുന്നത്.

കൃഷിക്കാരുടെ അഖിലേന്ത്യാ തലത്തിലുള്ള സംഘടനയുടെ രൂപീകരണം കയ്യൂരിൽ കർഷക പ്രസ്ഥാനം വളർന്നുവരുന്നതിന് പശ്ചാത്തലമൊരുക്കിയ പ്രധാനഘടകമാണ്. 1936-ൽ ലഖ്നൗവിൽ വെച്ച് അഖിലേന്ത്യാ കോൺഗ്രസ്സ് സമ്മേളനം ചേരുന്ന അവസരത്തിൽ കൃഷിക്കാരുടെ പ്രത്യേക സമ്മേളനം ചേരുകയും അവിടെ വച്ച് അഖി ലേന്ത്യാ കിസാൻ സഭ രൂപീകരിക്കുകയും ചെയ്തു. കിസാൻ സഭയുടെ ലക്ഷ്യങ്ങളും കടമകളും താഴെപറയുന്നവയാണെന്ന് ആ സമ്മേളനം പ്രഖ്യാപിച്ചു.

1) കിസാൻ പ്രസ്ഥാനത്തിന്റെ ഉദ്ദേശ്യം സാമ്പത്തിക ചൂഷണത്തിൽ നിന്ന് കൃഷിക്കാരെ പൂർണ്ണമായും മോചിപ്പിക്കുകയും കൃഷിക്കാർക്കും തൊഴിലാളികൾക്കും മറ്റ് ചൂഷിത വർഗ്ഗങ്ങൾക്കും പരിപൂർണ്ണമായ സാമ്പത്തിക, രാഷ്ട്രീയ അധികാരം നേടലുമാണ്.

2) കിസാൻ പ്രസ്ഥാനത്തിന്റെ മുഖ്യ കടമകൾ എല്ലാ രൂപത്തിലുമുള്ള ചൂഷണത്തിൽ നിന്നും മോചനം നേടാൻ കൃഷിക്കാരെ തയ്യാറാക്കു ന്നതിലേക്ക് അവരുടെ അടിയന്തിരമായ സാമ്പത്തിക, രാഷ്ട്രീയ ആവശ്യങ്ങൾക്കു വേണ്ടി സമരം ചെയ്യവാൻ കൃഷിക്കാരെ സംഘ ടിപ്പിക്കുക എന്നതാണ്.

3) ഉത്പാദകരായ ബഹുജനങ്ങൾക്ക് സാമ്പത്തികവും, രാഷ്ട്രീയവുമായ പരമാധികാരം കൈവരുത്തുക എന്നതാണ് കിസാൻ പ്രസ്ഥാന ത്തിന്റെ അവസാന ലക്ഷ്യം. പരിപൂർണ്ണ സ്വാതന്ത്ര്യം നേടുവാനുള്ള സമരത്തിൽ കൃഷിക്കാർ ജാഗ്രതയോടെ പങ്കെടുക്കുന്നതിൽ കൂടി മാത്രമേ ഈ ലക്ഷ്യത്തിലേക്ക് എത്തുവാൻ കഴിയൂ.

അഖിലേന്ത്യാ കിസാൻ സഭയുടെ രൂപീകരണത്തിനു മുമ്പ് തന്നെ വടക്കെ മലബാറിൽ കർഷക സംഘം രൂപീകരിച്ച് പ്രവർത്തനം ആരംഭിച്ചിരുന്നു. 1934-ൽ പി.കൃഷ്ണപിള്ള, ഇം.എം.എസ്. നമ്പൂതിരി പ്പാട് തുടങ്ങിയവരുടെ നേതൃത്വത്തിൽ രൂപം കൊണ്ട കോൺഗ്രസ്സ് സോഷ്യലിസ്റ്റ് പാർട്ടിയാണ് തൊഴിലാളികളുടെയും കൃഷിക്കാരുടെയും ഇടയിലേക്ക് ഇറങ്ങി തൊഴിലാളിയൂണിയനുകളും കർഷക സംഘങ്ങളും വളർത്തിക്കൊണ്ടുവന്നത്. മലബാർ കർഷക സംഘത്തിന്റെ ആദ്യ സമ്മേളനം 1934 മാർച്ച് മാസത്തിൽ പട്ടാമ്പിയിൽ നടന്നു. പ്രൊഫ. എൻ.ജി.രങ്കയുടെ അദ്ധ്യക്ഷതയിൽ ചേർന്ന സമ്മേളനം മലബാറിലെ സംഘടിത കർഷക പ്രസ്ഥാനത്തിന്റെ ആരംഭമായിരുന്നു. കുടിയൊ ഴിപ്പിക്കൽ, നിയമവിരുദ്ധ പിരിവുകൾ, മദ്രാസ്സ് ഗവൺമെന്റിന്റെ കർഷകദ്രോഹ നടപടികൾ എന്നിവയായിരുന്ന കർഷക സംഘം ഏറ്റെടുത്ത ആദ്യകാല പ്രശ്നങ്ങൾ.

പഴയ ചിറക്കൽ താലൂക്കിലെ കൊളച്ചേരിയിൽ 1935 ജൂലൈ മാസത്തിൽ ആദ്യമായി കൃഷിക്കാരുടെ യോഗം ചേരുകയും വി.എം. വിഷ്ണുഭാരതീയൻ പ്രസിഡണ്ടും കെ.എ.കേരളീയൻ സെക്രട്ടറിയുമായി കൊളച്ചേരി കർഷകസംഘം രൂപീകരിക്കുകയും ചെയ്തു. 1935 അവസാ നത്തിൽ തന്നെ ഇതേ താലൂക്കിലെ കരിവെള്ളൂർ, വെള്ളൂർ, പെരളം എന്നീ വില്ലേജുകളും തൊട്ടടുത്തുള്ള പഴയ കാസർകോട് താലൂക്കിൽ പെട്ട കൊടക്കാട് വില്ലേജും ഉൾക്കൊള്ളുന്ന പ്രദേശത്ത് സംയുക്ത കർഷക സംഘം രൂപീകരിച്ച് പ്രവർത്തിച്ചിരുന്നു. ഈ സംഘത്തിന്റെ പ്രസിഡന്റ് ഏ.വി.കുഞ്ഞമ്പുവും സെക്രട്ടറി എം.പി. അപ്പുമാസ്റ്ററുമായിരു ന്നു. 1936 നവംബറിലാണ് പറശ്ശിനിക്കടവിൽ വെച്ച് ചിറക്കൽ താലൂക്ക് കർഷക സംഘം രൂപീകൃതമായത്. ഈ കാലഘട്ടത്തിൽ തന്നെ

കർഷകപ്രസ്ഥാനം ടി.എസ്.തിരുമുമ്പ്, കെ.മാധവൻ എന്നിവരുടെ നേതൃത്വത്തിൽ കാസർകോട് താലൂക്കിലും പ്രവർത്തനം ആരംഭിച്ചു. ഈ കാലങ്ങളിൽ കോൺഗ്രസ്സിന്റെയും കർഷകസംഘത്തിന്റെയും യോഗങ്ങൾ ഒരുമിച്ചാണ് നടത്തിയിരുന്നത്. കർഷക സംഘം പ്രവർത്തനം കേവലം ഭ്രബന്ധങ്ങളിൽ മാത്രമായി ഒതുങ്ങി നിന്നില്ല. നിശാപാഠശാലകളും, വായനശാലകളും തുറന്നു. കർഷക മനസ്സിൽ വിജ്ഞാനത്തിന്റെ പുത്തൻ ഉണർവ്വുപകർന്നു കൊടുത്തു. മടിക്കൈ യിൽ കർഷകസംഘം 1936-ൽ പ്രവർത്തനമാരംഭിച്ചു. ച്ചള്ളിക്കൽ ശാലയിൽ കൃഷിക്കാരുടെ യോഗം ചേരുകയും ജന്മിമാരുടെ ച്ചൂഷണ ത്തിനും അക്രമപിരിവുകൾക്കുമെതിരെ പ്രതികരിക്കാൻ കൂട്ടക്കവള പ്പിൽ കൊട്ടൻ പ്രസിഡന്റും ചാർത്താങ്കാൽ രാമൻ സെക്രട്ടറിയുമായി സംഘം രൂപീകരിക്കുകയും ചെയ്തു. ശംഭ ജോത്സ്യർ, കോളിക്കുന്നിൽ അമ്പാടി, മൂലക്കോത്ത് കർത്തമ്പു തുടങ്ങിയവർ അതിന്റെ സജീവ പ്രവർത്തകരായിരുന്നു.

കാസർകോട് താലൂക്കിൽ സംഘത്തിന് രൂപം കൊടുക്കുന്നതിൽ കേരളീയൻ, എ.വി.കുഞ്ഞമ്പു, വിഷ്ണുഭാരതീയൻ, വി.വി.കുഞ്ഞമ്പു, ടി.എസ്.തിരുമുമ്പ്, കെ.മാധവൻ, എൻ.എസ്.നമ്പൂതിരി എന്നിവർ നേതൃത്വപരമായ പങ്ക്വഹിക്കുകയുണ്ടായി. നിരവധി പ്രാദേശിക നേതാ ക്കന്മാർ, പ്രത്യേകിച്ചും പി.അമ്പുനായർ, ടി.വി.കുഞ്ഞമ്പു, നാരായണ വാര്യർ എന്നിവർ കർഷകസംഘം പ്രവർത്തനത്തിൽ സജീവമായി പങ്കെടുത്തിരുന്നു. ആദ്യത്തെ കർഷകസംഘം സമ്മേളനം കാഞ്ഞ ങ്ങാട് 1937-ൽ കെ.പി.ആർ.ഗോപാലന്റെ അദ്ധ്യക്ഷതയിൽ ചേർന്നു. കെ.ടി.കുഞ്ഞിരാമൻ നമ്പ്യാർ പ്രസിഡന്റും, കെ.മാധവൻ സെക്രട്ട റിയുമായ താലൂക്ക് കമ്മിറ്റിയിൽ കോടോത്ത് നാരായണൻ നായർ, സി.എം.കുഞ്ഞിരാമൻ നായർ, കൊയ്യൻ കുഞ്ഞിക്കണ്ണൻ, എൻ.എസ്. നമ്പൂതിരി, പി.കെ.മൊയ്തീൻ സാഹിബ്ബ് തുടങ്ങി 23 അംഗങ്ങളായിരുന്ന ഉണ്ടായിരുന്നത്. കർഷക സംഘം ലോക്കൽ സെക്രട്ടറിമാരായിരുന്ന എം.നാരായണൻ നായർ (ക്ലായിക്കോട്), എ.വി.ഗോവിന്ദൻ (കമ്പല്ലൂർ), കെ.വി.ചന്ദ്രശേഖരൻ (പിലിക്കോട്), എം.സി.അമ്പാടി (ഇരുത്തി), എം.അമ്പാടികുഞ്ഞി (പുലിയന്നൂർ), പി.കുഞ്ഞമ്പു (അണ്ടോൾ), ഇ.സി. പൊക്കൻ (മയ്യിച്ച), എന്നിവർ കർഷക സംഘം വളർത്തിയെടുക്കുന്ന തിൽ വലിയ സംഭാവന നൽകി.

കോൺഗ്രസ്സും കർഷകസംഘവും തമ്മിലുള്ള പ്രത്യയശാസ്ത്രപരമായ അഭിപ്രായ വ്യത്യാസം 1938-ൽ ഹോസ്ദുർഗ്ഗിൽ ചേർന്ന താലൂക്ക്

കർഷകസംഘം മീറ്റിംഗിൽ മറനീക്കി പുറത്ത് വരികയുണ്ടായി. സമ്മേള നത്തിൽ ചുവപ്പ് കൊടിയോടൊപ്പം കോൺഗ്രസ്സ് പതാകയും ഉയർത്ത ണമെന്ന് എ.സി.കണ്ണൻ നായർ ആവശ്യപ്പെട്ടപ്പോൾ കെ. മാധവനം കെ.ടി.കുഞ്ഞിരാമൻ നമ്പ്യാരും പ്രസ്തുത നിർദ്ദേശത്തെ ശക്തിയുക്തം എതിർക്കുകയുണ്ടായി. കെ.പി.ആർ.ഗോപാലനായിരുന്ന അദ്ധ്യക്ഷൻ. പ്രസ്തുത സമ്മേളനത്തിൽ കൊടിയെ സംബന്ധിച്ച് ഏ.സി. കണ്ണൻനാ യരും കർഷക സംഘവും തമ്മിൽ വലിയൊരു തർക്കം നടന്നു. ചുവപ്പ് പതാകയോടൊപ്പം, കോൺഗ്രസ് പതാകയും ഉയർത്തണമെന്നതാ യിരുന്ന അദ്ദേഹത്തിന്റെ വാശി. അതുവരെ കർഷക സംഘവുമായി സഹകരിച്ച് പ്രവർത്തിച്ചിരുന്ന ഏ.സി. കണ്ണൻനായർ, വി.പി.കൃഷ്ണൻ നായർ, പി.ശങ്കരൻ നായർ, ശംഭ ജ്യോത്സ്യർ തുടങ്ങിയവർ സമ്മേളനം ബഹിഷ്ക്കരിച്ചു. എ.കെ.ജിയും, കേരളീയനമായിരുന്ന അന്നത്തെ പ്രധാന പ്രാസംഗികർ. താലൂക്കിന്റെ നാനാഭാഗത്ത് നിന്നും ധാരാളം കൃഷിക്കാർ പങ്കെടുത്ത സമ്മേളനത്തിൽ കെ.ദാമോദരന്റെ 'പാട്ടബാ ക്കി' നാടകവും അരങ്ങേറി. എ.കെ.ജിയുടെ 'തടവുപുള്ളി'യും കെ.പി. ആറിന്റെ 'ജയിൽ വാർഡ'ൻം ശ്രദ്ധിക്കപ്പെട്ടു. കെ.ദാമോദരന്റെ തന്മയത്വമുള്ള 'അമ്മ' കാണികളിൽ ദുഃഖമുണ്ടാക്കുകയും ചെയ്തു. ഹരം പിടിപ്പിക്കുന്ന വേഷങ്ങളായിരുന്ന എല്ലാവരുടെയും. പ്രസ്തുത സമ്മേളന ത്തിൽ തിരുമുമ്പ് പ്രസിഡണ്ടും കെ.മാധവൻ സെക്രട്ടറിയുമായി പുതിയ കമ്മിറ്റി നിലവിൽ വന്നു. സമ്മേളനം പാസ്സാക്കിയ പ്രമേയങ്ങളിൽ ചിലത് ചുവടെ പറയുന്നു.

1) വെറും പാട്ടക്കാരൾപ്പെടെയുള്ള കുടിയാന്മാർക്ക് സ്ഥിരാവകാശം നൽകുക.

2) പാട്ടം നാലിലൊന്നായി നിജപ്പെടുത്തുക.

3) പാട്ടമായി നൽകിയ തുകയ്ക്ക് രശീത് നൽകുക.

കർഷക സംഘം പ്രാദേശിക തലത്തിൽ രൂപീകരിക്കുവാൻ നിരവധി പ്രയാസങ്ങളുണ്ടായിരുന്നു. കർഷകരാകെ പല ജാതികളി ലായി ചിതറിക്കിടന്നിരുന്നു. ജാതിക്കൂട്ടങ്ങൾക്ക് അംഗങ്ങളുടെ മേൽ അനിയന്ത്രിതമായ അധികാരവുമുണ്ടായിരുന്നു. പിന്നോക്ക ജാതിവിഭാ ഗങ്ങളുടെ കൂട്ടായ്മ പ്രകടിപ്പിക്കുന്ന സ്ഥാപനങ്ങളുടെ മേൽ നാട്ടുവാഴി കൾക്ക് (പ്രാദേശിക ജന്മിമാർക്ക്) അധികാരമുണ്ടായിരുന്നു. ക്ഷേത്രാന ഷ്ഠാനങ്ങൾ ജന്മിമാരുടെ നിയന്ത്രണത്തിലായിരുന്നു. ഇത് പലപ്പോഴും കർഷകരെ ചൂഷണം ചെയ്യാനുള്ള വേദിയായി. പക്ഷെ ക്രമേണ ഇത്തരം സ്ഥാപനങ്ങൾ കർഷക സംഘത്തിന്റെ അടിത്തറയായി മാറി.

തെയ്യത്തിന് തൊഴുത് കിട്ടുന്ന പണം നാട്ടുവാഴി എടുത്തു കൊണ്ടുപോക
മ്പോൾ അതിനെ ചോദ്യം ചെയ്യാൻ കഴകത്തിലെയും താനങ്ങളിലെയും
അംഗങ്ങൾ പരസ്യമായി മുന്നോട്ട് വരാൻ ഇടങ്ങി. ജന്മിത്വത്തെ എതിർ
ക്കാൻ ജനങ്ങളിൽ ആത്മവിശ്വാസം ഉണ്ടാക്കിയെടുക്കുവാൻ അതിലൂടെ
കഴിഞ്ഞു. തെയ്യം ചടങ്ങിനുള്ള പാലമരവും അരിയും പച്ചക്കറിയും മറ്റും
ആഘോഷമായിട്ടാണ് എത്തിച്ചിരുന്നത്. സ്വാഭാവികമായും ഇത്തരം
സന്ദർഭങ്ങൾ കർഷക സംഘത്തിന്റെ സ്വാധീനം വ്യാപിപ്പിക്കാനുള്ള
അവസരമാക്കി മാറ്റിയെടുക്കുവാൻ പ്രവർത്തകർക്ക് സാധിച്ചു.

ഹോസ്ദുർഗ്ഗ് താലൂക്കിൽ സംഘം പ്രവർത്തനം മുപ്പതുകളുടെ
അവസാനത്തോടെ വളരെ സജീവമായി. നിരവധി പ്രദേശങ്ങളിൽ
സംഘത്തിന്റെ ശാഖകൾ നിലവിൽ വന്നു. പുതിയ ഉണർവ്വ് കർഷക
രിൽ വളർന്നു. ഭരണകൂടവും ജന്മിമാരും തമ്മിലുള്ള ബന്ധം തിരിച്ചറി
യാൻ സംഘം പ്രവർത്തനം കർഷകരെ സഹായിച്ചു. കർഷക സംഘ
ത്തിന്റെ ശാഖകൾ ക്ലായിക്കോട് അടക്കമുള്ള പ്രദേശങ്ങളിൽ വളരെ
സജീവമായി. കർഷക സംഘത്തിന്റെ ആവിർഭാവവും പ്രവർത്തനങ്ങ
ളും ജന്മിമാരുടെ മനോഭാവത്തിൽ വലിയ ചലനമുണ്ടാക്കി. ജന്മിമാരുടെ
ഇടയില്ലുണ്ടായിരുന്ന ശത്രുതയും സംഘർഷവും അവസാനിപ്പിക്കുവാൻ
അവർ തയ്യാറായി. മാത്രമല്ല, തങ്ങളുടെ നിലനിൽപ്പിനു നേരെ ഉയർ
ന്നുവരുന്ന പുതിയ വെല്ലുവിളിയായ കർഷക സംഘത്തിനെതിരെ
യോജിക്കുവാനും അവർ തയ്യാറായി. ക്രമേണ കാർഷിക മേഖലയിൽ
ജന്മിത്വവും ജന്മിവിരുദ്ധ പ്രസ്ഥാനവും തമ്മിലുള്ള അന്തരം ശക്തമായി.
രണ്ട് വ്യത്യസ്ത താല്പര്യങ്ങൾ തമ്മിലുള്ള സംഘർഷത്തിലേക്ക് ഇത്
വളരുകയും ചെയ്തു.

കർഷക സംഘത്തിന് ഓരോ ഗ്രാമത്തിലും സ്വന്തമായ ഓഫീസും
ഭാരവാഹികളുമുണ്ടായിരുന്നു. സംഘത്തിന്റെ പ്രവർത്തനത്തിനാവ
ശ്യമായ ഫണ്ട് കർഷകർ ഉല്പന്നമായും പണമായും നൽകി. കർഷക
സ്ത്രീകൾ ഓരോ ദിവസവും ഒരുപിടി അരി സംഘത്തിന്റെ ആവശ്യത്തി
ലേക്ക് നീക്കി വെയ്ക്കാൻ തയ്യാറായത് സംഘത്തിന് ജനഹൃദയങ്ങളി
ല്ലുള്ള സ്ഥാനം വെളിപ്പെടുത്തുന്നു. കർഷകരിൽ രാഷ്ട്രീയാവബോധം
വളർത്തിയെടുക്കുന്നതിനു വേണ്ടി നിശാ പാഠശാലകൾ സംഘത്തി
ന്റെ നേതൃത്വത്തിൽ നടന്നു. വായനശാലകൾ ആരംഭിക്കുന്നതിലൂടെ
അറിവിന്റെ വാതായനങ്ങൾ ഗ്രാമീണ കർഷകരുടെ മുന്നിൽ തുറക്ക
പ്പെട്ടു. കർഷകരുടെ ജീവിതത്തിൽ സംഘം നിർണ്ണായകഘടകമായി
മാറാൻ അധികകാലമെടുത്തില്ല. സംഘത്തിന്റെ നിർദ്ദേശങ്ങളെ

ധിക്കരിക്കാനോ ചോദ്യം ചെയ്യാനോ ആരും തയ്യാറായില്ല. സംഘം സമാന്തരമായ ഭരണക്കൂടം തന്നെയായി മാറി. അഭിനവഭാരത യുവക് സംഘം, മഹിളാസംഘം, ബാലസംഘം തുടങ്ങിയ പോഷകസംഘടനകൾ കർഷക സംഘത്തെ ശക്തിപ്പെടുത്തി. സമൂഹത്തിന്റെ ഏറ്റവും അടിത്തട്ടിൽ ജീവിക്കുന്നവരിൽ പോലും രാഷ്ട്രീയബോധം വളർത്തിയെടുക്കുവാനും സാമ്രാജ്യത്വത്തിനും ജന്മിത്വത്തിനമെതിരെ പൊരുതാനും കർഷകരെ സജ്ജരാക്കാൻ സംഘം പരിശ്രമിച്ചു. ത്യാഗപൂർണ്ണമായ ജീവിതമായിരുന്ന സംഘം നേതാക്കളുടേത്. കുടുംബത്തെ ഉപേക്ഷിച്ച് കർഷകരുടെയിടയിൽ അവർ ജീവിച്ചു. സംഘം പ്രവർത്തകർ മാതൃകാ ജീവിതമായിരുന്ന നയിച്ചിരുന്നത്. വ്യക്തിപരമായ വരുമാനം സംഘത്തിന് നൽകി. സംഘം ഏർപ്പാട് ചെയ്യുന്ന ലളിത ജീവിതമായിരുന്ന പ്രവർത്തകരുടേത്. കർഷകരുടെ നാഡിമിടിപ്പുകൾ മനസ്സിലാക്കിയ സംഘം പ്രവർത്തകർ രാഷ്ട്രീയ സന്യാസിമാരായി അവരുടെയിടയിൽ ജീവിച്ചു. സംഘത്തെ കണ്ണിലെ കൃഷ്ണമണിപോലെ സൂക്ഷിക്കാൻ കൃഷിക്കാർ തയ്യാറായത് ഇതൊക്കെ കൊണ്ടു തന്നെയാണ്.

ഇതെല്ലാമായതൊടെ കർഷക സംഘത്തിന്റെ ആവശ്യങ്ങൾക്ക് ശക്തികൂടി. രസീതില്ലെങ്കിൽ വാരം അളക്കില്ലെന്ന നിലവാരത്തിലേക്ക് കൃഷിക്കാരന്റെ ബോധം ഉയർന്നു. 'ശീലക്കാശ്' 'നുരി' 'മുക്കാൽ' പലേടത്തും ഇല്ലാതായി. കൃഷിക്കാരനെ ക്രൂരമായി മർദ്ദിക്കുന്ന ജന്മിക്കെതിരായി ക്ഷൗരവും മറ്റും വിലക്കപ്പെട്ടു. എളേരിയിൽ ജന്മിയുടെ അഭിഷ്ട മനസരിച്ച് പുനവാരം കൊട്ടക്കാൻ കൃഷിക്കാർ കൂട്ടാക്കിയില്ല. പുനം കൊത്തുന്നത് ജന്മി വിലക്കി. കൃഷിക്കാർ തലകുനിച്ചില്ല. അവസാനം പുനം വാരത്തിന് കർഷക സംഘവുമായി ധാരണയുണ്ടാക്കേണ്ടി വന്നു. ഏക്കറിന് പത്ത് പറ വാരം ആറ് പറയായി ചുരുങ്ങി.

ആദ്യകാലത്ത് സംഘത്തിന്റെ ആവശ്യം താരതമ്യേന ചെറുതായിരുന്നു. നുരി, ശീലക്കാശ്, വെച്ചകാണൽ തുടങ്ങിയ അക്രമപിരിവുകൾ നിർത്തുക, കുടിയൊഴിപ്പിക്കൽ അവസാനിപ്പിക്കുക, വാരവും, പാട്ടവും വാങ്ങിയതിന് രശീത് കൊട്ടക്കുക, തുടങ്ങിയവയാണ് സംഘം ഉന്നയിച്ച ആവശ്യങ്ങൾ. ഈ മുദ്രാവാക്യത്തിന്റെ അലകൾ നാട്ടിൻപുറങ്ങളിൽ ശക്തിയായി അടിക്കാൻ തുടങ്ങി. ഗ്രാമത്തിലെ കർഷക കാരണവന്മാർ സംഘത്തിന്റെ മുദ്രാവാക്യങ്ങൾ ഉറക്കെ പറയാൻ ധൈര്യപ്പെട്ടു. ക്ലായിക്കോട്ടെ പൊടോര കേളു, മടിക്കൈയിലെ കുനിക്കണ്ടിൽ അപ്പുകാരണവർ, പയ്യൻ കേളു നായർ (ചെറുവത്തൂർ), കിനാവൂരിലെ വി. ചന്തു ആഫീസർ, കൊടക്കാട്ടെ എലച്ചിക്കണ്ണൻ എന്നീ കാരണവന്മാരുടെ

വരവ് ധാരാളം ചെറുപ്പക്കാർക്ക് പ്രസ്ഥാനത്തിലേക്ക് വരാനുള്ള ആവേശം കൊട്ടുത്തു. നാട്ടനീളെ കർഷക സമരം പൊട്ടിപ്പുറപ്പെട്ടു. ജന്മിമാരും ഗവർമെന്റും കർഷക സംഘത്തെ മുളയിൽത്തന്നെ അടിച്ചമർത്താനുള്ള ശ്രമമാരംഭിച്ചു. കർഷകസംഘം മുന്നോട്ട് വെക്കുന്ന പുചിയ രാഷ്ട്രീയം ഗ്രാമീണ ജനതയെ സമരോത്സുകരാക്കി മാറ്റി.

കയ്യൂരിൽ കർഷകസംഘം രൂപം കൊള്ളുന്നു

ആയിരത്തി തൊള്ളായിരത്തി മുപ്പതുകളിലെ തിളച്ചമറിഞ്ഞ രാഷ്ട്രീയ അന്തരീക്ഷത്തിന്റെ സവിശേഷ സന്ദർഭത്തിലാണ് കയ്യൂരിൽ രാഷ്ട്രീയ ചലനമുണ്ടാകുന്നത്. ദരിദ്ര കർഷകരുൾപ്പെടുന്ന വിപുലമായ കയ്യൂരിലെ ജനസഞ്ചയത്തിന് ദൈനംദിന ജീവിത പ്രവൃത്തികൾക്കപ്പുറത്ത് മറ്റൊന്നിനെ കുറിച്ചും ആലോചിക്കാൻ സമയമുണ്ടായിരുന്നില്ല. ജീവിതത്തിന്റെ രണ്ടറ്റവും കൂട്ടിമുട്ടിക്കാനുള്ള തത്രപ്പാടിലായിരുന്ന അവർ. കയ്യൂരിന് പുറത്തുള്ള ഗ്രാമങ്ങളിൽ സംഘം സജീവമാകുന്നതിനെക്കുറിച്ച് അവർ അറിയുന്നുണ്ടായിരുന്നു. കോൺഗ്രസ് സോഷ്യലിസ്റ്റ് പാർട്ടി നേതാക്കളും കരിവെള്ളൂരിൽ അഭിനവ ഭാരത യുവക് സംഘം പ്രവർത്തകരും നടത്തുന്ന പ്രവർത്തനങ്ങളും കയ്യൂരിലെ ചില കർഷകരുടെ ശ്രദ്ധയിൽ പെട്ടിരുന്നു. ഒരു ഘട്ടം കഴിഞ്ഞപ്പോൾ കർഷക സംഘം തിരിച്ചുവിട്ട വലിയ ഒഴുക്കിന്റെ ഭാഗമായി കയ്യൂരിലെ കർഷകരും മാറി. അവർ അഭിമുഖീകരിച്ച ജീവിത പ്രയാസങ്ങൾ അതിനൊരു കാരണമായി മാറി. തങ്ങളുടെ ജീവിതത്തിലേക്ക് ദുരിതങ്ങളും ദുരന്തങ്ങളും പേമാരിപോലെ പെയ്തിറങ്ങിയ കാലമായിരുന്നു. സാമ്രാജ്യത്വ ഭരണക്കൂടവുമായി സന്ധിചെയ്ത ജന്മിത്വ ശക്തികൾ പോലീസിന്റെയും കോടതിയുടെയും സഹായത്തോടെ നിസ്സഹായരായ കർഷകരുടെ മേൽ നിരന്തരമായി പ്രഹരമേൽപ്പിച്ചുകൊണ്ടിരുന്നു. ഇത്തരമൊരു പശ്ചാത്തലത്തിലാണ് കയ്യൂരിൽ കർഷകസംഘം രൂപം കൊള്ളുന്നത്.

കയ്യൂരിനടുത്തുള്ള ക്ലായിക്കോട് കണ്ടത്തിലെ ഒരു തുണ്ട് സർക്കാർ ഭൂമിയുടെ പേരിൽ കർഷകരായ പരിയാരത്ത് കൃഷ്ണൻ നായരും നീലാമ്പത്ത് കണ്ണനും തമ്മിൽ വലിയ തർക്കമുണ്ടായി. ഇത്തരം തർക്കങ്ങൾ ഗ്രാമങ്ങളിൽ പതിവായിരുന്നു. പൊതുവെ ജന്മിമാരാണ് ഇത്തരം തർക്കങ്ങളിൽ തീർപ്പ് കൽപ്പിക്കുന്നത്. ജന്മിയെ പ്രീതിപ്പെടുത്തുന്ന വന് അനുകൂലമായ തീരുമാനമാണ് ജന്മിമാർ എടുത്തിരുന്നത്. ഈ തീരുമാനം പലപ്പോഴും ന്യായത്തിനും വസ്തുതയ്ക്കും എതിരുമായിരിക്കും. ക്ലായിക്കോട് ഈ പ്രശ്നം ഉയർന്നുവന്നപ്പോൾ ജന്മിമാരെ ഇതിൽ ഇടപെടാൻ സംഘം അനുവദിച്ചില്ല. കർഷകസംഘം പ്രശ്നത്തിൽ

ഇടപെട്ട് രമ്യമായ പരിഹാരമുണ്ടാക്കാൻ തീരുമാനിച്ചു. സംഘം നേതാക്കൾ രണ്ട് പേരേയും ഒന്നിച്ചിരുത്തി സംസാരിച്ചു. പ്രശ്നം പരി ഹരിക്കുവാൻ ഈ ഇടപെടലില്ലൂടെ സംഘത്തിന് സാധിച്ചു.

കൃഷ്ണൻ നായരും കണ്ണനും തമ്മിലുണ്ടായ തർക്കത്തിൽ നിഷ്പക്ഷമായ നിലപാടാണ് കർഷക സംഘം നേതാക്കൾ സ്വീകരിച്ചത്. കൃഷിക്കാർ തമ്മിലുള്ള ചെറിയ തർക്കങ്ങൾ പൊട്ടിത്തെറിയായി മാറി പരസ്പരം ശത്രുക്കളായി മാറുന്ന അവസ്ഥ ഉണ്ടാകാതിരിക്കാനുള്ള ജാഗ്രതയാണ് സംഘം പ്രകടിപ്പിച്ചത്. കൃഷിക്കാർ തമ്മിലല്ല പ്രശ്നം, കൃഷിക്കാരനും ജന്മിയും തമ്മിലാണ് പ്രശ്നം എന്ന് സംഘം നേതാക്കൾ വിശദീകരി ച്ചു. കർഷകർ ഒന്നിച്ച് നിന്ന് പൊരുതിയാൽ ജന്മിമാരുടെ ചൂഷണം അവസാനിപ്പിക്കാൻ കഴിയുമെന്ന് സംഘം കൃഷിക്കാർക്ക് ഉറപ്പുനൽകി. ഭരണകൂടത്തിനും ജന്മിത്വത്തിനുമെതിരായ നിലപാട് സംഘം പ്ര വർത്തകർ ആവർത്തിച്ചു. സംഘം നേതാക്കളുടെ സത്യസന്ധതയും ആത്മാർത്ഥതയും രണ്ട് കർഷകരേയും വളരെ ആകർഷിച്ചു. സംഘത്തി ന്റെ ഒത്ത് തീർപ്പ് അംഗീകരിക്കാൻ അവർ സ്വമനസ്സാലെ തയ്യാറായി. കർഷകർ ഒന്നിച്ച നിൽക്കാൻ തയ്യാറായി. ഇതിനെ ഇടർന്ന് കയ്യൂരിൽ സംഘത്തിന്റെ യൂണിറ്റ് രൂപീകരിക്കാൻ തീരുമാനിച്ചു.

1937 ഏപ്രിൽ മാസത്തിൽ കോൺഗ്രസ്സിന്റെയും കർഷക സംഘത്തിന്റെയും യൂണിറ്റുകൾ കയ്യൂരിൽ നിലവിൽവന്നു. കർഷകർ തമ്മിലുണ്ടായ തർക്കം പരിഹരിച്ചതുമൂലം കർഷകസംഘത്തിന് കർഷകരുടെ ഇടയിൽ സ്വീകാര്യതയുണ്ടായി. 1937 ൽ കയ്യൂരിലെ മലയരുവത്ത് കണ്ണന്റെ വീട്ടിൽ ചേർന്ന കർഷകസംഘം രൂപീകര ണയോഗത്തിൽ എ.വി. കുഞ്ഞമ്പു, കേരളീയൻ, ടി.എസ്. തിരുമുമ്പ്, കെ. മാധവൻ, വി.വി. കുഞ്ഞമ്പു, എൻ.വി. നാരായണൻ, എൻ.എസ്. നമ്പൂതിരി, പയ്യൻ കേളനായർ, ഇലച്ചിക്കണ്ണൻ, കൊയ്യൻ കുഞ്ഞിക്ക ണ്ണൻ, എൻ.എൻ. നാരായണ വാര്യർ, പരിയാരത്ത് കൃഷ്ണൻ നായർ, പോടോര കേളനായർ എന്നിവർ പങ്കെടുത്തു. കയ്യൂരിന് പുറത്തുള്ള ഇവരോടൊപ്പം കയ്യൂരിലെ ടി.വി. കുഞ്ഞമ്പു, കെ.പി. വെള്ളങ്ങ, പി.ടി. അമ്പാടികുഞ്ഞി, കെ.വി. രാമൻ, മങ്ങാട്ടരവത്ത് ചന്തൻ, ചൂരിക്കാടൻ കൃഷ്ണൻ നായർ, വി.എം. കണ്ണൻ പണിക്കർ, നീലമ്പത്ത് കണ്ണൻ, രാമൻ പണിക്കർ, മലയരമ്പത്ത് വെളത്തമ്പാടി എന്നിവർ പങ്കെ ടുത്തു. മലയരമ്പത്ത് വെളത്തമ്പാടി പ്രസിഡണ്ടും, വി.എം. കണ്ണൻ പണിക്കർ സെക്രട്ടറിയുമായി കർഷകസംഘവും പി.ടി.അമ്പാടികു ഞ്ഞി സെക്രട്ടറിയായി കോൺഗ്രസ് യൂണിറ്റും ഈ യോഗത്തിൽ വെച്ച്

രൂപം കൊണ്ടു. കോൺഗ്രസ്സ് അംഗങ്ങളെല്ലാം സംഘം അംഗങ്ങളായി മാറി. കയ്യൂരിന്റെ ഭാവി തീരുമാനിച്ച നിർണ്ണായക തീരുമാനമായിരുന്ന കർഷകസംഘത്തിന്റെ രൂപീകരണം. സംഘം അനീതികളെ ചെറുക്ക മെന്നും അതുവഴി ജന്മിയുടെ ചൂഷണം അവസാനിക്കുമെന്നും കയ്യൂരിലെ കർഷകർ വിശ്വസിച്ചു. സാധാരണക്കാർ പ്രതീക്ഷയോടെയാണ് സംഘം രൂപീകരണത്തെ കണ്ടത്. സംഘം കർഷകരിൽ ആത്മവി ശ്വാസം വളർത്തി. തങ്ങൾ ഒറ്റപ്പെട്ടവരല്ല ചോദിക്കാനും പറയാനും ഞങ്ങൾക്കും ആളുകളുണ്ട് എന്ന ബോധ്യം വളരെ പ്രധാനമാണ്. ഈ ബോധ്യമാണ് കർഷകരെ സംഘത്തിൽ ചേരാൻ പ്രേരിപ്പിച്ചത്. പിന്നീട് അരദശാബ്ദക്കാലത്തെ സംഘത്തിന്റെ പ്രവർത്തനം കയ്യൂരിനെ അക്ഷ രാർത്ഥത്തിൽ മാറ്റിമറിച്ചു. കയ്യൂർ ഒരു പുതിയ ഗ്രാമമായി മാറുകയായി രുന്നു. സംഘടിച്ച് ശക്തരാകുന്നതിന്റെ അർത്ഥം അവർ തിരിച്ചറിഞ്ഞു. തെറ്റിനെ ന്യായീകരിക്കാൻ ജന്മിമാരും അവരുടെ കാര്യസ്ഥാന്മാരും മാത്രമേ ഉണ്ടായിരുന്നുള്ളൂ. ജന്മിയെ കാണുമ്പോൾ മുമ്പ് താണവണ ങ്ങിയവർ ഇപ്പോൾ തലയുയർത്തി നിന്ന് സംസാരിക്കാൻ തുടങ്ങി. അടിമകളെപ്പോലെ വാപൊത്തി സംസാരിച്ചവർ നേർക്ക്നേർ നിന്ന് സംസാരിച്ചു. സംഘം ഇടതുപക്ഷ രാഷ്ട്രീയവും പിന്നീട് കമ്മ്യൂണിസ്റ്റ് പാർട്ടിയെയും കയ്യൂരിലെത്തിച്ചു.

സമരങ്ങളുടെയും പ്രതിഷേധങ്ങളുടെയും തിരയിളക്കം

കയ്യൂരിൽ കോൺഗ്രസ് പ്രസ്ഥാനവും കർഷകസംഘവും രൂപംകൊണ്ട 1937 മുതൽ 1943 ൽ നാല് കർഷകസംഘം പ്രവർ ത്തകർ കണ്ണൂർ സെൻട്രൽ ജയിലിൽ കഴുമരത്തിലേറിയത് വരെയുള്ള ആറ് വർഷക്കാലം നീണ്ടുനിന്ന സാമ്രാജ്യത്വവിരുദ്ധ സമരമാണ് കയ്യൂർ സമരം. മറ്റ് സമരങ്ങളിൽ നിന്ന് വിഭിന്നമായ ഈ സവിശേഷതയാണ് കയ്യൂരിനെ ശ്രദ്ധേയമാക്കുന്നത്. സാമ്രാജ്യത്വത്തിനും ജന്മിത്വത്തിനു മെതിരെ ഇക്കാലയളവിൽ വിവിധ സമരമുഖങ്ങൾ ജനങ്ങൾ തുറന്നു. കയ്യൂരിന് വെളിയിൽ നടന്ന കർഷക ജാഥകളിലേയും സമ്മേളനങ്ങളിലേ യും കയ്യൂരുകാരുടെ പങ്കാളിത്തം, കയ്യൂരിൽ രൂപം കൊണ്ട കമ്മ്യൂണിസ്റ്റ് പാർട്ടി സെല്ലുകളുടെ നേതൃത്വത്തിൽ നടന്ന പ്രക്ഷോഭങ്ങൾ, സാമ്രാജ്യത്വ വിരുദ്ധ രാഷ്ട്രീയം ചർച്ച ചെയ്ത രാഷ്ട്രീയ പഠനക്ലാസ്സുകൾ കയ്യൂരുകാരിൽ പൊരുതാനുള്ള ആത്മവിശ്വാസം നൽകിയ വളണ്ടിയർ ക്യാമ്പുകൾ, ജന്മിനാട്ടുവാഴികളുടെ വീട്ടുകളിലേക്കുള്ള കർഷക മാർച്ചുകൾ, യുദ്ധവി രുദ്ധ ജാഥകൾ, പ്രസംഗങ്ങൾ, ബ്രിട്ടുഷുകാർക്കെതിരെ ഗ്രാമത്തിന്റെ തലങ്ങും വിലങ്ങും നിരന്തരമായി നടന്ന ചെറുതും വലുതുമായ പ്രചരണ ജാഥകൾ, കുട്ടികളും സ്ത്രീകളും പങ്കെടുത്ത സമരജാഥകൾ, കയ്യൂർ മുണ്ട്യ യിലെ കളിയാട്ട സന്ദർഭത്തിൽ തൊഴുത് പരിവുമായി ബന്ധപ്പെട്ടുണ്ടായ സംഭവങ്ങൾ, പാലായി വിളകൊയ്ത് സമരവും കേസ്സും, പോലീസ് മർദ്ദ നവും അറസ്റ്റും, അതിൽ പ്രതിഷേധിച്ച് നടന്ന ജാഥകൾ, പോലീസ്കാ രന്റെ മരണം, തുടർന്ന് നടന്ന പോലീസ് ഭീകരവാഴ്ച, സ്ത്രീകളും കുട്ടികളും

നടത്തിയ വീരോചിതമായ ചെറുത്തുനിൽപ്പ്, കോടതിയിൽ നടന്ന നിയമ പോരാട്ടം തുടങ്ങിയവയെല്ലാം ചേർന്നതാണ് കയ്യൂർ സമരം. ഒറ്റപ്പെട്ട ഒരു സംഭവമല്ല കയ്യൂർ സമരമെന്നർത്ഥം. പതിറ്റാണ്ടുകളായി ഒരു ജനതയുടെ മനസ്സിൽ ഘനീഭവിച്ചുനിന്ന അമർഷത്തിന്റെയും പ്രതിഷേധത്തിന്റെയും പൊട്ടിത്തെറിയാണ് കയ്യൂർ സമരം. ആ പൊട്ടിത്തെറിയാകട്ടെ ഒരു ദിവസം നടന്ന ഒരു സംഭവവുമല്ല...

സാമ്രാജ്യത്വത്തിനും ജന്മിത്വത്തിനുമെതിരെയുള്ള പ്രതിഷേധങ്ങൾക്ക് വ്യക്തമായ രൂപമാറ്റമുണ്ടാകുന്നതും അതിന് തീവ്രതയേറുന്നതും കയ്യൂരിൽ കർഷകസംഘം രൂപീകരിച്ചതോടുകൂടിയാണ്. അതിന് പശ്ചാത്തലമൊരുക്കുന്നതിൽ സാർവ്വദേശീയ-ദേശീയ സംഭവവികാസങ്ങൾ വലിയ പങ്ക് വഹിച്ചു. 1930 കളിൽ മറ്റേതൊരു ഇന്ത്യൻ ഗ്രാമവും പോലെ കയ്യൂരും സാമ്പത്തികവും രാഷ്ട്രീയവ്വമായ കാരണങ്ങൾ കൊണ്ട് പ്രക്ഷുബ്ധമായിരുന്നു. ഈ അന്തരീക്ഷത്തിലാണ് രാഷ്ട്രീയ പ്രസ്ഥാനങ്ങളും കർഷക സംഘവും അവരുടെ രാഷ്ട്രീയ പ്രത്യയശാസ്ത്രവും കയ്യൂരിലെത്തുന്നത്. കർഷകസംഘം രൂപീകരിച്ചതിനെത്തുടർന്ന് ദ്രുതഗതിയിലാണ് സംഭ വങ്ങൾ അരങ്ങേറിയത്. ഒന്നിന് പിറകെ ഒന്നായി തിരമാല പോലെ രാഷ്ട്രീയ സംഭവവികാസങ്ങൾ കയ്യൂരിൽ അലയടിച്ചയർന്നുവന്നു. ഈ സംഭവങ്ങൾ എല്ലാം ജനങ്ങളുടെ ജീവിതവും നിലനിൽപ്പുമായി ബന്ധപ്പെ ട്ടവയായിരുന്നു. ഈ രാഷ്ട്രീയ സംഭവവികാസങ്ങളിൽ കയ്യൂരുകാരുടെ മനസ്സും ശരീരവും ഒത്തുചേർന്നു. അതൊരു വലിയ പോരാട്ടമായി മാറി. വർഗ്ഗസമരത്തിന്റെ തെളിമയുള്ള ഉദാഹരണം. ഈ പോരാട്ടങ്ങളിൽ കയ്യൂരിലെ കർഷകർ ഒരു ഭാഗത്തും ജന്മിമാരും പോലീസും മറുഭാഗ ത്തും ഉറച്ചുനിന്നു. കർഷകർക്കൊപ്പം കർഷകസംഘവും കമ്മ്യൂണിസ്റ്റ് പാർട്ടിയും. വർഗ്ഗ വൈരുദ്ധ്യത്തിന്റെ പൊട്ടിത്തെറി. അരപതിറ്റാണ്ടിനി ടയിൽ ഇത്രമാത്രം രാഷ്ട്രീയവൽക്കരിക്കപ്പെട്ട ഗ്രാമം ലോകത്തെവിടെ യുമുണ്ടാകില്ല. സമൂഹത്തിലെ വർഗ്ഗവൈരുദ്ധ്യം ഉയർത്തിവിട്ട രാഷ്ട്രീയ പോരാട്ടങ്ങളാണ് കയ്യൂർ സമരം.

ലോക വ്യാപകമായി ഫാസിസത്തിനെതിരെ ജനകീയ ചെറുത്ത് നില്പ് നടത്താൻ ഫാസിറ്റ് വിരുദ്ധ ബഹുജന മുന്നണി രൂപീകരിച്ചുകൊണ്ട് ലോക കമ്മ്യൂണിസ്റ്റ് പ്രസ്ഥാനം മുന്നോട്ട് വന്ന ഘട്ടമായിരുന്നു അത്. എഴുത്തുകാരും കലാകാരന്മാരും പങ്കെടുത്ത പാരീസ് സമ്മേളനത്തിൽ സജ്ജാദ് അഹമ്മദ്, പ്രേംചന്ദ് തുടങ്ങിയ ഇന്ത്യൻ എഴുത്തുകാർ വളരെ സജീവമായിരുന്നു. പാരീസ് സമ്മേളനം നൽകിയ ഉണർവ്വുമായി ഇന്ത്യയിലെത്തിയ ഇവർ 1936 ൽ ലഖ്നോവിൽ എഴുത്തുകാരുടെയും

കലാകാരന്മാരുടെയും യോഗം വിളിച്ചുചേർത്തു. പുരോഗമന സാഹിത്യ പ്രസ്ഥാനം രൂപം കൊള്ളുന്നതിന്റെ പശ്ചാത്തലമിതാണ്. സർഗ്ഗാത്മക രചനയുടെ വസന്തകാലം കേരളത്തിലടക്കം വിടർന്ന കാലമാണിത്. കൃതികളുടെ ഉള്ളടക്കം മാറി, എഴുത്തിന്റെ ശൈലി മാറി. ലബ്ധ പ്രതിഷ്ഠ നേടിയ എഴുത്തുകാരുടെ സ്ഥാനത്ത് സാമൂഹ്യ വിമർശനം മുഖ്യ ദൗത്യമായി ഏറ്റെടുത്ത് പുതിയ എഴുത്തുകാർ രംഗപ്രവേശനം ചെയ്തു. ജന്മിത്വവും മതമേധാവിത്വവും ചോദ്യം ചെയ്യപ്പെട്ടു. ഭരണക്കൂടം നിശിതമായ വിമർശനത്തിന് വിധേയമായി. സാധാരണ മനുഷ്യരും അവരുടെ ജീവിതവും ഇതിവൃത്തമായി സ്വീകരിച്ച കഥകളും കവിതകളും നാടകങ്ങളും മലയാള സാഹിത്യവേദിയെ സമ്പന്നമാക്കി. ഇതെല്ലാം പുതിയ രാഷ്ട്രീയാവബോധത്തിന്റെ ഉപകരണങ്ങളായി മാറി. വ്യവസ്ഥി തിയ്ക്കെതിരെ അടങ്ങാത്ത അമർഷം ജനങ്ങളിൽ വളർന്നുവന്നു. സ്വാ ഭാവികമായി ഈ സംഭവ വികാസങ്ങൾ രാഷ്ട്രീയത്തിലും അലയടിച്ചു. രാഷ്ട്രീയ പ്രവർത്തനം സജീവമായി. വ്യവസ്ഥിതിയെ വെല്ലുവിളിക്കാൻ രാഷ്ട്രീയ പ്രവർത്തകർ മുന്നോട്ട് വന്നു.

മാത്രമല്ല, കമ്മ്യൂണിസ്റ്റ് ഇന്റർനാഷണലിന്റെ ഏഴാമത് സമ്മേ ളനത്തിൽ അവതരിപ്പിക്കപ്പെട്ട ജോർജി ദിമിത്രോവിന്റെ രാഷ്ട്രീയ പ്രമേയങ്ങൾ ഫാസിസത്തിനെതിരായ ജനകീയ ഐക്യമുന്ന ണിക്ക് ആഹ്വാനം നൽകുന്നതായിരുന്നു. കൊളോണിയലിസത്തിന്റെ നുകത്തിനു കീഴിൽ അമർന്നുകിടക്കുന്ന നാട്ടുകാർക്കും ഫാസിസ്റ്റ് വിരുദ്ധ ഐക്യമുന്നണി രൂപീകരണത്തിൽ പ്രധാന പങ്ക് വഹിക്കാൻ കഴിയുമെന്നും ദിമിത്രോവ് ചൂണ്ടികാട്ടി. കോളോണിയൽ വിരുദ്ധ ദേശീയ പ്രസ്ഥാനങ്ങളിൽ എല്ലാ ജനാധിപത്യ ശക്തികളും അണിചേരണം. അതോടൊപ്പം തൊഴിലാളികളെയും കർഷകരേയും സംഘടിപ്പിച്ച് വർഗ്ഗ ബഹുജന പോരാട്ടങ്ങളെ ശക്തിപ്പെടുത്തുന്നതിലൂടെ ഫാസിസത്തെ പരാജയപ്പെടുത്താൻ കഴിയുമെന്ന ധാരണ ശക്തിപ്പെട്ടു. ഇതിന്റെ ഭാഗമായിട്ടാണ് യുവജനങ്ങളെയും കർഷകരെയും വിദ്യാർത്ഥികളെയും തൊഴിലാളികളെയും സംഘടിപ്പിച്ചുകൊണ്ടുള്ള ബഹുജന സംഘടനകൾ രൂപീകരിക്കാൻ ഇന്ത്യയിലെ കമ്മ്യൂണിസ്റ്റ് പാർട്ടി ശ്രമമാരംഭിച്ചത്. ഈ പശ്ചാത്തലത്തിലാണ് കോൺഗ്രസ് സോഷ്യലിസ്റ്റ് പാർട്ടിയുടെ രൂപീകരണം നടന്നത്. ദത്ത്-ബ്രാഡ്ലി തിസീസിന്റെ അടിസ്ഥാന ത്തിൽ തന്നെയാണ് 1937 ൽ കോൺഗ്രസ് സോഷ്യലിസ്റ്റ് പാർടിയിൽ നിന്നുകൊണ്ട് കമ്മ്യൂണിസ്റ്റ് പാർട്ടിയുടെ കേരള ഘടകം രൂപം കൊണ്ടത്. കോൺഗ്രസുമായി ചേർന്ന് ദേശീയ മുന്നണി എന്ന ആശയം

നടപ്പിലാക്കുകയും സാമ്രാജ്യത്വത്തിനെതിരായി ജനകീയ മുന്നണി എന്ന കമ്യൂണിസ്റ്റ് ഇന്റർനാഷണൽ തീരുമാനവും കേരളത്തിൽ കമ്യൂണിസ്റ്റ് പാർട്ടി നടപ്പാക്കി. അതിന്റെ ഭാഗമായാണ് കോൺഗ്രസ് പാർട്ടിയിലും കർഷകസംഘത്തിലും അവർ അംഗത്വമെടുത്തത്. മാത്രമല്ല, യുദ്ധ ത്തിനെതിരെ അതിശക്തമായ പ്രചാരണം നടത്താനും കമ്യൂണിസ്റ്റ് പാർട്ടി തയ്യാറായി. കോൺഗ്രസ് നിശബ്ദത പാലിച്ചപ്പോൾ കമ്യൂണിസ്റ്റ് പാർട്ടി ജാപ്പ് വിരുദ്ധ മേളയും യുദ്ധവിരുദ്ധ പ്രചരണവും നടത്താൻ ഗ്രാ മങ്ങളിൽ പോലും തയ്യാറായത് സവിശേഷമായ ഈ രാഷ്ട്രീയത്തിന്റെ പ്രതിഫലനമാണ്.

കോൺഗ്രസ് സോഷ്യലിസ്റ്റ് പാർട്ടിയുടെ രൂപീകരണത്തെ തുടർന്ന് പിന്നീട് കമ്യൂണിസ്റ്റുകാരായി മാറിയ പി. കൃഷ്ണപിള്ള ഉൾപ്പടെയുള്ള ഇടതുപക്ഷ നേതാക്കന്മാർ കൃത്യമായ പ്രവർത്തനങ്ങൾ നടത്താൻ തുടങ്ങി. കൃഷ്ണപിള്ള നാടാകെ ഓടി നടന്ന് ഓരോ പ്രദേശത്ത് നിന്നും കേഡർമാരെ റിക്രൂട്ട് ചെയ്യുന്ന പ്രവർത്തനം തുടങ്ങി. കാസർകോട് നിന്ന് കെ. മാധവനും ചിറക്കലിൽ നിന്ന് കേരളീയനും മലബാർ കോട്ടയത്ത് നിന്ന് സി.എച്ച്. കണാരനും വള്ളുവനാട്ടിൽ നിന്ന് ഇ.പി. ഗോപാലനും ഇങ്ങിനെ റിക്രൂട്ട് ചെയ്യപ്പെട്ടവരായിരുന്നു. ഇവർ അതാത് പ്രദേശങ്ങളിൽ വർഗ്ഗബഹുജന സംഘടനകൾ സംഘടിപ്പിക്കുന്നതിൽ നേതൃത്വപരമായ പങ്ക് വഹിച്ചു. പാറപ്രം സമ്മേളനം കഴിഞ്ഞയുടനെ കൃഷ്ണപിള്ളയും സുന്ദര യ്യയും കാസർകോട്ടെ വിവിധ ഗ്രാമങ്ങൾ സന്ദർശിക്കുകയും കമ്യൂണിസ്റ്റ് സെല്ലുകൾ രൂപീകരിക്കാൻ നേതൃത്വം നൽകുകയും ചെയ്തു. 1940 ന് മുമ്പ് തന്നെ പാർട്ടിയുടെ രഹസ്യ സംഘടന കാസർകോട് താലൂക്കിൽ നിലവിൽ വന്നിരുന്നു. കെ. മാധവനും തിരുമുമ്പും അമ്പുനായരും കെ.വി. കമ്മാരനും നാരായണ വാരിയരും മറ്റും ഉൾപ്പട്ട താലൂക്ക് കമ്മിറ്റി പ്രവർ ത്തനങ്ങൾക്ക് നേതൃത്വം കൊടുത്തു. എൻ.ജി. കമ്മത്തും എൻ.കെ. കുട്ടനും ചന്തുമാസ്റ്ററും അംഗങ്ങളായ പാർടി സെൽ നീലേശ്വരത്ത് രൂപം കൊണ്ടു.

ഇവരെല്ലാം പാർട്ടിയെ കുറിച്ച് ലഭിച്ച അറിവുകൾ വെച്ച് സ്റ്റഡി ക്ലാ സുകൾ നടത്തി. പാർട്ടിയെ ബഹുജനങ്ങളുടെയിടയിലെത്തിക്കുവാനും ബഹുജന പ്രക്ഷോഭം ശക്തിപ്പെടുത്തുന്നതിനും വേണ്ടി മുഴുവൻ സമയ പ്രവർത്തനം അനിവാര്യമായി മാറി. കമ്യൂണിസ്റ്റ് പാർട്ടി രൂപീകരിച്ച നാൾ മുതൽ പാർട്ടി രഹസ്യ പ്രവർത്തനമാണ് നടത്തിവരുന്നത്. ചെറിയ ഇടവേളയിൽ മാത്രമാണ് പാർട്ടി നിയമവിധേയമാക്കപ്പെ ട്ടിരുന്നത്. നിരോധിക്കപ്പെട്ട ഘട്ടങ്ങളിൽ കടുത്ത പ്രതിസന്ധികളി ല്ലൂടെയാണ് പാർട്ടി മുന്നോട്ട് നീങ്ങിയത്. ഭരണകൂടത്തിന്റെയും ജന്മി

നാട്ടുവാഴികളുടെയും കടുത്ത എതിർപ്പുകൾ പാർട്ടി പ്രവർത്തകർ നേരിട്ടു. പോലീസിന്റെയും ഗുണ്ടകളുടെയും അതിക്രമങ്ങളെ മറികടന്നി ട്ടാണ് പ്രവർത്തനങ്ങൾ മുന്നോട്ട് കൊണ്ടുപോയത്. തികഞ്ഞ പാർട്ടി അച്ചടക്കത്തോടെയാണ് പ്രവർത്തകർ ഒളിവിലിരുന്ന് പ്രവർത്തിച്ചത്. ഒളിവില്പ്പുള്ള നേതാക്കൾക്ക് ഷെൽട്ടറുകൾ ഒരുക്കേണ്ടത് പ്രാദേശിക നേതൃത്വത്തിന്റെ ഉത്തരവാദിത്തമായിരുന്നു. പോലീസുകാരിൽ നിന്നും ഒറ്റുകാരിൽ നിന്നും നേതാക്കളെ സംരക്ഷിക്കുകയെന്ന ഗൗരവമായ ഉത്തരവാദിത്തമാണ് പ്രവർത്തകർ നിർവ്വഹിച്ചത്.

ഇത്തരമൊരു സന്ദർഭത്തിലാണ് സുന്ദരയ്യയും കൃഷ്ണപിള്ളയും നായനാരും കെ. മാധവനും തിരുമുമ്പും വി.വി. കുഞ്ഞമ്പുവും എ.വി. കുഞ്ഞ മ്പുവും കയ്യൂരിലെത്തി കർഷകർക്ക് രാഷ്ട്രീയാവബോധം നൽകിയത്. സ്റ്റഡി ക്ലാസ്സുകൾ നടത്തിയത്. അനീതിക്കെതിരെ പൊരുതാനുള്ള മനസ്സ് കർഷകരിൽ പാകപ്പെടുത്തിയെടുത്തത്. ചായക്കടയിലും ബാർ ബർഷാപ്പിലും വായനാശാലയിലും രാഷ്ട്രീയ ചർച്ചകൾ സംഘടിപ്പിക്കുന്ന തിലും സാമ്രാജ്യത്വത്തിനും ജന്മിത്വത്തിനുമെതിരെ പൊതുഅഭിപ്രായം രൂപീകരിക്കുന്നതിലും പ്രദേശിക പ്രവർത്തകർ ആത്മാർത്ഥമായി പരിശ്രമിച്ചു. കണ്ണിലെ കൃഷ്ണമണി പോലെ കമ്മ്യൂണിസ്റ്റ് പാർട്ടിയെ സംരക്ഷിക്കുവാൻ സാധാരണക്കാർ വരെ സന്നദ്ധമായത്ഇത്തരമൊരു രാഷ്ട്രീയാന്തരീക്ഷം സൃഷ്ടിക്കപ്പെട്ടതിന്റെ ഫലമാണ്. നീലേശ്വരം ഫർക്ക യിലും മറ്റും പിന്നീട് നടന്ന ഓരോ സമരങ്ങളും സംഭവങ്ങളും കയ്യൂരിനെ സ്വാധീനിച്ചുകൊണ്ടേയിരുന്നു.

കർഷകജാഥ മംഗലാപുരത്തേക്ക്

കർഷകസംഘത്തിന്റെ പ്രവർത്തനം താലൂക്കില്ുടനീളം വലിയ ആവേശമാണുണ്ടാക്കിയത്. താലൂക്കിന്റെ വിവിധ ഭാഗങ്ങളിൽ സംഘത്തിന് യൂണിറ്റുകളുണ്ടായി. ഓരോ ഗ്രാമത്തിലെയും ഉശിരന്മാരായ ചെറുപ്പക്കാർ സംഘം പ്രവർത്തകരായി മാറി. സംഘത്തിന്റെ യോഗം വിളിച്ചുചേർക്കുമ്പോൾ പുറത്ുനിന്ന് നേതാക്കൾ വന്ന് അവരോട് സംസാരിച്ചു. ഭരണകൂടത്തിന്റെയും ജന്മിയുടെയും ചൂഷണം അവസാ നിപ്പിക്കേണ്ടതിന്റെ ആവശ്യകത അവർ ആവർത്തിച്ച് പറഞ്ഞു. നേതാക്കൾ പുതിയ രാഷ്ട്രീയം ജനങ്ങളുടെ മുന്നിൽ അവതരിപ്പിച്ചു. ഈ പുതിയ രാഷ്ട്രീയത്തെ ജനങ്ങൾ രണ്ട് കയ്യും നീട്ടി സ്വീകരിച്ചു. എ.വി. കുഞ്ഞമ്പു, വി.വി.കുഞ്ഞമ്പു, കെ. മാധവൻ, ടി.എസ്. തിരുമുമ്പ്, എൻ.ജി. കമ്മത്ത് തുടങ്ങിയവർ ഇടക്കിടെ കയ്യൂർ ഉൾപ്പെടെയുള്ള ഗ്രാമങ്ങളി ലെത്തിച്ചേർന്ന് കർഷകരെ കണ്ടു. മടിക്കൈ, രാവണേശ്വരം, അടോട്ട്,

പെരുമ്പള, മുളിയാർ, കാടകം തുടങ്ങിയ ഗ്രാമങ്ങളിലും ഇതുതന്നെയാ യിരുന്ന സ്ഥിതി. രാഷ്ട്രീയമായ ഈ അന്തരീക്ഷമാണ് താലൂക്ക് കർഷ കസംഘം ഭാരവാഹികളെ ജാഥ നയിക്കാൻ പ്രേരിപ്പിച്ചത്. ജാഥയിൽ അണിചേരാൻ വളണ്ടിയർമാർ തയ്യാറായി. ഏത് പ്രതിസന്ധികളും അഭിമുഖീകരിക്കാൻ തയ്യാറുള്ള ഒരുകൂട്ടം പ്രവർത്തകർ എല്ലാ ഗ്രാമങ്ങളി ലും വളർന്നുവന്നു. ഈ അനുകൂല സാഹചര്യം കർഷകസംഘം താലൂക്ക് കമ്മിറ്റി വിലയിരുത്തുകയും കർഷകർക്ക് പ്രചോദനം നൽകുന്ന ജാഥ നടത്താൻ തീരുമാനിക്കുകയും ചെയ്തു.

ജന്മിത്വത്തിനെതിരെ ജനങ്ങളെ അണിനിരത്താൻ കർഷകസംഘം ആവിഷ്കരിച്ച ശ്രദ്ധേയമായ പരിപാടിയാണ് കർഷകജാഥ. ഗ്രാമങ്ങ ളിലൂടെ യാത്രുചെയ്യുമ്പോൾ കർഷകസംഘത്തിന്റെ ആശയങ്ങളേയും മുദ്രാവാക്യങ്ങളേയും എളുപ്പത്തിൽ ജനങ്ങളിലേക്കെത്തിക്കാൻ സംഘത്തിന് സാധിച്ചു. 1938 ഡിസംബർ 8-ന് കർഷക സംഘം കാസർകോട് താലൂക്ക് കമ്മിറ്റിയുടെ ആഭിമുഖ്യത്തിൽ ടി.എസ്. തിരുമുമ്പ് നേതൃത്വം നൽകിയ കാൽനടജാഥ മംഗലാപുരത്തേക്ക് പുറപ്പെട്ടു. ജന്മിത്വത്തിനെതിരെ ആദ്യത്തെ പരസ്യമായ കലാപം കർഷകസംഘം നടത്തിയത് ജാഥയുടെ രൂപത്തിലാണ്. ജന്മിമാരുടെ അക്രമപിരിവുകൾക്കെതിരെ കർഷകരെ അണിനിരത്താൻ ഇതിലൂടെ സംഘത്തിന് സാധിച്ചു. 40 ഗ്രാമങ്ങളിലെ പ്രാദേശിക സംഘങ്ങളിൽ നിന്ന് തെരഞ്ഞെടുക്കപ്പെട്ട 130 പ്രവർത്തകരൾക്കൊള്ളുന്നതായിരുന്ന ജാഥ. കെ. മാധവൻ ജാഥയുടെ പൈലറ്റും കൊയ്യൻ കുഞ്ഞിക്കണ്ണൻ അതിന്റെ ഖജാൻജിയുമായിരുന്നു. 1938ൽ തൃക്കരിപ്പുരിൽ നിന്ന് മംഗലാ പുരത്തേക്ക് പോയ കർഷക ജാഥയിൽ കയ്യൂരിനെ പ്രതിനിധീകരിച്ച് 8 പേർ പങ്കെടുത്തു.

മംഗലാപുരത്തെ ജില്ലാ കലക്ടരുടെ ആസ്ഥാനത്തേക്ക് നടന്ന ജാഥയെ എ.വി.കുഞ്ഞമ്പുവും കേരളീയനുമാണ് തൃക്കരിപ്പുരിൽ നിന്ന് യാത്രയാക്കിയത്. വഴിനീളെ ജാഥയ്ക്ക് ഊഷ്മളമായ സ്വീകരണമാണ് ലഭിച്ചത്. കാർഷിക മേഖലയിലെ പ്രശ്നങ്ങൾ, ജന്മിമാരുടെ ദുഷ്ചെ യ്തികൾ, കർഷകർ അനുഭവിക്കുന്ന ദുരിതങ്ങൾ തുടങ്ങിയവയെ കുറിച്ചുള്ള തിരുമുമ്പിന്റെ പ്രസംഗം കർഷകരിൽ പുതിയ ഉണർവ്വും ആവേശവ്വുമുണ്ടാക്കി. ജാഥയിലെ പ്രസംഗങ്ങളധികവും ജന്മിമാരുടെ അക്രമപിരിവുകൾക്കെതിരായിട്ടായിരുന്നു. ജന്മിമാരുടെ ചൂഷണം തുറന്നുകാട്ടാൻ പ്രസ്തുത ജാഥാപരിപാടി സംഘത്തെ വളരെയധികം സഹായിച്ചു. എ.വിയുടെ നേതൃത്വത്തിലുള്ള അഭിനവ ഭാരത്യുവക്

സംഘടനയുള്ളതിനാൽ കാര്യങ്കോട് പുഴ വരെ ജാഥക്ക് ആവേശകര മായ സ്വീകരണമായിരുന്നു ലഭിച്ചത്. തുടർന്ന് കാസർകോട് വരെയുള്ള സ്വീകരണം കോൺഗ്രസ് കമ്മിറ്റിയുടെ വകയായിരുന്നു. കോൺഗ്രസ് കമ്മിറ്റി ഇല്ലാത്ത ഗ്രാമങ്ങളിൽ പട്ടിണി കിടക്കേണ്ടി വന്നിട്ടുണ്ട്. മൊയാരത്ത് ശങ്കരനും, ഭാരതീയനും പ്രാസംഗികന്മാരായി ജാഥയില്ല ണ്ടായിരുന്നു.

ജാഥ നല്ലൊരു അനുഭവമായിരുന്നു. സങ്കീർണ്ണമായ ഗ്രാമ പ്രശ്ന ങ്ങൾ പഠിക്കാനും, കൃഷിക്കാരുടെ വികാരങ്ങൾ മനസ്സിലാക്കാനും കഴിഞ്ഞു. മാത്രമല്ല, കൃഷിക്കാരുടെ കാര്യം പറയാൻ ഇങ്ങനെയൊരു സംഘം ഉണ്ടല്ലൊ എന്ന കാര്യം കൃഷിക്കാർക്കും മനസ്സിലായി, സംഘം നേതാക്കളായ ടി.എസ്.തിരുമുമ്പ്, കെ.ടി. കുഞ്ഞിരാമൻ നമ്പ്യാർ, കോടോത്ത് നാരായണൻ നായർ, സി.എം.കുഞ്ഞിരാമൻ നായർ, കെ. മാധവൻ തുടങ്ങിയവർ കാസർകോട് താലൂക്കിലെ പ്രധാന ജന്മി കുടും ബാംഗങ്ങളിലെ അംഗങ്ങളായിരുന്നു. ഇത് കുടിയാന്മാരിൽ അത്ഭുതമു ണ്ടാക്കി. ജന്മി കുടുംബത്തില്ലുള്ളവർ ജന്മിത്വം നശിപ്പിക്കുന്നതിന് വേണ്ടി സമരരംഗത്തിറങ്ങുകയെന്നത് അവർക്ക് വിസ്മയം തന്നെയായിരുന്നു. കൃഷിക്കാരും കുടിയാന്മാരും അത് വിശ്വസിക്കാൻ പാടുപെട്ടിരുന്നു.

അക്രമ പിരിവുകൾ നിർത്തലാക്കണമെന്നും നിർദ്ദിഷ്ട മലബാർ കുടിയായ്മാ നിയമം കാസർകോട് താലൂക്കിനും ബാധകമാക്കണമെ ന്നും ആവശ്യപ്പെടുന്ന നിവേദനം ജാഥാംഗങ്ങൾ മംഗലാപുരത്ത് വെച്ച് കളക്ടർക്ക് നൽകി. കാസർകോട് മലബാറിനോട് കൂട്ടിയോജിപ്പിക്ക ണമെന്നും നിവേദനത്തിൽ ആവശ്യപ്പെടുകയുണ്ടായി. സാമ്രാജ്യത്വം നശിക്കട്ടെ, ജന്മിത്വം തുലയട്ടെ, അക്രമപ്പിരിവുകൾ നിർത്തലാക്കുക, കൃഷിഭൂമി കൃഷിക്കാരന് തുടങ്ങിയ മുദ്രാവാക്യങ്ങളാണ് ജാഥയിൽ മുഴ ങ്ങിയത്. കർഷക സംഘത്തിന്റെ മാനിഫെസ്റ്റോ തന്നെയായിരുന്നു നിവേദനത്തിന്റെ ഉള്ളടക്കം. പ്രധാനമായും താഴെ പറയുന്ന കാര്യങ്ങ ളാണ് നിവേദനത്തിൽ ഉൾക്കൊള്ളിച്ചിരുന്നത്.

1. കുടിയാന്റെ സ്ഥിരാവകാശം സാധൂകരിക്കുന്ന നിയമമില്ലാത്തതിന്റെ പേരിൽ കുടിയാനെ ഒഴിപ്പിക്കുന്നത് അവസാനിപ്പിക്കുക.

2. ഒരു സ്ഥലത്തിന്റെ മേലുള്ള തങ്ങളുടെ അവകാശം കാണിക്കുന്ന രേഖ കർഷകർക്ക് നൽകുക.

3. ജന്മിക്ക് വാരം കൊടുത്താൽ രശീത് നിർബന്ധമായും നൽകുക.

4. അക്രമപിരിവുകളായ വാശി, നൂരി, മുക്കാൽ, ശീലക്കാശ്, പൊലി, വെച്ചുകാണൽ മുതലായവ അവസാനിപ്പിക്കുക.

5. കുരുമുളക് കൃഷിയിൽ ഓരോ നാലുകൊല്ലത്തിനു ശേഷവും അഞ്ചാം കൊല്ലത്തിൽ ജന്മി പത്തിന് രണ്ടെടുക്കുന്ന പതിവ് അവസാനിപ്പിക്കുക.

6. മറ്റൊന്ന് പൊളിച്ചെഴുത്തിന് എതിരെയുള്ളതാണ്. (ഒരു കുടിയാന്റെ കൃഷി ഭൂമി നിശ്ചിത അവധിക്ക് ശേഷം പൊളിച്ചെഴുത്തിന് അഥവാ പാട്ടം പുതുക്കുന്നതിന് വിധേയമാക്കണം. കാസർകോട് താലൂക്കിലെ പല ചാർത്തുകളിലും നാലുകൊല്ലത്തിനു ശേഷം ഇത്തരം പുതുക്കൽ നടന്നിട്ടുണ്ട്. ഇങ്ങിനെ പുതുക്കുമ്പോൾ ജന്മിക്ക് കൂടുതൽ ശീലക്കാശ് അഥവാ മാനുഷം കൊടുക്കുന്ന കുടിയാന് ഭൂമി കൊടുക്കാവുന്നതാണ്. ഈ സമ്പ്രദായം അവസാനിപ്പിക്കാനാണ് സംഘം ആവശ്യപ്പെട്ടത്).

7. കൃത്യമായ തോതിൽ പാട്ടം നിശ്ചയിക്കുന്ന സമ്പ്രദായവും നില വിലില്ല. അത് ഓരോ ജന്മിയെ സംബന്ധിച്ചും ഓരോ കുടിയാനെ സംബന്ധിച്ചും വ്യത്യസ്തമാണ്. ആയതിനാൽ ഓരോ ഇനത്തിലും മര്യാദാപാട്ടം നിശ്ചയിക്കേണ്ടത് ഒരാവശ്യമാണ്.

8. സാധാരണ ജന്മിമാർ കുടിയാനിൽ നിന്നും മുൻകൂറായി ഒരു സംഖ്യ മാനുഷമായും കുഴിക്കാണമായും ആവശ്യപ്പെട്ടു. ആയതിനാൽ ഇതിനു പണമില്ലാത്തവർക്ക് ഭൂമി കൃഷിക്ക് കിട്ടുവാൻ സന്ദർഭമുണ്ടായില്ല.

9. നാട്ടുമര്യാദ പ്രകാരമുള്ള ഉത്സവക്കാഴ്ചകൾ മറ്റൊരു നിയമവിധേയമല്ലാത്ത പിരിവാണ്. ഇത് ഒരു തരത്തിലുള്ള അടിയായ്മയുടെ പിരിവായിരുന്നു. ജന്മിയുടെ വീട്ടിൽ ഉത്സവമോ ആഘോഷമോ മറ്റോ നടക്കുമ്പോൾ ചില സമ്മാനങ്ങൾ ജന്മിക്ക് കൊടുക്കുവാൻ കുടിയാൻ ബാധ്യസ്ഥനാകുന്നു.

ഈ ജന്മിമാർ ജാതീയത ശക്തിപ്പെടുത്തുകയും ഒരു ജാതിക്കെതിരായി മറ്റൊരു ജാതിയെക്കൊണ്ടു കളിപ്പിക്കുകയും ചെയ്തു. ഇവ പരിഹരിച്ച കൊണ്ട് കുടിയാന് സ്ഥിരാവകാശം ലഭിക്കുന്ന കുടിയായ്മ നിയമം നടപ്പിലാക്കണമെന്നാവശ്യപ്പെട്ടു കൊണ്ട് തെക്കൻ കർണ്ണാടക ജില്ലാ കലക്ടർക്ക് നിവേദനം സമർപ്പിച്ചു. മലബാർ കുടിയായ്മ നിയമം തെക്കൻ കർണ്ണാടക ജില്ലയ്ക്ക് കൂടി ബാധകമാക്കുക എന്നത് കർഷക സംഘത്തിന്റെ പ്രധാന ആവശ്യമായിരുന്നു. റവന്യൂ ഉദ്യോഗസ്ഥന്മാർ നികുതി ബാക്കി ഈടാക്കുന്നതിനായി ഭൂമിയിലെ വിളവുകൾ ജപ്തി ചെയ്യുന്നതും ഒരു സാധാരണ പതിവായിരുന്നു. ആയതിനാൽ ഇത്തരം വിള ജപ്തികൾ റദ്ദാക്കണമെന്ന മെമ്മോറാണ്ടത്തിൽ ആവശ്യപ്പെട്ടു.

കാസർകോട്ടെ ഭൂരിഭാഗം ജനങ്ങളും മലയാളികളായതിനാൽ ഭാഷാ പരമായ അടിസ്ഥാനത്തിൽ മലബാറിനോട് ചേർക്കേണ്ടതാണെന്ന ആവശ്യവും നിവേദനത്തിൽ ഉന്നയിച്ചിരുന്നു. ജാഥാനുഭവം കയ്യൂര കാരെ ആവേശഭരിതരാക്കി.

കർഷക പ്രസ്ഥാനത്തിന്റെ വളർച്ചയോടൊപ്പം പുതിയൊരു നേതൃനിര വളർന്നുവന്നു. സാധാരണ കുടുംബ പശ്ചാത്തലത്തിൽ ജനിച്ച വളർന്ന എ.വി.കുഞ്ഞമ്പു, വി.വി.കുഞ്ഞമ്പു തുടങ്ങിയവർ ഈ വസ്തുതയെ ഉദാഹരിക്കുന്നു. ജാതിക്കും അന്ധവിശ്വാസങ്ങൾക്കുമെതി രായും കർഷക പ്രസ്ഥാനം പ്രവർത്തിച്ചു. നിരക്ഷരരായ കൃഷിക്കാർക്ക് നിശാപാഠശാലകളും വായനശാലകളും സ്ഥാപിച്ച് രാഷ്ട്രീയ പ്രബുദ്ധത നൽകി. ദേശീയ പ്രസ്ഥാനം ഗ്രാമ-ഗ്രാമാന്തരങ്ങളിൽ വ്യാപിക്കുന്നതിന് ഈ രാഷ്ട്രീയ വിദ്യാഭ്യാസം വളരെ സഹായിച്ചതായി കാണാം. നിശാ പാഠശാലകളിൽ ജാതിയുണ്ടായിരുന്നില്ല. എല്ലാവരും സംഘത്തിന്റെ അംഗങ്ങളായിരുന്നു. ജാതിസ്വത്വമല്ല സംഘസ്വത്വമാണ് ജനങ്ങളെ നയിച്ചത്. ജാഥയിൽ പങ്കെടുത്ത വളണ്ടിയർമാർക്ക് ആത്മവിശ്വാസം വർദ്ധിക്കുന്നതിന് ജാഥ കാരണായിത്തീർന്നു. കർഷകസംഘം തങ്ങൾ ക്കൊപ്പമുണ്ട് എന്ന തിരിച്ചറിവ് ജാഥാംഗങ്ങൾ കയ്യൂരിലെ കർഷകരി ലേക്ക് എത്തിച്ചു.

കളക്ടർ വെള്ളോടിയുടെ ചുകന്ന നോട്ടീസ്

ഇത്തരം സംഭവങ്ങൾ ഭരണക്കൂടത്തെ അലോസരപ്പെടുത്തി. കൊളോണിയൽ ഭരണകൂടം കർഷക പ്രസ്ഥാനത്തിന്റെ വളർച്ചയെ തടസ്സപ്പെടുത്തുന്ന ശക്തമായ നടപടികൾ സ്വീകരിച്ചു. കയ്യൂർ ഉൾപ്പ ടെയുള്ള ഗ്രാമങ്ങളിൽ വളർന്നുവരുന്ന കർഷകസംഘത്തിന്റെ പ്രവർ ത്തനങ്ങളെ എത്രഗൗരവത്തോടെയാണ് അധികൃതർ നോക്കിക്കണ്ടത് എന്നതിന്റെ തെളിവാണ് കലക്ടർ വെള്ളോടിയുടെ ചുകന്ന നോട്ടീസ്. മലബാറിനോട് തൊട്ട് കിടക്കുന്ന തെക്കൻ കർണ്ണാടക ജില്ലയിൽപെട്ട കാസർഗോഡ് താലൂക്ക് ഒരു അപകട മേഖലയാണെന്നും അവിടത്തെ ബഹുജനപ്രസ്ഥാനങ്ങളുടെ നീക്കത്തെ സസൂക്ഷ്മം വീക്ഷിച്ചുകൊള്ള ണമെന്നും ഉദ്യോഗസ്ഥൻമാർക്ക് നിർദ്ദേശം കൊടുത്തുകൊണ്ടുള്ളതാ യിരുന്നു പ്രസ്തുത നോട്ടീസ്. ബഹുജനങ്ങളുടെ എല്ലാതരത്തിലും ഉള്ള വിപ്ലവപ്രവർത്തനങ്ങളെയും നിർദ്ദയം അടിച്ചമർത്തുന്നതാണെന്ന് കർശനമായി താക്കീതും നോട്ടീസിലുണ്ടായിരുന്നു. നോട്ടീസിന്റെ ഉള്ളട ക്കം ചുകന്ന കടലാസിൽ അച്ചടിച്ച എന്നയതുകൊണ്ട് മാത്രമല്ല, അതിനെ ചുകന്ന നോട്ടീസ് എന്ന് നാമകരണം ചെയ്തിരുന്നത്. നാട്ടിലാകമാനം

ആപത്ത് പടർന്ന് പിടിച്ചിരിക്കുന്ന എന്നതിന്റെ ദു:സൂചന ലഭിക്കുന്ന തിനുള്ള ബോധപൂർവ്വമായ ലക്ഷ്യവും കൂടി നോട്ടീസിന്റെ പിന്നിലുണ്ടാ യിരുന്നു. ജനങ്ങളുടെ ആവേശകരമായ വിപ്ലവമുന്നേറ്റവും ജനകീയ പ്രസ്ഥാനങ്ങളെപ്പറ്റിയുള്ള ഉദ്യോഗസ്ഥന്മാരുടെ കള്ള റിപ്പോർട്ടുകളും ജന്മിമാരുടെ പരാതികളും എല്ലാംകൂടി ഒത്തൊരുമിച്ചപ്പോൾ വിപ്ലവപ്ര സ്ഥാനങ്ങളുടെ തള്ളിക്കയറ്റത്തെ തടഞ്ഞുനിർത്തുന്നതിനും തരപ്പെട്ട മെങ്കിൽ അവയെ ഉന്മൂലനം ചെയ്യുന്നതിനും കാര്യമായ നടപടികൾ എടുത്തേ പറ്റൂ എന്ന് അധികൃതർക്ക് തോന്നിയതിന്റെ സൂചനയാണ് നോട്ടീസ്. കലക്ടർ വെള്ളോടിയുടെ ചൂടനന നോട്ടീസ് കൊടിയ മർദ്ദനം ആസന്നഭാവിയിൽ അഴിച്ചു വിടുന്നതിന്റെ വിളംബരമായിരുന്നു.

മലബാർ സംയോജന പ്രസ്ഥാനം

കേരള സംസ്ഥാന രൂപീകരണത്തിന്റെ ആദ്യ ചുവട് വെപ്പ് നടത്തുന്നത് കാസർകോട് താലൂക്കിലെ ഇടതുപക്ഷ പ്രസ്ഥാനമാണ്. കൃത്യമായി പറഞ്ഞാൽ താലൂക്ക് കർഷക സംഘമാണ്. ദക്ഷിണ കാനറ ജില്ലയുടെ ഭാഗമായ കാസർകോട് താലൂക്ക് മലബാറിൽ ലയിപ്പിക്കണ മെന്ന ആവശ്യം 1930 കളുടെ അവസാനത്തോടെ വളരെ ശക്തമായി. സാധാരണ കൃഷിക്കാർ മലബാറിന്റെ ഭാഗമായി മാറാൻ അത്യധികം ആഗ്രഹിച്ചു. മലബാർ കുടിയായ്മ നിയമം ഉൾപ്പടെ കർഷകരുടെ താൽപ്പര്യങ്ങൾ സംരക്ഷിക്കുന്ന നിയമ നിർമ്മാണങ്ങൾ മലബാറിൽ നിലനിന്നിരുന്നു. അത്തരം നിയമ സംരക്ഷണം കാസർകോട്ടെ കർഷകർക്ക് ലഭിച്ചിരുന്നില്ല. മലബാറിൽ ബ്രിട്ടീഷുകാർ നടപ്പാക്കിയ നിയമങ്ങൾ കാസർകോട്ടേക്ക് വ്യാപിപ്പിക്കണമെന്നായിരുന്ന കർഷക സംഘത്തിന്റെ മുദ്രാവാക്യങ്ങളിലൊന്ന്. 1935 ലെ ഇന്ത്യാ ഗവൺമെന്റ് ആക്ട് പ്രകാരം നടന്ന തിരഞ്ഞെടുപ്പിൽ മദിരാശി സംസ്ഥാനത്തിൽ രാജാജിയുടെ നേതൃത്വത്തിൽ കോൺഗ്രസ് ഗവൺമെന്റ് അധികാ രത്തിൽ വന്നു. മലബാർ സംയോജന പ്രസ്ഥാനത്തിന് ഇത് വലിയ ഉത്തേജനമായിത്തീർന്നു.

കാസർകോട് മലബാറിൽ ലയിപ്പിക്കണമെന്ന ആശയം വിപുലമായ തോതിൽ ചർച്ച ചെയ്യപ്പെട്ടു. മലബാർ സംയോജനമെന്ന ആശയം ഉയർത്തിപ്പിടിച്ച് പ്രചരണ ജാഥ സംഘടിപ്പിക്കവാൻ തീരുമാനിച്ചു. 1937 മെയ് 28 ന് തൃക്കരിപ്പൂരിൽ കെ. കേളപ്പൻ ഉദ്ഘാടനം ചെയ്ത ജാഥയുടെ നേതാവ് സുബ്രഹ്മണ്യൻ തിരുമുമ്പായിരുന്നു. കാസർകോട് വലിയ സമ്മേളനത്തോടുകൂടിയാണ് ജാഥ സമാപിച്ചത്. മലബാർ സംയോജന ആശയത്തെ ഗ്രാമീണ ജനങ്ങളിലെത്തിക്കാൻ ഈ ജാഥയിലൂടെ

കഴിഞ്ഞു. ജാഥയുടെ വിജയം ഇടതുപക്ഷ നേതാക്കൾക്ക് പുതിയ ഉണർവ്വ് നൽകി. മലയാളം സംസാരിക്കുന്നവരെല്ലാം ചേർന്ന് ഒരു കേരളം എന്ന ഉദാത്തമായ ആശയത്തിന്റെ ആദ്യത്തെ ഘട്ടമാണ് ഈ പ്രചരണ ജാഥയിലൂടെ സാദ്ധ്യമായത്. മാത്രമല്ല കർഷകരുടെ പ്രശ്നങ്ങൾ ചൂണ്ടിക്കാട്ടാനും അവരുടെ താൽപ്പര്യങ്ങൾ സംരക്ഷിക്കാൻ നിയമനിർമ്മാണം നടത്തേണ്ടതിന്റെ ആവശ്യകത പ്രചരിപ്പിക്കാനും ജാഥയിലൂടെ കഴിഞ്ഞു.

ഇതിന്റെ രണ്ടാംഘട്ടം 1938 ഏപ്രിലിൽ നീലേശ്വരത്ത് നടന്നു. ആയിരങ്ങൾ പങ്കെടുത്ത വിപുലമായ മലബാർ സംയോജന സമ്മേളനം കോൺഗ്രസ് നേതാവ് മുഹമ്മദ് അബ്ദൾ റഹിമാന്റെ അദ്ധ്യക്ഷതയിൽ മദ്രാസ് സംസ്ഥാന മന്ത്രി കൊങ്ങാട്ടിൽ രാമൻ മേനോൻ ഉദ്ഘാടനം ചെയ്തു. കാസർകോട് പ്രദേശം മലബാറുമായി സംയോജിപ്പിക്കണമെന്ന ആവശ്യം സമ്മേളനം ഏകകണ്ഠമായി അംഗീകരിച്ചു. ജന്മിപക്ഷക്കാരും കർഷ പക്ഷക്കാരും തമ്മിൽ ആശയപരമായ സംഘട്ടനം നടന്നു. പ്രബലരായ ചില മലയാളി ജന്മിമാർ സംയോജനത്തിനെതിരായിരുന്നു. അത് അവരുടെ വർഗ്ഗ താൽപര്യ സംരക്ഷണത്തിന്റെ ഭാഗമായിരുന്നു. മലബാർ കുടിയായ്മ നിയമം കാസർകോട് താലൂക്കിലും ബാധകമാക്കണമെന്ന പ്രമേയം കെ. മാധവൻ അവതരിപ്പിച്ചു. എ.വി. കുഞ്ഞ സ്വവിന്റെ നേതൃത്വത്തിലുള്ള അഭിനവ ഭാരത് യുവക് സംഘത്തിന്റെ പ്രതിനിധികൾ ആവേശത്തോടെ പ്രമേയത്തെ അനുകൂലിച്ചു. കെ.ടി. കുഞ്ഞിരാമൻ നമ്പ്യാരും ഏ.സി. കണ്ണൻ നായരും സംയോജനത്തെ അനുകൂലിച്ചു. തിരുമുമ്പിന്റെ സഹോദരൻ ഉണ്ണിക്കൃഷ്ണൻ തിരുമുമ്പിന്റെ നേതൃത്വത്തിൽ ജന്മിപക്ഷക്കാർ കെ. മാധവൻ അവതരിപ്പിച്ച പ്രമേയത്തെ എതിർത്തു. ജന്മിമാരുടെ താൽപര്യത്തിനെതിരായിരിക്കും സംയോജനമെന്നത് കൊണ്ടാണ് ജന്മിപക്ഷക്കാർ ഇതിനെ എതിർത്തത്. മലബാർ സംയോജന പ്രസ്ഥാനം കയ്യൂരിലും ചില ചലനങ്ങൾ സൃഷ്ടിക്കുകയുണ്ടായി.

ബാലസംഘം

കുട്ടികളെ രാഷ്ട്രീയ ബോധമുള്ളവരാക്കി മാറ്റുന്നതിലും സാമ്രാജ്യവിരുദ്ധ പോരാട്ടത്തിന്റെ ഭാഗമാക്കി കുട്ടികളെ മാറ്റുന്നതിലും ബാലസംഘം പ്രധാന പങ്കുവഹിച്ചു. പിലിക്കോട് രൂപം കൊണ്ട ബാലസംഘത്തിന്റെ പ്രവർത്തനം അയൽ ഗ്രാമങ്ങളിലേക്ക് വളരെ വേഗം വ്യാപിച്ചു. കൊടക്കാട് കർഷക സമ്മേളനത്തിന്റെ ഭാഗമായി നടന്ന ബാലസംഘം സമ്മേളനത്തിൽ കയ്യൂരിൽ നിന്ന് കുട്ടികൾ

പങ്കെടുക്കുകയുണ്ടായി. ചുരിക്കാടൻ കൃഷ്ണൻ നായരെപ്പോലെയുള്ള ഉശിരൻ കുട്ടികൾ മുതിർന്നവരോടൊപ്പം സാമ്രാജ്യത്വ വിരുദ്ധ സമ്മേ ളനത്തിൽ പങ്കാളികളായി മാറി. കയ്യൂരിൽ ബാലസംഘത്തിന്റെ രൂപീകരണം ഇതിനകം നടന്ന കഴിഞ്ഞിരുന്നു. സാമ്രാജ്യത്വവിരുദ്ധ സമരങ്ങളെ ചലനാത്മകമാക്കുന്നതിൽ ബാലസംഘം വലിയ സംഭാ വനയാണ് നൽകിയത്. കുട്ടികളുടെ ചെറുസംഘങ്ങൾ രൂപീകരിച്ച് ഗ്രാമത്തിലുടനീളം അവർ ജാഥകൾ സംഘടിപ്പിച്ചു. മുദ്രാവാക്യം മുഴക്കി ക്കൊണ്ട് വയൽ വരമ്പുകളില്ലൂടെ, കുന്നിൻ ചെരുവില്ലൂടെ, നാട്ടുപാതകളി ല്ലൂടെ, പുഴയോരങ്ങളില്ലൂടെ അവർ ചെറിയ കൊടികളും വീശി പ്രകടനം നടത്തുന്നത് കയ്യൂരിൽ പതിവ് കാഴ്ചയായി മാറി. രാഷ്ട്രീയ ക്യാമ്പുകൾ നടക്കുമ്പോൾ അവിടെ വളണ്ടിയർമാരായി നിന്ന കുട്ടികൾ പുതിയ അറിവുമായാണ് പുറത്ത് വന്നത്. ഈ അറിവാണ് അവരുടെ രാഷ്ടായ ബോധത്തിന്റെ അടിത്തറ. യുദ്ധം തുടങ്ങിയപ്പോൾ യുദ്ധത്തിനെതിരെ വ്യാപക പ്രചരണമാണ് കുട്ടികൾ അഴിച്ചുവിട്ടത്. ഒരു നാടിന്റെ ചെറുത്തു നിൽപ്പിൽ കുട്ടികൾ വിപ്ലവകാരികളായി മാറുന്ന കാഴ്ചയാണ് കയ്യൂരിൽ നാം കാണുന്നത്.

അഭിനവ ഭാരത് യുവക് സംഘം

കയ്യൂരിലെ വിപ്ലവ രാഷ്ട്രീയത്തെ ത്വരിപ്പിക്കുന്നതിൽ അഭിനവ ഭാരത് യുവക് സംഘം നൽകിയ സംഭാവന വളരെ വലുതാണ്. യുവക് സംഘത്തിന്റെ പ്രവർത്തന മേഖല കരിവെള്ളൂരിന്റെ അതിരുകളെ ഭേദിച്ച് അതിവേഗം സമീപ ഗ്രാമങ്ങളിലെത്തി. നിയമലംഘന പ്രസ്ഥാ നത്തെ തുടർന്ന് ജയിലിലടക്കപ്പെട്ട ഏ.വി. കുഞ്ഞമ്പു 9 മാസത്തെ ജയിൽ വാസത്തിന് ശേഷം കരിവെള്ളൂരിലെ കരിമ്പിൽ കൃഷ്ണനും കൃഷ്ണൻ നമ്പീശനുമൊരുമിച്ച് 1934 ൽ നടത്തിയ ഭാരത പര്യടനം വടക്കെ മലബാറിന്റെ രാഷ്ട്രീയ ചരിത്രത്തിലെ നിർണ്ണായക ഘട്ടത്തിന് നിമിത്തമായി മാറി. അസംതൃപ്തരായ കോൺഗ്രസ് പ്രവർത്തകരെ ഈ യാത്രയിൽ അവർ കണ്ടുമുട്ടി. ബദൽ രാഷ്ട്രീയത്തെക്കുറിച്ചുള്ള ചർച്ച യുവാക്കളുടെയിടയിൽ വ്യാപകമായി നടന്നുവരുന്നത് അവർ കണ്ടറിഞ്ഞു. വിപ്ലവകാരികളായ സ്വാതന്ത്ര്യസമര പോരാളികളുമായി ഇവർ ആശയ സംവാദം നടത്തി. എന്തും സഹിക്കാൻ തയ്യാറുള്ള ചെറുപ്പക്കാരെ സംഘടിപ്പിച്ചുകൊണ്ട് ഒരു ബദൽ രാഷ്ട്രീയ പ്രസ്ഥാനം രൂപീകരിക്കുകയെന്ന ലക്ഷ്യവുമായി നാട്ടിൽ തിരിച്ചെത്തിയ ഏ.വി. കുഞ്ഞമ്പു കരിവള്ളൂരിൽ അഭിനവ് ഭാരത് യുവക് സംഘത്തിന് രൂപം നൽകി. കോൺഗ്രസ് സോഷ്യലിസ്റ്റ് പാർട്ടിയിൽ നിന്ന് വിഭിന്നമായ

ഒരു രാഷ്ട്രീയ സംഘടനയായിരുന്ന യുവക് സംഘം. തികഞ്ഞ ഒരു വിപ്ലവ സംഘടന. സ്വാതന്ത്ര്യമെന്നാൽ രാഷ്ട്രീയാധികാരം പിടിച്ചെടു ക്കലാണ്. അതിന് വിപ്ലവമല്ലാതെ, പോരാട്ടമല്ലാതെ മറ്റ് മാർഗ്ഗമില്ല. സമരം ആളിക്കത്തുമ്പോൾ അതിൽ വെള്ളമൊഴിച്ച് കെടുത്തി ശാന്തി യെന്നും സമാധാനമെന്നും പറയുന്നതല്ല പോരാട്ടം. പോരാട്ടമെന്നത് ഭഗത്സിംഗിന്റെയും ചന്ദ്രശേഖറിന്റെയും വഴിയാണ്. വ്യക്തമായ ലക്ഷ്യം, ശക്തമായ സംഘടന, നിരന്തരമായ പ്രചാരവേല എന്നിവ യുവക് സംഘത്തിന്റ് സമീപനമായിരുന്ന. കരിവെള്ളരില്ലം പരിസര പ്രദേശ ങ്ങളില്ലം ഇടതുപക്ഷ രാഷ്ട്രീയം വളർന്നുവരാനുള്ള മണ്ണ് പാകപ്പെടുത്തി യെടുക്കുന്നതിൽ യുവക് സംഘത്തിന്റെ സംഭാവന നിർണ്ണായകമാണ്. യുവക് സംഘത്തിലെ പ്രവർത്തകരെല്ലാം പിന്നീട് കമ്യൂണിസ്റ്റുകാരായി മാറുന്നതിന്റെ അടിസ്ഥാനമിതാണ്. യുവക് സംഘത്തിലെ അംഗങ്ങൾ കർഷകസംഘത്തിന്റെ അംഗങ്ങളായി. അവരെല്ലാം പിന്നീട് കമ്മ്യൂണി സ്റ്റ് കാരായി മാറിയതും ചരിത്രം.

കൊടക്കാട് സമ്മേളനം

കയ്യൂരിൽ ചുവപ്പിന്റെ രാഷ്ട്രീയത്തെ ത്വരിതപ്പെടുത്തിയ പ്രധാന സംഭവമാണ് കൊടക്കാട് കർഷക സമ്മേളനം. കാസർകോട്-ചിറക്കൽ താലൂക്കുകൾ ഉൾപ്പെടുന്ന പ്രദേശത്ത് അത്രയും വലിയൊരു സമ്മേളനം ആദ്യമായിട്ടായിരുന്ന. 1939 ജനുവരി 14, 15 തീയ്യതികളിലാണ് സമ്മേളനം നടന്നത്. കർഷക സംഘം, അഭിനവ ഭാരത് യുവക് സംഘം, ബാലസംഘം, മഹിളാ പ്രസ്ഥാനം എന്നിവയുടെ സമ്മേളനങ്ങളാണ് രണ്ട് ദിവസങ്ങളിലായി സംഘടിപ്പിച്ചത്. അഭിനവ ഭാരത് യുവക് സംഘ ത്തിന്റെയും കർഷക സംഘത്തിന്റെയും കാസർകോട് താലൂക്കിലെ പ്രഥമ ഘടകങ്ങൾ നിലവിൽ വന്നതും കൊടക്കാട്ടായിരുന്ന. കൊടക്കാട് പ്രദേശം രണ്ട് മൂന്ന് മാസക്കാലം തികച്ചും സമ്മേളന ലഹരിയിലായിരു ന്ന. കർഷക സംഘം പ്രവർത്തനങ്ങൾക്കുള്ള മേൽനോട്ട ചുമതല എ.വി. കുഞ്ഞമ്പുവിനായിരുന്ന. അദ്ദേഹത്തിന്റെ നാടായ കരിവെള്ളൂരിനെ തൊട്ടുരുമ്മിയായിരുന്ന കൊടക്കാടിന്റെ കിടപ്പ്. സമ്മേളന സൗകര്യം കണക്കിലെടുത്ത് താലൂക്ക് സംഘം ഓഫീസ് കൊടക്കാട്ടേക്ക് മാറ്റി. എ.വിയെ സംബന്ധിച്ചിടത്തോളം ഇത്തരം നടപടികൾക്കുള്ള പ്രധാന കാരണം യുവക് സംഘം കൊടക്കാട്ട് ശക്തമായിരുന്നുവെന്നതാണ്. നീലേശ്വരം ബസാറിൽ വയോജന വിദ്യാഭ്യാസ കേന്ദ്രം വായനശാല യോട് അനുബന്ധിച്ചാണ് ഇതുവരെയും ഓഫീസ് പ്രവർത്തിച്ചിരുന്നത് എന്ന് കർഷക സംഘം താലൂക്ക് സെക്രട്ടറിയായിരുന്ന കെ.മാധവൻ

ഓർമ്മിക്കുന്നു. കൊടക്കാട് ലേബർ സ്കൂൾ പ്രവർത്തിച്ചിരുന്ന കെട്ടിട മാണ് (എടാച്ചേരി കുന്നിന്റെപരിസരത്ത്) സംഘത്തിന്റെ ഓഫീസായി ഉപയോഗിച്ചിരുന്നത്. എ.വി.യുടെ നേതൃത്വത്തിൽ സംഘം പ്രവർത്തന ങ്ങളോടൊപ്പം ഹിന്ദി ക്ലാസ്സും അവിടെ നടത്തിയിരുന്നു.

സമ്മേളനത്തിന്റെ തയ്യാറെട്ടപ്പുകൾക്കായി വെവ്വേറെ സ്വാഗത സംഘം രൂപീകരിച്ചാണ് പ്രവർത്തനങ്ങൾ സംഘടിപ്പിച്ചത്. യുവക് സംഘം സമ്മേളനത്തിന്റെ സ്വാഗത സംഘം പ്രസിഡണ്ട് ഇ.നാരാ യണൻ നമ്പിയും, സെക്രട്ടറി ടി.വി.ശങ്കരൻ മാസ്റ്ററുമായിരുന്നു. കർഷക സംഘം സമ്മേളനത്തിന്റെ സ്വാഗതസംഘം പ്രസിഡണ്ട് ടി.എസ്. തിരുമുമ്പും, സെക്രട്ടറി പി.സി.കുഞ്ഞിക്കൃഷ്ണൻ അടിയോടിയുമായിരുന്നു. രണ്ട് കമ്മിറ്റികളുടെയും ട്രഷറർ കൊയ്യൻ കുഞ്ഞിക്കണ്ണനായിരുന്നു. നേതാക്കളുടെ ഭക്ഷണം, താമസം, യാത്ര തുടങ്ങിയ വലിയ ഉത്തരവാ ദിത്വങ്ങൾ ഏറ്റെടുത്താണ് സ്വാഗത സംഘം പ്രവർത്തിച്ചത്. പ്രചാരണം, സംഭാവന, പിരിവ് മുതലായവയും സജീവമായി നടന്നു. വി.വി.കുഞ്ഞ ന്യ,എൻ.എസ്.നമ്പൂതിരി, എലിച്ചി കണ്ണൻ തുടങ്ങിയവരും സമ്മേളന ഒരുക്കങ്ങൾക്കായി നിറഞ്ഞു നിന്ന് പ്രവർത്തിച്ചവരാണ്. എടാച്ചേരി കുന്നിന്റെ കിഴക്ക് ഭാഗത്തുള്ള വിശാലമായ പറമ്പായിരുന്നു സമ്മേളന നഗർ.

കയ്യൂരിനോട് ചേർന്ന് കിടക്കുന്ന കൊടക്കാട് ഗ്രാമത്തിൽ നടന്ന സമ്മേളനം സ്വാഭാവികമായും കയ്യൂരിനേയും ഇളക്കിമറിച്ചു. കർഷകരും കർഷകസംഘം പ്രവർത്തകരും സമ്മേളനത്തിൽ പങ്കെടുത്തു. സമ്മേള നത്തിന്റെ വിജയകരമായ നടത്തിപ്പിന് വേണ്ടി രൂപീകരിച്ച സ്വാഗതസം ഘത്തിലും കയ്യൂരിൽ നിന്നുള്ള പ്രവർത്തകരുണ്ടായിരുന്നു. സമ്മേളന നടത്തിപ്പിന്റെ ഭാഗമായി നടന്ന ഒരുക്കങ്ങളിൽ ഏറ്റവും പ്രധാനപ്പെട്ടത് വളണ്ടിയർ സേനയുടെ രൂപീകരണമായിരുന്നു. ചുവന്ന ട്രൗസറും കാക്കി ഷർട്ടും യൂണിഫോമായി സ്വീകരിച്ച വളണ്ടിയർ സേന യൂത്ത് ഗാർഡ് എന്ന് അറിയപ്പെട്ടു. ആരോളം പേരുണ്ടായിരുന്ന യൂത്ത് ഗാർഡിന്റെ ശിക്ഷണം വളരെ കടുത്തതായിരുന്നു. കെപിസിസി വളണ്ടിയർ ആഫീസറായിരുന്ന നീലേശ്വരത്തെ എൻ.കെ. കുട്ടന്റെ നേതൃത്വത്തിലായിരുന്ന പരിശീലനം. പരിശീലനം ലഭിച്ച യൂത്ത് ഗാർഡിന്റെ റൂട്ട് മാർച്ച് ജനങ്ങൾക്ക് പുതിയ അനുഭവമായിരുന്നു. വളണ്ടിയർമാരുടെ സ്വഭാവ വൈശിഷ്യത്തെ കുറിച്ചും ഉത്തരവാദിത്വത്തെക്കുറിച്ചും തിരുമുമ്പ് സ്റ്റഡി ക്ലാസ് എടുത്തു. ഈ വളണ്ടിയർ സംഘടനയും റൂട്ട്മാർച്ചുമെല്ലാം കയ്യൂരിലെ സംഘം പ്രവർത്ത കർക്ക് നൽകിയ ആവേശമാണ് ഇതുപോലെ വളണ്ടിയർ പരിശീലനം സംഘടിപ്പിക്കാൻ അവരെ പ്രേരിപ്പിച്ചത്.

കർഷക പ്രസ്ഥാനത്തിന്റെയും കോൺഗ്രസ് സോഷ്യലിസ്റ്റ് പാർടി യുടെയും പ്രമുഖ നേതാക്കളെല്ലാം കൊടക്കാട് സമ്മേളനത്തിൽ പങ്കെടു ത്തിരുന്നു. എൻ.ജി. രംഗ, പി. കൃഷ്ണപിള്ള, കാമേശ്വർ റാവു, മൊയ്തുമൗലവി, എ.കെ.ജി, കേരളീയൻ, കെ.പി.ആർ. ഗോപാലൻ, പി. നാരായണൻ നായർ, മുഹമ്മദ് അബ്ദുൾ റഹിമാൻ തുടങ്ങിയവരും താലൂക്കിലെ എല്ലാ പ്രവർത്തകരും നേതാക്കളും സമ്മേളനത്തിൽ പങ്കെടുത്തു. സമ്മേളന ത്തിന്റെ ഏറ്റവും വലിയ സവിശേഷത പന്തിഭോജനമായിരുന്നു. ജാതി ചട്ടങ്ങൾ കണിശമായി പാലിക്കപ്പെട്ടുപോന്ന അന്നത്തെ ചുറ്റപാടിൽ പന്തിഭോജനത്തിന് തനതായ പ്രാധാന്യമുണ്ട്. ഭക്ഷണ ശാലയിൽ ജാതി-മതഭേദമന്യേ എല്ലാവരും ചേർന്നുള്ള മിശ്രഭോജനം ജാതീയത യുടെയും കീഴ് വഴക്കങ്ങളുടെയും മതിൽക്കെട്ടുകൾ തകർക്കുന്നതായാ യിരുന്നു. നാനാ ജാതി മതസ്ഥർ ഒരേ പന്തിയിൽ ഒപ്പമിരുന്ന് ഭക്ഷണം കഴിച്ച സംഭവം അന്നത്തെ സ്ഥിതിക്ക് ആകാശം തകർന്നുവീഴുമ്പോലു ള്ള കല്ലക്കമാണ് നാട്ടിലുണ്ടാക്കിയത്. ഭക്ഷണശാലയിൽ സമ്മേളന നഗറിലെയുപോലെ ഗംഭീരമായ ഒരു പന്തൽ കെട്ടിയുയർത്തിയിരുന്നു. ഭക്ഷണാവശ്യത്തിനുള്ള സാധനങ്ങൾ നാടിന്റെ പല ഭാഗത്തു നിന്നും കർഷക സംഘം കമ്മിറ്റികളുടെ നേതൃത്വത്തിൽ വാദ്യഘോഷത്തോട്ട കൂടി ഘോഷയാത്രയായി കൊണ്ടുവരികയായിരുന്നു. കളിയാട്ടത്തിന് കലവറ നിറയ്ക്കൽ എന്ന പോലെയായിരുന്നു ഭക്ഷണ സാമഗ്രികൾ-പച്ചക്കറികളും അരിയും തേങ്ങയും വിറകും ചുമടുകളായി കൊണ്ടുവന്നത്. മണക്കാട് സ്വദേശിയായ തെക്കുമ്പാടൻ കണാരന്റെ നേതൃത്വത്തിലാണ് ഭക്ഷണം പാചകം ചെയ്തത്. സ്ത്രീകൾ ഉൾപ്പെടെ എല്ലാവരും ഭക്ഷണശാലയിൽ കൂട്ടായി പ്രവർത്തിച്ചു. എല്ലാ ജാതികളിലും പെട്ടവർ ഭക്ഷണം പാകം ചെയ്യുന്നവരുടെ കൂട്ടത്തിലുണ്ടായിരുന്നു. പന്തിഭോജനത്തിൽ പങ്കെടുത്ത് ആദ്യം ഭക്ഷണം കഴിച്ച തിരുമുമ്പിന്റെ പത്നി കല്യാണിക്കുട്ടിയമ്മ മറ്റ ജാതിക്കാരുടെ കൂട്ടത്തിലിരുന്ന് ഭക്ഷണം കഴിച്ചിട്ട് എനിക്കൊന്നും സംഭ വിച്ചില്ലായെന്ന് ഉറക്കെ പറഞ്ഞത് ആവേശത്തോടെയാണ് ജനക്കൂട്ടം സ്വീകരിച്ചത്.

കർഷക-കർഷക തൊഴിലാളി കുടുംബങ്ങളിലെ സ്ത്രീകൾ പങ്കെടുത്ത് നടന്ന വനിതാ സമ്മേളനം ശ്രദ്ധേയമായിരുന്നു. സ്ത്രീകൾ മാറ് മറക്കരു തെന്ന ജന്മിത്വത്തിന്റെ വിലക്ക് ലംഘിച്ച് സ്ത്രീകൾ ബ്ലൗസ് ധരിച്ചാണ് സമ്മേളനത്തിൽ പങ്കെടുത്തത്. സാമൂഹ്യ മാറ്റത്തിനായുള്ള പ്രവർത്ത നങ്ങളിൽ വലിയൊരു മുന്നേറ്റമായിരുന്നു സ്ത്രീകളുടെ പങ്കാളിത്തവും പ്രവർത്തനങ്ങളും. ടി.എസ്. തിരുമുമ്പിന്റെ ഭാര്യ പി.സി.കാർത്ത്യായനി ക്കുട്ടിയമ്മ, എൻ.എസ്. നമ്പൂതിരിയുടെ ഭാര്യ പരമേശ്വരി അന്തർജ്ജനം

തുടങ്ങിയ ഉന്നതകുല ജാതരായ മഹിളകൾ തന്നെ മുൻനിരയിൽ വന്നത് അന്നൊരൽഭുതമായിരുന്നു! പി.സി.കാർത്ത്യായനി കുട്ടിയമ്മ, പരമേശ്വരി അന്തർജ്ജനം, ചേനൻ വീട്ടിൽ ലക്ഷ്മി അമ്മ, പുത്തിലോടത്ത് പയ്യാട ക്കൻ വലിയവീട്ടിൽ ലക്ഷ്മി അമ്മ, മുണ്ടവളപ്പിൽ കല്ല്യാണി, കൊയ്യൻ കുഞ്ഞിക്കണ്ണന്റെ ഭാര്യ കുഞ്ഞാതി, പി.പി.ചീരു തുടങ്ങിയവർ സമ്മേള നത്തിൽ പങ്കെടുത്ത പ്രമുഖരാണ്.

കൊടക്കാട് കർഷക സമ്മേളനം പാസാക്കിയ പ്രധാന പ്രമേയ ങ്ങൾ ചുവടെ ചേർക്കുന്നു.

1. ജന്മിമാരിൽ നിന്നു പാട്ടു് മേടിക്കേണ്ടി വരുന്നതിനാൽ കാസർ കോട്ടേയും മലബാറിലെയും പുന്ന കൃഷിക്കാർ പല ബുദ്ധിമുട്ടുകളും നേരിടുന്നു. അതിനാൽ പാസ് ഗവൺമെന്റിൽ നിന്ന് നേരിട്ട് കിട്ടത്തക്കവണ്ണം കുടിയായ്മ ബില്ലിൽ വ്യവസ്ഥ ചെയ്യാൻ മദ്രാസ് ഗവൺമെന്റിനോട് അപേക്ഷിച്ചു.

2. പത്ത് ഏക്കറിലധികം തരിശ് സ്ഥലം കൈവശമുള്ള മലബാറിലെ യും കാസർകോട്ടേയും ജന്മിമാരിൽ നിന്നും ഗവൺമെന്റ് ഭൂമി വാങ്ങി ഭൂമിയില്ലാത്ത കർഷകർക്ക് വീതിച്ച് കൊടുക്കാൻ ആവശ്യപ്പെട്ടു.

3. കാസർകോട് താലൂക്കിലെ സ്ഥിതി മലബാറിലേതു പോലെ തന്നെയായയത് കൊണ്ട്, അഖില മലബാർ കർഷക സംഘം നിർ ദ്ദേശിച്ചിട്ടുള്ള ഭേദഗതികളോട് കൂടി മലബാർ കുടിയായ്മ നിയമം താലൂക്കിൽ കൂടി ബാധകമാക്കത്തവണ്ണം അതിനെ വിപുലപ്പെട ത്തുവാനും പ്രസ്തുത നിയമം സംബന്ധിച്ച് ഗവൺമെന്റ് നിശ്ചയിക്ക വാൻ പോകുന്ന അന്വേഷണ പരിധിയിൽ ഈ താലൂക്കിനെ കൂടി ഉൾപ്പെടുത്തുവാനും ഗവൺമെന്റിനോട് അഭ്യർത്ഥിച്ചു.

4. കാസർകോട്-മലബാർ സംയോജന കാര്യത്തിൽ മദിരാശി കോൺ ഗ്രസ്സ് മന്ത്രിസഭ ഇതുവരേക്കും യാതൊരു നടപടിയും എടുത്തു കാണാത്തതിൽ പരിതപിക്കുകയും ഇനിയെങ്കിലും ഇക്കാര്യത്തിൽ ഉടനടി വേണ്ടത് പ്രവർത്തിക്കുവാൻ മന്ത്രിസഭയോട് ആവശ്യപ്പെട കയും ചെയ്തു.

5. ഇന്ത്യൻ നാഷണൽ കോൺഗ്രസ്സിനെ ശക്തിപ്പെടുത്തി പരിപൂർണ്ണ സ്വാതന്ത്ര്യം സമ്പാദിക്കുവാനും ഫെഡറേഷനെ ചെറുക്കുവാനും തീരുമാനിച്ചു.

സമ്മേളനങ്ങളുടെ സമ്മേളനമായ കൊടക്കാട് സമ്മേളനത്തിലെ വിവിധ സെഷനുകളിൽ പാസ്സാക്കിയ പ്രമേയങ്ങളെല്ലാം കർഷകരുടെ

അവകാശങ്ങൾ ഉയർത്തിപ്പിടിക്കുന്നതും സാമ്രാജ്യത്വ വിരുദ്ധ പ്രസ്ഥാനങ്ങളോട് ഐക്യദാർഢ്യം പ്രഖ്യാപിക്കുന്നതുമായിരുന്നു. സമ്മേളനാനന്തരം അവതരിപ്പിച്ച കെ. ദാമോദരന്റെ പാട്ടബാക്കി നാടകം ജന്മിത്വത്തിന്റെ യഥാർത്ഥരൂപം വെളിവാക്കുന്നതായിരുന്നു. ബാലസംഘം സമ്മേളനത്തിലും മഹിള സമ്മേളനത്തിലും കർഷകസ മ്മേളനത്തിലുമെല്ലാം കയ്യൂരിൽ നിന്ന് ആളുകൾ പങ്കെടുത്തു. കർഷക പ്രസ്ഥാനത്തിന്റെ ചരിത്രത്തിലെ ആവേശകരമായ അനുഭവമാണ് കൊടക്കാട് സമ്മേളനം. കർഷകസംഘത്തിന്റെ പേര് ബഹുജനങ്ങ ളിലേക്കെത്തിക്കാൻ ഇത് സഹായിച്ചു. ദേശീയ ബോധവും സംഘട നാപരമായ ആവേശവും ജ്വലിപ്പിച്ചെടുത്തു. ജന്മിനാട്ടുവാഴിത്തത്തിന്റെ ചൂഷണങ്ങൾക്കിടയിൽ കാലിമാട്ടകളെപ്പൊലെ പിടഞ്ഞ ജനതയെ സമരോത്സുകരാക്കിയത് ഈ സമ്മേളനാനുഭവമായിരുന്നു.

കൊടക്കാട് സമ്മേളനത്തിൽ പ്രതിനിധികളായി നിരവധിപേർ കയ്യൂർ, ക്ലായിക്കോട്, ചായ്യോത്ത്, പാലായി, കിനാന്തൂർ എന്നിവിടങ്ങ ളിൽ നിന്നെത്തിയിരുന്നു. രണ്ട് ദിവസത്തെ സമ്മേളനവും നേതാക്കളുടെ പ്രസംഗങ്ങളും എന്തെന്നില്ലാത്ത ആവേശം പ്രവർത്തകരിലുണ്ടാക്കി. സമ്മേളനത്തിന്റെ സംഘാടനമികവ് വലിയ ചലനമുണ്ടാക്കി. സമ്മേള നത്തിൽ തെരഞ്ഞെടുത്ത പുതിയ താലൂക്ക് കമ്മിറ്റിയിൽ കയ്യൂരിൽ നിന്ന് ടി.വി. കുഞ്ഞമ്പുവും കിനാന്തൂരിൽ നിന്ന് ചന്തു ആഫീസറുമുണ്ടായിരുന്നു. സാധാരണ കർഷകർ നേതാക്കളായി വളരുന്നതിന്റെ തിളക്കമാർന്ന ഉദാഹരണമാണിത്. സമ്മേളനം കഴിഞ്ഞ് പ്രതിനിധികൾ ഗ്രാമങ്ങളിൽ തിരിച്ചെത്തിയത് പുതിയ ഉണർവ്വോട്ടുകൂടിയായിരുന്നു. സംഘടിത ശക്തിയിലൂടെ ഗ്രാമങ്ങളെയാകെ മാറ്റിയെടുക്കാമെന്ന ആത്മവിശ്വാസം ഇവരിൽ തുടിച്ചുനിന്നു. കൊടക്കാട് സമ്മേളനം കയ്യൂരിന്റെ വരാനിരിക്ക ന്ന നാളുകളെ രൂപപ്പെടുത്തുന്നതിൽ വലിയ പങ്ക് വഹിച്ചു.

കയ്യൂരും രാഷ്ട്രീയ ക്ലാസ്സുകളും

സംഘം പ്രവർത്തകരിൽ രാഷ്ട്രീയബോധമുണ്ടാക്കുന്നതിലും അധി കാരികൾക്കെതിരെ പൊരുതാൻ ആത്മവിശ്വാസം സൃഷ്ടിക്കുന്നതിലും കയ്യൂരിൽ നടന്ന രാഷ്ട്രീയ പഠന ക്ലാസ്സുകൾ വലിയ പങ്ക് വഹിച്ചു. വിദ്യാഭ്യാസപരമായി പൊതുവെ പിന്നോക്കം നിൽക്കുന്ന അസംഖ്യം ഗ്രാമങ്ങളിൽ ഒന്നായിരുന്നു കയ്യൂർ. അതിനാൽ പുസ്തക വായനയും പത്രവായനയും വലിയതോതിലൊന്നും കയ്യൂരുകാരെ ആദ്യഘട്ട ത്തിൽ സ്വാധീനിച്ചതുമില്ല. അതിനാൽ മാറിക്കൊണ്ടിരിക്കുന്ന ലോക ത്തെക്കുറിച്ചുള്ള വലിയ ചിന്തകളൊന്നും അവരെ അലട്ടിയിരുന്നില്ല. പക്ഷെ, കയ്യൂരുകാരുടെ രാഷ്ട്രീയബോധത്തെയും സംഘടനാപരമായ

കഴിവുകളെയും നിർണ്ണയിക്കുന്നതിൽ പുറത്തുനിന്നുവന്ന സഖാക്കളുടെ രാഷ്ട്രീയ ക്ലാസ്സുകൾ വലിയ പങ്ക് വഹിച്ചു. കർഷകരുടെ പ്രശ്നങ്ങൾ, ജന്മിമാരുടെ ചൂഷണം, സോഷ്യലിസം തുടങ്ങിയ വിഷയങ്ങൾ ഈ ക്ലാസ്സുകളിൽ പരക്കെ ചർച്ച ചെയ്യപ്പെട്ടു. ക്ലാസ്സുകൾ കൈകാര്യം ചെയ്തവർ വലിയ അക്കാദമിക പണ്ഡിതന്മാരുമായിരുന്നില്ല. പക്ഷെ, അവർക്ക് തീക്ഷ്ണമായ അനുഭവമുണ്ടായിരുന്നു. സമരങ്ങളുടെ നടുവിൽ നിന്നുകൊണ്ടായിരുന്നു അവർ പ്രവർത്തിച്ചിരുന്നത്. നാട്ടിൽ നടന്നു വരുന്ന കൊടും ചൂഷണത്തെക്കുറിച്ചും അതിന്റെ ഫലമായി ജന്മിത്വം തടിച്ചുകൊഴുക്കുന്നതിനെക്കുറിച്ചും അവർക്ക് നല്ല ബോധ്യമുണ്ടായിരുന്നു. ബ്രിട്ടീഷ് പോലീസ് ജനങ്ങളെയല്ല സഹായിക്കുന്നത് മറിച്ച് ജന്മികളെ യാണ് എന്നും ഇവർക്ക് ധാരണയുണ്ടായിരുന്നു. ഈ ബോധ്യങ്ങളാണ് കയ്യൂരിലെ സംഘം പ്രവർത്തകരിലേക്ക് ഇവർ എത്തിച്ചത്. കർഷകർ ക്ക് മനസ്സിലാകുന്ന ഭാഷയിൽ അവർ ക്ലാസ്സുകൾ കൈകാര്യം ചെയ്തു.

മൊറാഴ കേസ്സിനെത്തുടർന്ന് കാസർകോട് താലൂക്കിന്റെ വിവിധ ഭാഗങ്ങളിൽ ഒളിവിൽ കഴിഞ്ഞിരുന്ന ഇ.കെ. നായനാർ, ഇവിടത്തെ പാർട്ടി പ്രവർത്തകരെ ബന്ധപ്പെട്ടുകയുണ്ടായി. കാസർകോട്ടെ പാർട്ടി നേതാക്കൾ ഒളിവിൽ കഴിയുന്നവർക്ക് രഹസ്യപ്രവർത്തന ങ്ങൾ നടത്താൻ പുതിയ മേഖലകൾ ചൂണ്ടിക്കാട്ടി. ഇ.കെ.നായനാർ കയ്യൂരിലെ വിവിധയിടങ്ങളിൽ നടന്ന രാഷ്ട്രീയ ക്ലാസ്സുകളിൽ പങ്കെടുക്ക കയും തന്റെ സ്വതസിദ്ധമായ ശൈലിയിൽ ക്ലാസ്സുകൾ എടുക്കുകയും ചെയ്തു. താഴക്കാട്ട് മനയെന്ന പ്രസിദ്ധമായ ബ്രാഹ്മണകുടുംബത്തിൽ ജനിക്കുകയും ദേശീയതയാൽ ആകർഷിക്കപ്പെടുകയും അത് കവിതയി ലൂടെ ആവിഷ്കരിക്കുകയും ചെയ്ത കാരാഗൃഹവാസം അനുഭവിക്കുകയും ചെയ്ത ടി. സുബ്രഹ്മണ്യം തിരുമുമ്പും പാർട്ടി ക്ലാസ്സെടുക്കുന്നതിന് വേണ്ടി കയ്യൂരിന്റെ വിവിധ ഭാഗങ്ങളിലെത്തി. തിരുമുമ്പ് കവിത ചൊല്ലിയും ക്ലാസ്സെടുത്തും പ്രവർത്തകരിൽ ആവേശമുണ്ടാക്കി. വി.വി. കുഞ്ഞമ്പു വും കെ. മാധവനും കയ്യൂരിലെ സംഘം പ്രവർത്തകർക്ക് ക്ലാസ്സുകൾ നൽകുന്നതിൽ മുൻനിരയിൽ പ്രവർത്തിച്ച നേതാക്കളാണ്. പാർട്ടി നേതാക്കളായ സുന്ദരയ്യയും കൃഷ്ണപിള്ളയും കൂക്കോട്ടടക്കമുള്ള സ്ഥല ങ്ങളിലെത്തി ക്ലാസ്സുകളെടുത്തു. ഒളിവിൽ കഴിഞ്ഞിരുന്ന നായനാരും എ.വി. കുഞ്ഞമ്പുവും സുബ്രഹ്മണ്യ ഷേണായിയും കയ്യൂർ, തിമിരി, ക്ലാ യിക്കോട് ഉൾപ്പടെ നീലേശ്വരത്തിന്റെ വിവിധ ഭാഗങ്ങളിൽ നടന്ന രാഷ്ട്രീയ ക്ലാസ്സുകൾ നയിക്കുകയുണ്ടായി. ഈ രാഷ്ട്രീയ ക്ലാസ്സുകളാണ് കയ്യൂരിലെ സംഘം പ്രവർത്തകരെ കമ്മ്യൂണിസ്റ്റുകാരാക്കി മാറ്റിയത്. സാമ്രാജ്യത്വവിരുദ്ധ സമരത്തിൽ അവരെ പങ്കാളികളാക്കിയത് ഈ

പഠനക്ലാസ്സുകളാണ്. ജന്മിമാർക്കും പോലീസ്സിനുമെതിരെ ചെറുത്ത് നിൽപ്പ് നടത്താൻ അവർക്ക് ആത്മധൈര്യം ലഭിച്ചത് ഈ നേതാക്കളുടെ ക്ലാസ്സുകളിൽ നിന്നായിരുന്നു. രാഷ്ട്രീയ പ്രവർത്തകരായ ഈ നേതാക്കളെല്ലാം ജൈവബുദ്ധിജീവികളുടെ പങ്ക് നിർവ്വഹിക്കുകയും കയ്യൂരിനെ ചുകപ്പിക്കുന്നതിൽ നിർണ്ണായക പങ്ക് വഹിക്കുകയും ചെയ്തു. സഖാവ് സുന്ദരയ്യ 1938ൽ കയ്യൂരും കൂക്കോട്ടുമെത്തി. കൂക്കോട്ട് നീലമ്പത്ത് കണ്ണന്റെ വീട്ടിൽ വെച്ച് കമ്മ്യൂണിസ്റ്റ് പാർട്ടിയുടെ ആദ്യത്തെ സെൽ രൂപീകരണയോഗത്തിൽ സുന്ദരയ്യ പങ്കെടുക്കുകയുണ്ടായി. പി.ടി. അമ്പാടിക്കുഞ്ഞ് സെക്രട്ടറിയായി കൂക്കോട്ടും ടി.വി. കുഞ്ഞമ്പു സെക്രട്ടറിയായി കയ്യൂരിലും പാർട്ടി സെല്ലുകൾ നിലവിൽ വന്നു.

വളണ്ടിയർ ക്യാമ്പ്

കർഷകസംഘത്തിന്റെയും ട്രേഡ് യൂണിയൻ പ്രസ്ഥാനത്തിന്റെയും ശക്തമായ പ്രവർത്തനം നിരവധി പൊതു പ്രവർത്തകരെ കമ്മ്യൂണിസ്റ്റ് പാർട്ടിയിലെത്തിച്ചു. ഇന്ത്യയുടെ സ്വാതന്ത്ര്യവും കർഷകരുടെ വിമോചനവും ആഗ്രഹിച്ച് ആത്മാർത്ഥമായ രാഷ്ട്രീയ പ്രവർത്തനം നടത്താൻ തയ്യാറായവരാണ് പാർട്ടിയിലെത്തിയത്. പ്രസ്ഥാനത്തിനുവേണ്ടി ഏത് ത്യാഗവും സഹിക്കാൻ തയ്യാറായി അവർ മുന്നോട്ട് വന്നു. ഇവർക്ക് ആശയപരമായ വ്യക്തത നൽകേണ്ടത് അത്യാവശ്യമായി മാറി. ഈ ആവശ്യം നിറവേറ്റുന്നതിനുവേണ്ടിയാണ് കോൺഗ്രസ് സോഷ്യലിസ്റ്റ് പാർട്ടി കോഴിക്കോട് തിക്കോടിയിൽ 1938 മെയ് ജൂൺ മാസങ്ങളിൽ വളണ്ടിയർ ക്യാമ്പ് സംഘടിപ്പിച്ചത്. മലബാറിൽ വളണ്ടിയർ കോർ രൂപീകരണമെന്ന ലക്ഷ്യത്തോടെയായിരുന്ന കേമ്പ് സംഘടിപ്പിച്ചത്. പരിശീലനം ലഭിച്ച യൂണിഫോറത്തോട കൂടിയ വളണ്ടിയർമാർ. ഇതായിരുന്നു സങ്കല്പം. എല്ലാ വിഭാഗത്തിൽപ്പെട്ടവരേയും സംഘടിപ്പിച്ചുകൊണ്ട് സാമ്രാജ്യത്വ വിരുദ്ധസൈന്യം വളർത്തിയെടുക്കുകയെന്ന രാഷ്ട്രീയ ലക്ഷ്യവും ഇതിന്റെ പിന്നിലുണ്ടായിരുന്നു. കായിക പരിശീലനവും രാഷ്ട്രീയ പഠനവും ക്യാമ്പിന്റെ ഭാഗമായിരുന്നു. ലോക ചരിത്രം, ഭരണഘടനകൾ, ഇന്ത്യൻ സമ്പദ്ഘടന, തൊഴിലാളി വർഗ്ഗ പ്രസ്ഥാനം, പുരോഗമന പ്രസ്ഥാനങ്ങൾ, ഗാന്ധിസം, കോൺഗ്രസിന്റെ ചരിത്രം, തൊഴിലാളി പ്രസ്ഥാനം, കുടിയാൻ പ്രസ്ഥാനം, നാട്ടുരാജ്യങ്ങളിലെ ജനാധിപത്യസമരങ്ങൾ, ശാസ്ത്രവികാസം, ഭൂമിശാസ്ത്രം തുടങ്ങിയവയായിരുന്ന ക്യാമ്പിൽ ചർച്ച ചെയ്യപ്പെട്ട പ്രധാന വിഷയങ്ങൾ. ലോകത്തെക്കുറിച്ചും സ്വന്തം രാജ്യത്തെക്കുറിച്ചും സമഗ്രമായ അവബോധമുണ്ടാകുവാൻ ഉതകുന്നതായിരുന്ന ക്ലാസ്സുകൾ. സർദാർ

ചന്ദ്രോത്ത് കുഞ്ഞിരാമൻ നായരായിരുന്ന വളണ്ടിയർ ക്യാപ്റ്റൻ. ഓരോ താലൂക്കിലും ഇത്തരം കേമ്പുകൾ നടത്തുവാൻ തീരുമാനിക്ക കയും അതിന്റെ ഉത്തരവാദിത്വം ഓരോ വ്യക്തിയെ ചുമതലപ്പെടുത്തുക യും ചെയ്തു. കാസർകോട് താലൂക്കിൽ കേമ്പ് നടത്തുവാനുള്ള ചുമതല കേരളീയനായിരുന്നു. മൂവായിരത്തിലേറെ വളണ്ടിയർമാരാണ് വിവിധ ക്യാമ്പുകളിൽ പരിശീലനം നേടിയത്.

ഇത്തരത്തിലുള്ള മറ്റൊരു കേമ്പയിരുന്നു മങ്കട പള്ളിപ്പുറം സമ്മർ സ്കൂൾ. അഞ്ഞൂറിലധികം വരുന്ന വില്ലേജ് കമ്മിറ്റികളിലെ 3500 ൽപ്പരം കമ്മിറ്റി മെമ്പർമാർക്കും തൊഴിലാളി കർഷക പ്രവർത്തകർക്കും അടിസ്ഥാന രാഷ്ട്രീയ വിദ്യാഭ്യാസമെന്നതായിരുന്ന സമ്മർ സ്കൂളിന്റെ ലക്ഷ്യം. 79 അംഗങ്ങൾ പങ്കെടുത്ത ക്യാമ്പായിരുന്നു മങ്കടയിൽ നടന്നത്. ഇന്ത്യയിലെ ദാരിദ്ര്യത്തിന്റെ കാരണം, കോൺഗ്രസ് സംഘടന, യുദ്ധത്തെ എതിർക്കേണ്ട ആവശ്യകത, ഇന്നത്തെ രാഷ്ട്രീയ സ്ഥിതിയും ഐക്യമുന്നണിയുടെ ആവശ്യകതയും എന്നീ വിഷയങ്ങളിലാണ് വിവിധ കോൺഗ്രസ് കമ്മിറ്റികളിൽ അംഗങ്ങളായിരുന്നവർക്ക് സമ്മർസ്കൂ ളിൽ പരിശീലനം നൽകിയിരുന്നത്.

കാസർകോട്ടെ ക്യാമ്പായിരുന്നു നീലേശ്വരം പള്ളിക്കരയിൽ നടന്നത്. ഇത് രണ്ടാം ലോകമഹായുദ്ധം തുടങ്ങുന്നതിന് തൊട്ട് മുമ്പായിരുന്നു. വിവിധ വിഷയങ്ങളെക്കുറിച്ചുള്ള ക്ലാസ്സുകൾ കേമ്പിന്റെ ഭാഗമായി നടന്നു. ഇന്ത്യയിലെ ദാരിദ്ര്യത്തിന്റെ കാരണം, യുദ്ധത്തെ എതിർക്കേണ്ട ആവശ്യകത തുടങ്ങിയ വിഷയങ്ങളാണ് ക്യാമ്പിൽ ചർച്ച ചെയ്തത്. വി. ചത്തു, കെ.പി. വെള്ളങ്ങ, എൻ.കെ. കുട്ടൻ തുടങ്ങി യവർ കാമ്പിന് നേതൃത്വം നൽകി. 25 കോൺഗ്രസ് പ്രവർത്തകരാണ് കേമ്പിൽ പങ്കെടുത്തത്. പള്ളിക്കര കേമ്പിനെ തുടർന്ന് എല്ലാ ഗ്രാമ ങ്ങളിലും 24 പേരടങ്ങുന്ന വളണ്ടിയർമാർക്ക് പരിശീലന ക്യാമ്പുകൾ തുറന്നു. കാക്കി ട്രൗസറും ഷർട്ടുമണിഞ്ഞ വളണ്ടിയർമാർ റൂട്ട്മാർച്ചിലും മറ്റ കളികളിലും സജീവമായി പങ്കെടുത്തു. റൂട്ട് മാർച്ചിൽ അന്നേവരെ കേൾക്കാത്ത മുദ്രാവാക്യങ്ങൾ മുഴങ്ങി. ബ്രിട്ടീഷ് സാമ്രാജ്യത്വത്തിനും ജന്മിത്വത്തിനും, വാശി, നൂരി, മുക്കാൽ തുടങ്ങിയ അക്രമപ്പിരിവുകൾക്ക മെതിരെ വളണ്ടിയർമാർ വാശിയോടെ മുദ്രാവാക്യങ്ങൾ വിളിച്ചു. പള്ളി ക്കര ക്യാമ്പ് ഗ്രാമങ്ങളിലെ സംഘം പ്രവർത്തകരിൽ ആത്മവിശ്വാസം വളർത്തുകയും എന്തിനെയും നേരിടാനുള്ള മാനസീകമായ തയ്യാറെടുപ്പ് അവരിൽ വളർത്തുകയും ചെയ്തു.

നീലേശ്വരം പള്ളിക്കരയിൽ നടന്ന വളണ്ടിയർ പരിശീലനത്തെ തുടർന്ന് എല്ലാ ഗ്രാമങ്ങളിലും വളണ്ടിയർ പരിശീലനക്യാമ്പുകൾ നടന്നു. കയ്യൂരിന്റെ ആയോധന കലയുടെ മുഖമുദ്രയായിരുന്ന കളരി. നിരവധി കളരികൾ കയ്യൂരും പരിസരങ്ങളിലുമുണ്ടായിരുന്നു. പ്രതിരോധത്തിന്റെ ശക്തമായ തന്ത്രങ്ങളായിരുന്ന കളരികളിൽ പഠിപ്പിച്ചിരുന്നത്. ഈ കളരി പഠനമാണ് പൂരക്കളിയെ നെഞ്ചിലേറ്റാൻ കയ്യൂർകാരെ പ്രേരി പ്പിച്ചത്. കളരിയുടെയും പൂരക്കളിയുടെയും നാട്ടിൽ കർഷകസംഘം പ്രവർത്തകർക്ക് രാഷ്ട്രീയ വിദ്യാഭ്യാസം നൽകുന്നതിന് വേണ്ടിയാണ് ക്യാമ്പുകൾ സംഘടിപ്പിച്ചത്. കേമ്പിന്റെ ഭാഗമായി വളരെ പ്രാധാന്യ ത്തോടെ വളണ്ടിയർ പരിശീലനവും നടന്നു. യുദ്ധം ആരംഭിച്ചപ്പോൾ എല്ലാ വളണ്ടിയർ ക്യാമ്പുകളും ഡിഫൻസ് ഓഫ് ഇന്ത്യ നിയമ പ്രകാരം ഗവൺമെന്റ് നിരോധിച്ചു. അതോടെ കെപിസിസി വളണ്ടിയർ യൂണി റ്റുകൾ പിരിച്ചുവിട്ടുകയും ചെയ്തു.

സർദാർ ചന്ദ്രോത്തായിരുന്ന കയ്യൂരിൽ വളണ്ടിയർ പരിശീലന ത്തിന് നേതൃത്വം നൽകിയത്. പിന്നീട് കിണാവൂരിലെ ചന്തു ഓഫീസർ ഉൾപ്പെടെയുള്ള പരിശീലനം സിദ്ധിച്ചവരുടെ നേതൃത്വത്തിലായി പരിശീലനം. പരിശീലനം നൽകുന്നവരാണ് ഓഫീസർമാർ. അങ്ങിനെ യാണ് കിണാവൂരിലെ വി. ചന്തു ചന്തു ഓഫീസർ ആകുന്നത്. ഇവരെല്ലാം ചേർന്ന് പരിശീലനം നൽകിയ ചെറുപ്പക്കാർ വൈകുന്നേരങ്ങളിലും രാവിലെയും ഡ്രിൽ നടത്തി. ജന്മിത്വത്തിന്റെ കടന്നാക്രമങ്ങളെ പ്രതി രോധിക്കാൻ ഒരു ജനതയെ സജ്ജമാക്കുന്നതിന് വേണ്ടിയാണ് ഈ പരിശീലനം നൽകിയത്. പ്രവർത്തകരിൽ ആത്മവിശ്വാസം നൽകുന്ന തിലും ഇത് വലിയ പങ്ക് വഹിച്ചു.

കർഷകരുടെ സംഘാടനവും രാഷ്ട്രീയവൽക്കരണവും

കയ്യൂരിലെ നിർദ്ദനരും നിരക്ഷരരുമായ കർഷകരെ ജന്മിത്വത്തി നും സാമ്രാജ്യത്വത്തിനുമെതിരെ സംഘടിപ്പിക്കുന്നതിലും അവരിൽ ജന്മിവിരുദ്ധവും സാമ്രാജ്യത്വവിരുദ്ധവുമായ രാഷ്ട്രീയം സന്നിവേശിപ്പി ക്കുന്നതിലും കർഷക സംഘവും കമ്യൂണിസ്റ്റ് പാർട്ടിയും അനിതര സാധാ രണമായ നേതൃത്വപാടവമാണ് പ്രകടിപ്പിച്ചത്. ഗ്രാമങ്ങളിലെ ദൈവമാ യിരുന്ന ജന്മിമാർ. കൊല്ലിനും കൊലയ്ക്കും അവകാശമുണ്ടെന്ന് അതിന് ഇരകളായവർ തന്നെ വിശ്വസിച്ചുവന്ന കാലം. ജന്മിക്ക് എതിരെ വാക്ക് കൊണ്ടോ നോട്ടം കൊണ്ടോ എന്തെങ്കിലും പ്രവർത്തിച്ചാൽ ദൈവകോപമുണ്ടാകുമെന്ന ഉറച്ച് വിശ്വസിച്ച കർഷകർ ശാരീരികവും മാനസികവുമായ പീഡനങ്ങൾ നിരന്തരമായി ഏറ്റുവാങ്ങി. ജന്മിയുടെ

വാക്കുകൾ ചോദ്യം ചെയ്യാതെ അംഗീകരിച്ചു. ഈ പരമ്പരാഗതമായ ബോധത്തെയാണ് അപ്പുവും ചിരുകണ്ടനും വെല്ലുവിളിക്കുകയും നിഷേ ധിക്കുകയും ചെയ്തത്. മാത്രമല്ല ജന്മിമാർ ബ്രിട്ടീഷ് സാമ്രാജ്യത്തിന്റെ സഖ്യ കക്ഷിയുമായിരുന്നു. സൂര്യനസ്തമിക്കാത്ത സാമ്രാജ്യത്തിന്റെ അധിപൻ. ശക്തമായ സൈന്യം. ലോകം മുഴുവൻ ബ്രിട്ടന്റെ കാൽ ക്കീഴിൽ. സമ്പത്തും അധികാരവുമെല്ലാം ജന്മിത്വവും സാമ്രാജ്യത്വവും കുത്തകയാക്കി വെച്ച സന്ദർഭം. ഇവിടെയാണ് കയ്യൂരിലെ കർഷകർ നിർഭയരായി ജന്മിമാർക്കും ബ്രിട്ടീഷുകാർക്കുമെതിരെ മുദ്രാവാക്യം വിളി ക്കുന്നത്. പോലീസ് അതിക്രമങ്ങൾക്കെതിരെ ജാഥ നടത്താൻ തുടങ്ങി. ജന്മിത്തം തുലയട്ടെ, സാമ്രാജ്യത്വം നശിക്കട്ടെ എന്ന് ദിഗന്തങ്ങൾ പൊട്ടുമാറുച്ചത്തിൽ മുഷ്ടി ചുരുട്ടി ആവേശഭരിതരായി അവർ മുദ്രാവാക്യം വിളിച്ചു. ഒരു പരമ്പരാഗത ഗ്രാമത്തിൽ സങ്കൽപ്പിക്കാൻ കഴിയാത്ത കാര്യങ്ങളാണിവിടെ നടന്നത്.

കയ്യൂരിലെ നിർദ്ധന കർഷക സമൂഹം വിപ്ലവകരമായ മാറ്റത്തിന് വിധേയരായതിന്റെ പരിണിതഫലമായിരുന്നു മേൽ സൂചിപ്പിച്ച സംഭവ വികാസങ്ങളെല്ലാം. ചെറുത്ത് നിൽപ്പിന്റെയും വിപ്ലവകരമായ ആശയ വൽക്കരണത്തിന്റെയും പ്രക്രിയയിൽ കർഷക സംഘത്തിന്റെയും കമ്മ്യൂ ണിസ്റ്റ് പാർട്ടിയുടെയും സംഘാടക മികവുണ്ട്. തിരുമുമ്പ്, കെ. മാധവൻ, തുടങ്ങിയ ജന്മി കുടുംബങ്ങളിലുള്ളവരും ജാതിയായി ഉയർന്ന ശ്രേണി യിലുള്ളവരുമായ നേതാക്കളാണ് കയ്യൂരിലെ കർഷകരെ സംഘടിപ്പി ക്കാൻ എത്തിയത്. ജന്മിത്വം നശിപ്പിക്കാൻ ജന്മികുടുംബത്തിൽ നിന്നു ള്ളവർ തന്നെ നേതൃത്വം വഹിക്കുന്ന അപൂർവ്വ കാഴ്ചയാണ് കാസർകോട് താലൂക്കിലുടനീളം നാം കാണുന്നത്. കർഷകർ തമ്മിലുള്ള പ്രശ്നങ്ങൾ തീർക്കുന്നതിൽ നേതാക്കൾ കാണിച്ച നേതൃത്വ പാടവം കർഷകരെ ആകർഷിച്ചു. നേതാക്കൾ പറയുന്ന കാര്യങ്ങൾ കർഷകർ ശ്രദ്ധിച്ചു. പറയുന്നത് സമൂഹത്തിലെ ഉന്നതരായ വ്യക്തികളാണ്. ഇതൊരു വൈരുദ്ധ്യമായിരുന്നു. ഈ വൈരുദ്ധ്യത്തെ മറികടക്കാൻ കമ്മ്യൂണിസ്റ്റ് പാർട്ടി വ്യക്തമായ നിർദ്ദേശങ്ങൾ എല്ലാ തലത്തിലുള്ള നേതാക്കൾക്കും പ്രവർത്തകർക്കും നൽകിയിരുന്നു. പാർട്ടി പ്രവർത്തകരുമായി കർഷക വീട്ടുകളിൽ എത്തുന്നവർ ഇളനീർ വാങ്ങി കുടിക്കുന്നത് ഒഴിവാക്കണം, കഞ്ഞിവെള്ളം ചോദിച്ച് വാങ്ങി കുടിക്കണം തുടങ്ങിയ ലളിതമെന്ന തോന്നാവുന്ന നിർദ്ദേശങ്ങളാണ് നൽകിയത്. ഇതുവഴി പാർട്ടി പ്രവർ ത്തകർക്ക് കർഷകരുമായി താദാമ്യം പ്രാപിക്കാൻ കഴിയുമെന്നും നേതാക്കളെ തങ്ങളിലൊരാളായി കർഷകർ പരിഗണിക്കുമെന്നും

പാർട്ടി കണക്ക് കൂട്ടി. കമ്മ്യൂണിസ്റ്റുകാർ വെള്ളത്തിലെ മത്സ്യം പോലെ യായിരിക്കണമെന്ന മാവോ സൂക്തം ഫലപ്രദമായി ഇവിടെ പിന്തുടർ ന്നു. ഇക്കാര്യങ്ങൾ വ്യക്തമായി കെ. മാധവൻ പയസ്വിനിയുടെ തീരത്ത് എന്ന ആത്മകഥയിൽ സൂചിപ്പിക്കുന്നുണ്ട്. കമ്യൂണിസ്റ്റ് നേതാക്കളുടെ ആത്മസമർപ്പണവും ത്യാഗവുമെല്ലാം കർഷകരെയും മറ്റള്ളവരെയും പാർട്ടിയോട് അടുപ്പിക്കുന്നതിൽ നിർണ്ണായകമായി തീർന്നു. തങ്ങൾ ക്കൊപ്പം നേതൃത്വമുണ്ടെന്നും പാർട്ടിയുണ്ടെന്നും സാധാരണ മനുഷ്യർ വിശ്വസിച്ചു. തങ്ങൾക്ക് വേണ്ടിയാണ് പാർട്ടി പ്രവർത്തിക്കുന്നതെന്ന് അവർ വിശ്വസിച്ചു. ചൂഷണവും അടിച്ചമർത്തലുമില്ലാത്ത ഒരു പുതിയ ജീവിതമാണ് പാർട്ടി വാഗ്ദാനം ചെയ്തത്. അതുണ്ടാവണമെങ്കിൽ നിലവി ല്ലുള്ള ജന്മിത്വവും സാമ്രാജ്യത്വവും തകരണം. അതിനെ തകർക്കാനുള്ള ഏതൊരു ശ്രമവും തങ്ങൾക്ക് ഗുണകരമായി മാറുമെന്നും സാധാരണ ക്കാർ തിരിച്ചറിഞ്ഞു. ഈ തിരിച്ചറിവാണ് ജനങ്ങളെ കർഷകസംഘ ത്തിലും കമ്യൂണിസ്റ്റ് പാർട്ടിയിലുമെത്തിച്ചത്.

കയ്യൂരിൽ കർഷകസംഘം യോഗത്തിൽപങ്കെടുക്കാനെത്തിയ തിരുമുമ്പ്, കെ. മാധവൻ, എൻ.എസ്.നമ്പൂതിരി എന്നിവർക്കുണ്ടായ അനുഭവം ശ്രദ്ധേയമാണ്. ഉച്ചയ്ക്ക് മുമ്പ് തുടങ്ങിയ യോഗം വൈകുന്നേരം 5 മണിക്കാണ് അവസാനിച്ചത്. ഉച്ചഭക്ഷണത്തിന്റെ കാര്യം ടി.വി. കുഞ്ഞമ്പുവിനോട് തിരിക്കിയപ്പോൾ വീട്ടിൽ ഏർപ്പാടാക്കിയിട്ടുണ്ടെന്ന് അദ്ദേഹം മറുപടി പറഞ്ഞു. യോഗം കഴിഞ്ഞ് ടി.വി.യുടെ വീട്ടിലേക്ക് ഭക്ഷണം കഴിക്കാനെത്തിയ തിരുമുമ്പിനെയും എൻഎസ്. നമ്പൂതിരിയെ യും കണ്ട ടി.വിയുടെ പിതാവ് ഭക്ഷണം നൽകാൻ തയ്യാറായില്ല. തങ്ങൾ ഉണ്ടാക്കിയ ഭക്ഷണം ബ്രാഹ്മണരുൾപ്പെടെയുള്ള ഉന്നത ജാതിക്കാർക്ക് നൽകുന്നത് പാപമാണെന്ന വിശ്വാസമായിരുന്ന ഇത്തരമൊരു തീരു മാനമെടുക്കാൻ ഗൃഹനാഥനെ പ്രേരിപ്പിച്ചത്. നേതാക്കളുടെ നിർബന്ധ ത്തിന് വഴങ്ങി അദ്ദേഹം വീടുവിട്ടുമാറി നിന്നതിന് ശേഷമാണ് ഭക്ഷണം വിളമ്പിയത്. ജാതീയമായ ശ്രേണി വ്യവസ്ഥ എത്ര രൂക്ഷമായിരുന്നുവെ ന്നതിന്റെ സാക്ഷ്യപത്രമാണിത്. ഈ സംഭവം പാർട്ടി നേതാക്കളുടെ കണ്ണ് ഇറപ്പിച്ചു. ജനങ്ങളുമായി എങ്ങിനെ അടുക്കമെന്നത് ഗൗരവമായ ചിന്തയ്ക്ക് വിധേയമാക്കി. സാധാരണക്കാരായ കൃഷിക്കാരെയും മറ്റും സമീപിക്കുമ്പോൾ എങ്ങിനെ പെരുമാറണം എന്ന് കൃത്യമായി ചർച്ച ചെയ്യാൻ പാർട്ടി നേതൃത്വം തയ്യാറായത് ഈ പശ്ചാത്തലത്തിലാണ്.

ഗാന്ധിയൻ സമരരീതിയിൽ നിന്ന വിഭിന്നമായ സമീപനമാണ് കമ്യൂണിസ്റ്റ് പാർട്ടി സ്വീകരിച്ചിരുന്നത്. പോലീസ് ക്രൂരമായ മർദ്ദനം

നടത്തുമ്പോൾ അതിനെ പ്രതിരോധിക്കാതെ സഹിച്ചുനിൽക്കുകയെന്ന നയമാണ് ഗാന്ധിജി സ്വീകരിച്ചത്. പക്ഷേ കമ്യൂണിസ്റ്റ് പാർട്ടി ഇത്തരം സമീപനങ്ങൾക്ക് എതിരായിരുന്നു. പോലീസ് അതിക്രമത്തിനെതിരെ കയ്യുംകെട്ടി നിൽക്കുകയെന്ന രീതിയല്ല പാർട്ടി അവലംബിച്ചത്. ഇതെല്ലാം സഹിക്കണമെന്നത് ബുദ്ധിശൂന്യമായ നടപടിയായിട്ടാണ് പ്രവർത്തകർ കണ്ടത്. പോലീസ് അതിക്രമത്തിനെതിരെ തിരിച്ചടിക്ക ണമെന്ന ആശയം പ്രവർത്തകരുടെയുള്ളിൽ ശക്തമായിട്ടുണ്ടായിരുന്നു. അങ്ങിനെ ചെയ്യാലുണ്ടാകുന്ന വരും വരായ്കകൾ എന്താണെന്ന് ആലോ ചിക്കാതെ നടത്തിയ ജനങ്ങളുടെ സ്വാഭാവിക പ്രതികരണമാണ് കയ്യൂരിൽ സംഭവിച്ചത്.

<h2 align="center">ലോക യുദ്ധവും കയ്യൂരും</h2>

1930 കളുടെ അവസാനമായപ്പോഴേക്കും സാമ്രാജ്യത്വവിരുദ്ധ പ്രക്ഷോഭം അതിന്റെ മൂർദ്ധന്യത്തിലെത്തിയിരുന്നു. 1939 ൽ രണ്ടാം ലോകമഹായുദ്ധം ആരംഭിച്ചതോടെ ഫാസിസത്തിനും യുദ്ധത്തിനുമെ തിരായ പ്രചാരണം കമ്മ്യൂണിസ്റ്റ് പാർട്ടി ശക്തമാക്കി. കോളനികൾ വീതം വെക്കുന്നതിലും വാണിജ്യാധിപത്യം നേടിയെടുക്കുന്നതിലും സാമ്രാജ്യത്വ ശക്തികൾ തമ്മിൽ തീവ്രമത്സരത്തിലാണ്. അതിനാൽ യുദ്ധം ആധിപത്യത്തിനവേണ്ടിയുള്ള സാമ്രാജ്യത്വ ശക്തികളുടെ ഏറ്റ മുട്ടലാണെന്നും കമ്മ്യൂണിസ്റ്റ് പാർട്ടി നിലപാടെടുത്തു. യുദ്ധം ജനങ്ങൾ ക്കെതിരാണ്, ജനങ്ങളുടെ താൽപര്യങ്ങൾക്കെതിരാണ്, ജനങ്ങളുടെ പണം ഉപയോഗിച്ച് മുതലാളിത്തത്തിന്റെ താൽപര്യ സംരക്ഷണമാണ് യുദ്ധത്തിലൂടെ നടക്കുന്നത്. യുദ്ധം ജനങ്ങൾക്ക് ദാരിദ്ര്യവും പട്ടിണിയും തൊഴിലില്ലായ്മയുമാണ് നൽകുവാൻ പോകുന്നത് എന്ന് പാർട്ടി മുൻകൂട്ടി മനസ്സിലാക്കി. അതിനാൽ സാമ്രാജ്യത്വത്തിന്റെ എല്ലാ യുദ്ധ സന്നാ ഹത്തിനുമെതിരെ ആഞ്ഞടിക്കാൻ കമ്മ്യൂണിസ്റ്റ് പാർട്ടി ആഹ്വാനം ചെയ്തു. യുദ്ധവിരുദ്ധ ക്യാമ്പയിനുകൾ നാടെങ്ങും നടന്നു. യുദ്ധവിരുദ്ധ ജാഥകളിൽ ജനങ്ങൾ സ്വമേധയാ അണിനിരന്നു. ഗവർമെന്റിന്റെ യുദ്ധ ഫണ്ടിലേക്ക് സംഭാവന ചെയ്യാനുള്ള ഗവർമെന്റ് ഉത്തരവ് ജനങ്ങൾ നിരാകരിച്ചു. യുദ്ധഫണ്ട് പിരിവിനെതിരെ പലയിടങ്ങളിലും ശക്തമായ പ്രതിഷേധം പൊട്ടിപ്പുറപ്പെട്ടു. കോൺഗ്രസ്സാവട്ടെ, ബ്രിട്ടനോട് മൃദുല സമീപനമാണ് സ്വീകരിച്ചത്. യുദ്ധത്തോട് വ്യക്തമായ സമീപനം കോൺഗ്രസിനുണ്ടായിരുന്നില്ല. കോൺഗ്രസിനകത്തെ ഇടതുപക്ഷം യുദ്ധത്തിനെതിരായിരുന്നു. പക്ഷെ വലതുപക്ഷമാകട്ടെ നിസ്സംഗത യോടെ എല്ലാം നോക്കി നിന്നു.

രണ്ടാം ലോകമഹായുദ്ധം സൃഷ്ടിച്ച സാമ്പത്തിക പ്രശ്നങ്ങൾ, കാസർകോട് താലൂക്കിലാകമാനം നടപ്പിലാക്കിയ റയറ്റ്വാരി സമ്പ്ര ദായം, അതുവഴി നടന്ന കർഷകച്ചൂഷണം, കുടിന്മാരായ കർഷകരെ സംരക്ഷിക്കുന്ന നിയമങ്ങളുടെ അഭാവം, ഇതെല്ലാം ചേർന്ന് സൃഷ്ടിച്ച കൊടിയ ദാരിദ്ര്യം, ജന്മിമാരുടെ അക്രമപിരിവുകളും കയ്യേറ്റങ്ങളും, കർഷകർ അനുഭവിച്ച പീഡനങ്ങൾ, ബ്രിട്ടീഷ് പോലീസും ജന്മിമാരും ചേർന്ന് നടത്തിയ ഭീകരമായ മർദ്ദനം, രാഷ്ട്രീയ ക്ലാസ്സുകളിലൂടെ പകർന്ന കിട്ടിയ അറിവ്. ഇതെല്ലാം ചേർന്നാണ് കയ്യൂരിലെ കർഷകരെ രൂപപ്പെടുത്തിയെടുത്തത്. യുദ്ധകാലം സമരത്തിന്റെ വേലിയേറ്റം നാടെങ്ങും സൃഷ്ടിച്ചു. കെ. മാധവനും തിരുമുമ്പും ഏവിയും വിവിയും ഉൾപ്പെ ടെയുള്ള കമ്യൂണിസ്റ്റ് നേതാക്കൾ പകർന്നു നൽകിയ ആത്മവിശ്വാസവും തങ്ങളെ സംരക്ഷിക്കാൻ എപ്പോഴും പാർട്ടിയുണ്ടെന്ന കർഷകരുടെ അചഞ്ചലമായ വിശ്വാസവും പുതിയ അന്തരീക്ഷം സൃഷ്ടിച്ചു. അനുകൂല മായ സന്ദർഭം വരുമ്പോൾ ആഞ്ഞടിക്കാൻ തയ്യാറായി നിന്ന കർഷ കപ്പോരാളികളുടെ മുന്നിലേക്ക് അവസരങ്ങൾ വന്നു ചേർന്നപ്പോൾ അവർ പ്രതികരിച്ചു. വരുംവരായ്കളെക്കുറിച്ച് ആലോചിക്കാതെ അവർ പോരാടി. ആ പോരാട്ടമാണ്, അതിന്റെ ത്യാഗമാണ് കയ്യൂർ സമരം.

യുദ്ധം ജനങ്ങളുടെ സ്ഥിതി കൂടുതൽ ദുസ്സഹമാക്കിതീർത്തു. വിലക്ക യറ്റം രൂക്ഷമായി. മണ്ണെണ്ണയും പഞ്ചസാരയും ഉൾപ്പടെയുള്ള നിത്യോ പയോഗ സാധനങ്ങൾ ലഭിക്കാതെ വന്നു. കരിഞ്ചന്തയും പൂഴ്ത്തിവെപ്പും സർവ്വസാധാരണയായി തീർന്നു. മലയാളിയുടെ വ്യവഹാര ഭാഷയിൽ ഈ വാക്കുകൾ കടന്നുവരുന്നത് തന്നെ ഈ പശ്ചാത്തലത്തിലാണ്. ഭഷ്യക്ഷാമത്തിന്റെ ആഘാതം കേരളീയ ഗ്രാമങ്ങളിൽ രൂക്ഷമായി തീർന്നു. ഈ സന്ദർഭത്തിലാണ് കോളറ പോലുള്ള മാരക പകർച്ച വ്യാധികൾ ജനങ്ങളെ ദുരിതത്തിലാഴ്ത്തിയത്.

യുദ്ധകാലത്ത് സാധാരണ ജനങ്ങൾ അനുഭവിച്ചിരുന്ന ദുരിത ങ്ങൾക്കെതിരായി അവരെ അണിനിരത്താൻ കമ്മ്യൂണിസ്റ്റ് പാർട്ടി സജീവമായി ഇടപെട്ടു. വിലക്കയറ്റം നിയന്ത്രിക്കുക, ന്യായവില ഷാപ്പുകളോ റേഷൻ ഷാപ്പുകളോ ആരംഭിക്കുക, നിർബ്ബന്ധയുദ്ധപ്പിരിവ് നടത്തുന്ന ഉദ്യോഗസ്ഥരെ ശിക്ഷിക്കുക, കാർഷിക ഉൽപ്പന്നങ്ങൾക്ക് തറവില നിശ്ചയിക്കുക തുടങ്ങിയ മുദ്രാവാക്യങ്ങൾ കമ്മ്യൂണിസ്റ്റ് പാർട്ടി ഉന്നയിച്ചു. യുദ്ധം അടിച്ചേൽപ്പിക്കുന്നതിനെതിരെ ശക്തമായ പ്രതിഷേധം ഗ്രാമങ്ങളിൽ ഉയർന്നുവന്നു. സർക്കാരിനെതിരെ അണങ്ങി പ്പോകരുതെന്ന ഗവർണ്മെന്റ് ഉത്തരവ് ജനങ്ങൾ കാറ്റിൽപറത്തി.

നിരോധനാജ്ഞ ലംഘിച്ചുകൊണ്ട് പലയിടങ്ങളിൽ പ്രതിഷേധ പ്രക ടനങ്ങൾ നടന്നു. പല സ്ഥലത്തും ജനങ്ങളും പോലീസും ഏറ്റുമുട്ടി. 1940 സെപ്തംബറോടെ പ്രക്ഷോഭം ഉച്ചസ്ഥായിലെത്തി. 1940 സെപ്തംബർ 15 മർദ്ദന പ്രതിഷേധ ദിനമായി ആചരിക്കാൻ ഇടതുപക്ഷ കെപിസിസി ആഹ്വാനം ചെയ്തു. ജില്ലാ മജിസ്ട്രേറ്റുമാരുടെ നിരോധനാജ്ഞ അവഗണിച്ച് പ്രതിഷേധ റാലികൾ പലിയിടങ്ങളിലും നടന്നു. വടക്കെ മലബാറിലെ മൂന്നിടങ്ങളിൽ-മൊറാഴ, മട്ടന്നൂർ, തലശ്ശേരി-ജനക്കൂട്ടവും പോലീസ്സും ഏറ്റുമുട്ടി. മൊറാഴയിൽ പോലീസ് ഉദ്യോഗസ്ഥൻ ഈ ഏറ്റുമുട്ടലിൽ മരണപ്പെട്ടു. തലശ്ശേരിയിൽ അബു, ചാത്തുക്കുട്ടി എന്നീ രണ്ടു സഖാക്കൾ രക്ഷസാക്ഷികളായി. നാടെങ്ങ ഇളകി മറിഞ്ഞു. ഗവൺമെന്റിനോടുള്ള എതിർപ്പിന് ശക്തികൂടി. മൊറാഴ സംഭവത്തെ തുടർന്ന് കമ്മ്യൂണിസ്റ്റുകാരും ഇടതുപക്ഷക്കാരുമായ പ്രവർത്തകരെ പോലീസ് വേട്ടയാടി. ഈ പശ്ചാത്തലത്തിലാണ് പലരും-ഇ.കെ. നായനാരുൾപ്പടെ-വിദൂര പ്രദേശങ്ങളിലേക്ക് പാലായനം ചെയ്യുകയും അവിടെ ഒളിവു പ്രവർത്തനം നടത്തുകയും ചെയ്യുന്നത്. കയ്യൂരിൽ നായ നാരെപ്പോലുള്ളവർ എത്തുന്നത് ഇങ്ങിനെയാണ്.

യുദ്ധം ആരംഭിച്ചപ്പോൾ വളണ്ടിയർ ക്യാമ്പുകൾ ഡിഫൻസ് ഓഫ് ഇന്ത്യാ റൂൾ പ്രകാരം ഗവൺമെന്റ് നിരോധിച്ചു. കെ.പി.സി.സി. വളണ്ടിയർ യൂണിറ്റുകൾ പിരിച്ചുവിട്ടു. എന്നാൽ യുദ്ധ പിരിവിനും ഫാസിസ്റ്റ് യുദ്ധത്തിനും സാമ്രാജ്യത്വത്തിനും എതിരെ കോൺഗ്ര സ്സിന്റെയും സംഘത്തിന്റെയും നേതൃത്വത്തിൽ കയ്യൂരിൽ പ്രകടനം നടന്നു. പുത്തൂരിൽ നിന്ന് ആർ.ഡി.ഒ. വന്ന് ചെറുവത്തൂരിൽ കേമ്പ് ചെയ്ത് യുദ്ധഫണ്ടിലേക്ക് പണം പിരിച്ചപ്പോൾ സംഘം വലിയൊരു ജാഥ സംഘടിപ്പിച്ച് ശക്തമായ എതിർപ്പ് പ്രകടിപ്പിച്ചു.

യുദ്ധഫണ്ടിലേക്ക് സംഭാവന നൽകരുതെന്ന് സംഘം പ്രവർത്തകർ ജനങ്ങളെ ഉദ്ബോധിപ്പിച്ചു. യുദ്ധം സാമ്രാജ്യത്വ താൽപ്പര്യങ്ങൾക്ക് വേണ്ടിയാണെന്നും അതിന്റെ ഭാരം ജനങ്ങളുടെ മേൽ കെട്ടിവെക്കരു തെന്നും അവർ വിളിച്ചുപറഞ്ഞു. യുദ്ധം നാടിനാപത്താണെന്ന് അവർ പ്രചരിപ്പിച്ചു. യുദ്ധവിരുദ്ധ കാമ്പയിൻ സംഘത്തിന്റെ ഒരു പ്രധാന അജണ്ടയായി മാറി. സാമ്രാജ്യത്വവിരുദ്ധവും യുദ്ധവിരുദ്ധവുമായ പ്രച രണത്തിന്റെ ഇടർച്ചയായാണ് ഐതിഹാസികമായ കയ്യൂർ സംഭവമു ണ്ടാകുന്നത്.

പാലായി വിള കൊയ്ത്ത് സമരം

കയ്യൂർ സമരത്തിന് പശ്ചാത്തലമൊരുക്കിയ മറ്റൊരു പ്രധാനപ്പെട്ട സംഭവമായിരുന്നു പാലായി വിളകൊയ്ത്ത് സമരം. വടക്കെ മലബാറിലെ കർഷക സംഘത്തിന്റെ വളർച്ചയിൽ ഒരു നാഴിക കല്ലായിരുന്നു വിള കൊയ്ത്ത് സമരങ്ങൾ. കർഷക സംഘത്തിന്റെ വർഗ്ഗ പരമായ നിലപാട് വ്യക്തമാക്കുന്ന സമരമായിരുന്നു വിളകൊയ്ത്ത് സമരം. ഇത് കർഷകരെ ചേർത്തുപിടിക്കുന്ന സമീപനത്തിന്റെ ഏറ്റവും പ്രധാനപ്പെട്ട പ്രതീകങ്ങ ളിലൊന്നായിരുന്നു. വിത്തിട്ടവർ വിളകൊയ്യും എന്ന മുദ്രാവാക്യം സംഘ ത്തിന്റെ വളർച്ചയെക്കൂടി സൂചിപ്പിക്കുന്നു. വാശി, നുരി, മേൽച്ചാർത്ത്, കാഴ്ച തുടങ്ങിയ അക്രമപിരിവുകൾ നിർത്തലാക്കുകയെന്നതായിരുന്നു ആദ്യത്തെ പ്രധാന മുദ്രാവാക്യം. കൈവശാവകാശ ഭൂമിയിൽ നിന്ന് കുടിയാനെ ഒഴിപ്പിക്കരുതെന്നും സംഘം ആവശ്യപ്പെട്ടു. രണ്ടാംഘട്ട ത്തിൽ വിത്തിട്ടവൻ വില കൊയ്യും എന്ന മുദ്രാവാക്യമാണുയർത്തിയത്. ഇത് ഭൂമിയുടെ മേലുള്ള കർഷകന്റെ അവകാശം ഉറപ്പിക്കുന്ന മുദ്രാവാ ക്യമായിരുന്നു. മൂന്നാമത്തെ ഘട്ടത്തിലാണ് കൃഷിഭൂമി കൃഷിക്കാരന് എന്ന ഏറ്റവും വിപ്ലവകരമായ മുദ്രാവാക്യം ഉയർത്തിയത്. ഇത്തരം മുദ്രാവാക്യങ്ങൾ നിരക്ഷരരായ കർഷകരെ സംഘത്തോട് അടുപ്പി ക്കാനും അവരിൽ വിപ്ലവരാഷ്ട്രീയത്തിന്റെ വിത്തുകൾ വിതയ്ക്കാനും വലിയ തോതിൽ സഹായിച്ചു. രാജ്യവ്യാപകമായി കർഷകർ കിസാൻ സഭയോട് ചേർന്ന നിൽക്കാനും സാമ്രാജ്യത്വ വിരുദ്ധ പോരാട്ടത്തിലെ സുപ്രധാന ഘടകമായി മാറാനും ഈ മുദ്രാവാക്യം വളരെയധികം സഹായിച്ചു.

വടക്കേ മലബാറിൽ ജന്മി-കുടിയാൻ സംഘർഷം വർഗ്ഗ സമരമെന്ന നിലയിൽ വളരെ ശക്തമായ രീതിയിൽ ആഞ്ഞടിച്ചു. ഈ കാലഘട്ട ത്തിൽ സാമ്രാജ്യത്തത്തിനും, ഫ്യൂഡലിസത്തിനുമെതിരായി കർഷകരെ രാഷ്ട്രീയ ശക്തിയായി സംഘടിപ്പിച്ചത് കോൺഗ്രസ് സോഷ്യലിസ്റ്റുകാ രും പിന്നീട് കമ്മ്യൂണിസ്റ്റുകാരുമായിരുന്നു. കമ്മ്യൂണിസ്റ്റ് പാർട്ടി ജനകീയ യുദ്ധം പരിപാടി സ്വീകരിച്ചെങ്കിലും ജന്മിമാരുടെയും പോലീസിന്റെയും അതിക്രമങ്ങളോട് സന്ധി ചെയ്യാൻ തയ്യാറായിരുന്നില്ല. വിത്തിട്ടവർ വിള കൊയ്യും എന്ന മുദ്രാവാക്യം കർഷകരെ ആവേശം കൊള്ളിച്ചു. ജന്മിയുടെ നികുതി ബാക്കിക്ക് കുടിയാന്റെ വിള ജപ്തി ചെയ്യുന്ന സമ്പ്ര ദായം അക്കാലത്ത് നിലവില്ലുണ്ടായിരുന്നു. ജന്മിയും, ഗ്രാമാധികാരിയും ഒത്തുകൊണ്ടാണ് ഇത് ചെയ്യുന്നത്. പട്ടേലന്മാർ ജന്മിമാരായതുകൊ ണ്ട് തഹസീൽദാരെ പാട്ടിലാക്കുക എളുപ്പമാണ്. നെല്ല് കൊയ്യുന്ന

സമയത്താണ് കൃഷിക്കാരന്റെ വിള ജപ്തി ചെയ്തിരുന്നത്. ഇതിനെ എതിർത്തുകൊണ്ട് കർഷക സംഘം വലിയ പ്രക്ഷോഭം തന്നെ സംഘടിപ്പിച്ചു. ജപ്തിക്ക് തീരുമാനിച്ച വിള സംഘത്തിന്റെ ആഭിമുഖ്യത്തിൽ കൊയ്യപ്പെട്ടു. ഇത് മൂലം നിരവധി കേസുകളും പ്രശ്നങ്ങളുമുണ്ടായി. അനേകം കൃഷിക്കാർ ശിക്ഷിക്കപ്പെട്ടു.

വിത്തിട്ടവൻ വിളകൊയ്യുമെന്ന മുദ്രാവാക്യം നടപ്പിൽ വരുത്തുന്നതിനുവേണ്ടിയാണ് വിളകൊയ്ത്ത് സമരങ്ങൾ വടക്കെ മലബാറിലെങ്ങും അരങ്ങേറിയത്. നിരവധി ഗ്രാമങ്ങളിൽ ജന്മിമാരുടെ അധികാരത്തെ വെല്ലുവിളിച്ചുകൊണ്ട് കർഷകർ സംഘത്തിന്റെ നേതൃത്വത്തിൽ അണിനിരന്ന് വിളകൊയ്ത്ത് സമരങ്ങൾ നടത്തി. ഈ സമരപരമ്പരകളിൽ കാസർകോട്ട് നടന്ന ആദ്യത്തെ സമരമായിരുന്നു പാലായി വിളകൊയ്ത്ത് സമരം. ഈ സമരം കർഷകർക്ക് ഒരു പുതിയ അനുഭവമായിരുന്നു. ഒന്നിച്ചുനിന്നാൽ ആവശ്യങ്ങൾ നേടിയെടുക്കാമെന്ന ആത്മവിശ്വാസം ഈ സമരം കർഷകരിൽ വളർത്തി. എല്ലാത്തിനും കൂടെ കർഷക സംഘമുണ്ടായിരിക്കുമെന്ന വിശ്വാസം വിളകൊയ്ത്ത് സമരം ഒന്നുകൂടി ഉറപ്പിച്ചു. വിളകൊയ്ത്ത് സമരത്തിന്റെ അലയൊലികൾ കയ്യൂർ ഗ്രാമത്തിലു മെത്തി. കയ്യൂർ രക്തസാക്ഷിയായ അബൂബക്കറും പാലായി വിളകൊയ്ത്ത് സമരത്തിൽ പ്രതിയായിരുന്നു. തിമിരിയിലും മടിക്കൈയിലും ഉദിനൂരിലും പെരുമ്പളയിലും മറ്റനേകം ഗ്രാമങ്ങളിലും വിളകൊയ്ത്ത് സമരങ്ങൾ നടന്നു. ജന്മിത്വത്തിന് ഒരു ബദൽ വളർന്നുവന്നിരിക്കുന്നുവെന്ന പ്രഖ്യാപനമാണ് ഈ സമരമെന്നത് പ്രത്യേകം ശ്രദ്ധയാകർഷിക്കുന്നു. ജന്മിത്വത്തിന് പകരമില്ലായെന്ന വിശ്വാസം പൊളിച്ചടുക്കി ജന്മിത്വത്തിന്റെ ബദൽ കർഷക സംഘമാണ് എന്ന് വിളംബരം ചെയ്തു വിളകൊയ്ത്ത് സമരം. ഈ പുതിയ ബദൽ ശക്തിക്ക് പിന്നിൽ എല്ലാം മറന്ന് കർഷകർ അണി നിരന്നു.

1941 ഫെബ്രുവരിയിലാണ് പാലായി വിള കൊയ്ത്ത് സമരം നടന്നത്. കയ്യൂരിനോട് തൊട്ടുകിടക്കുന്ന ഗ്രാമമാണ് പാലായി. ആയവളപ്പിൽ കുഞ്ഞികൃഷ്ണൻ നമ്പ്യാരായിരുന്നു ജന്മി. ഭൂമി ഏറ്റുവാങ്ങി കൈവശം വെച്ച് കൃഷി ചെയ്തു കൊണ്ടിരുന്നത് തണ്ടാലത്ത് അമ്പാടിയും കൊവ്വലിൽ അമ്പാടി പണിക്കരും. ഇവർ ഇറക്കിയ കൃഷി വിളഞ്ഞു കൊയ്യാറായപ്പോൾ, കുഞ്ഞികൃഷ്ണൻ നമ്പ്യാർ കൊയ്യാനായി അവകാശവാദം ഉന്നയിച്ചു. പാട്ട കുടിശ്ശികയുടെ പേരിൽ ജന്മി 10 പേരെ പ്രതികളാക്കി കേസ് കൊടുത്തു വിധി നേടുകയും ചെയ്തു. കൊയ്ത്താരംഭിച്ചപ്പോൾ കർഷക സംഘം പ്രവർത്തകർ പാടത്തു വന്നു. ഇവരെ കണ്ടപ്പോൾ

ജന്മിയും കൊയ്യാൻ വന്നവരും ഓടിപ്പോയി. സംഘം പ്രവർത്തകർ പാടത്തിറങ്ങി കൊയ്തു. ജന്മി പോലീസിൽ കേസു കൊടുത്തു. കേസ്സിൽ പ്രതിചേർക്കപ്പെട്ടവരിൽ ഒന്നും രണ്ടും പ്രതികളെ രണ്ടുമാസം വീതവും മറ്റുള്ളവരെ ഒരു മാസം വീതവും തടവിന് ശിക്ഷിച്ചു. അവർ അപ്പീൽ പോകുകയും അനുകൂല വിധി സമ്പാദിക്കുകയും ചെയ്തു. കർഷകസം ഘത്തിന് അനുകൂലമായി ലഭിച്ച ഈ വിധി പ്രവർത്തകരിൽ വലിയ ആവേശമുണ്ടാക്കി. പാലായിലെ വിളകൊയ്ത് സമരത്തിന്റെ വിജയം പാർട്ടി പ്രവർത്തകരെ ആവേശഭരിതരാക്കി.

നീലേശ്വരം രാജാവിന് നിവേദനം

ജന്മിത്വത്തിനെതിരായ പ്രക്ഷോഭത്തിൽ മറ്റൊരു സമരമുഖം തുറക്ക കയെന്ന ലക്ഷ്യത്തോടെയാണ് കർഷകർ അനുഭവിക്കുന്ന പ്രശ്നങ്ങൾ ക്ക് പരിഹാരം തേടി ജന്മിമാർക്കി നിവേദനം നൽകാൻ സംഘം തീരു മാനിച്ചത്. എല്ലാ ജന്മിമാരുടെയും വീടുകളിലേക്കും മാർച്ച് നടത്തുവാനും കർഷകരുടെ ആവശ്യങ്ങളടങ്ങിയ നിവദേനം നൽകാനും കർഷക സംഘം തീരുമാനിച്ചു. അതിന്റെ ഭാഗമായി പ്രദേശത്തെ ഏറ്റവും വലിയ ജന്മികുടിയായ നീലേശ്വരം രാജാവിനെ കണ്ട് നിവേദനം നൽകാനും തീരുമാനമായി. 1941 മാർച്ച് 30 ന് കയ്യൂരിൽ നിന്ന് വളണ്ടിയർമാരുടെ കർഷക ജാഥ പുറപ്പെടണമെന്നും നീലേശ്വരം ടൗണിൽ പ്രകടനം നടത്തിയ ശേഷം കോവിലകത്ത് പോയി നിവേദനം നൽകണമെന്നും സംഘം തീരുമാനിച്ചു. അന്യായ പിരിവുകളും അക്രമങ്ങളും അവസാനി പ്പിക്കുക എന്നതായിരുന്നു നിവേദനത്തിലെ പ്രധാന ആവശ്യം. രാജാവ് ആവശ്യം അംഗീകരിച്ചാൽ മറ്റ് ജന്മിമാരും അത് പിന്തുടരുമെന്ന വിശ്വാ സത്തിലാണ് ആദ്യം നീലേശ്വരം രാജാവിന് നിവേദനം നൽകാൻ തീരുമാനിച്ചത്. വളരെ വ്യക്തമായി തയ്യാറാക്കിയ നിവേദനത്തിന്റെ കോപ്പി നീലേശ്വരം രാജാവിന് സംഘം അയച്ചുകൊടുത്തു.

കർഷക മാർച്ച് വിജയിപ്പിക്കുന്നതിന് വേണ്ടി വലിയ മുന്നൊരു ക്കങ്ങളാണ് കർഷകസംഘം നടത്തിയത്. മാർച്ച് വിജയിപ്പിക്കുവാൻ ആഹ്വാനം ചെയ്തുകൊണ്ടുള്ള നോട്ടീസ് അടിച്ച് വിതരണം ചെയ്തു. ജനങ്ങളോട് മാർച്ചിൽ പങ്കെടുക്കുവാൻ ആവശ്യപ്പെട്ടുകൊണ്ട് കയ്യൂരിൽ തലങ്ങും വിലങ്ങും ജാഥകൾ നടത്തി. മാർച്ച് 30 ന്റെ ജാഥയും പൊതുയോഗവും വലിയ വിജയത്തിൽ കലാശിക്കുമെന്ന പ്രതീക്ഷ നാട്ട കാരിലും കർഷകരിലും വളർന്നുവന്നു. നിവേദനത്തിന്റെ കോപ്പി കിട്ടിയ രാജാവ് അതിന്റെ ഉള്ളടക്കം സശ്രദ്ധം വായിച്ച പരിശോധിച്ച. കാര്യ സ്ഥന്മാരും നാട്ടുപ്രമാണിമാരും കൂടിയാലോചനയിൽ പങ്ക് ചേർന്നു.

കർഷക മാർച്ചിനെതിരെ എന്ത് നടപടി സ്വീകരിക്കണമെന്ന കാര്യം വിശദമായി ചർച്ച ചെയ്തു. ദീർഘനേരത്തെ കൂടിയാലോചനകൾക്ക് ശേഷം സമഗ്രമായ ഒരു റിപ്പോർട്ട് തയ്യാറാക്കി അധികൃതർക്ക് അയച്ചു കൊടുത്തു. മാർച്ച് 30 ന് കോവിലകം ആക്രമിച്ച് കൊള്ള നടത്താൻ പോകുന്നുണ്ടെന്ന് വിവരം ലഭിച്ചിരിക്കുന്നുവെന്നും തങ്ങളുടെ ജീവനും സ്വത്തിനും സംരക്ഷണം നൽകുന്നതിന് വേണ്ടി അടിയന്തിര നടപ ടികൾ സ്വീകരിക്കണമെന്നും ഗവൺമെന്റിനോട് ആവശ്യപ്പെട്ടു. കർഷ കസംഘം സമാധാനപരമായി ജാഥ നടത്തി നിവേദനം നൽകാൻ മാത്രമേ തീരുമാനിച്ചിരുന്നുള്ളൂ. ജന്മിമാർ എത്ര സംഘടിതമായാണ് കർഷകർക്കെതിരെ നടപടിക്കൊരുങ്ങിയതെന്ന് അതികഠധർക്കയെച്ച റിപ്പോർട്ട് സൂചിപ്പിക്കുന്നു. ജാഥ ആരംഭിക്കുന്നതിന് മുമ്പ് പോലീസിനെ ഉപയോഗിച്ച് അത് തടയുകയെന്ന ലക്ഷ്യമായിരുന്ന രാജാവിനുണ്ടാ യിരുന്നത്. ഉശിരന്മാരായ സംഘം പ്രവർത്തകരെ അറസ്റ്റ് ചെയ്ത് ജാഥ പൊളിക്കാനുള്ള പദ്ധതിയുമായി ആരുമറിയാതെ പോലീസ് കയ്യൂരിലെത്തി. കയ്യൂർ മുണ്ട്യയിൽ പൂരക്കളി പരിശീലനം നടക്കുന്ന ഒരു രാത്രിയിൽ അപ്പവടക്കമുള്ള പ്രവർത്തകരെ പിടിക്കൂടാമെന്ന് പോലീസ് പ്രതീഷിച്ചു. പക്ഷെ, പൂരക്കളി കളത്തിൽ നിന്നും അപ്പുവും സംഘവും വിദഗ്ധമായി രക്ഷപ്പെട്ടു. അതേസമയം തീരുമാനിച്ച മാർച്ച് നടത്താൻ സംഘത്തിന് കഴിഞ്ഞതുമില്ല.

കളിയാട്ടം... പ്രക്ഷോഭത്തിന്റെ മറ്റൊരു സമരമുഖം

കയ്യൂരിൽ രാഷ്ട്രീയമേഖലയിൽ സമരങ്ങൾ നടക്കുന്നതോടൊപ്പം തന്നെ ആത്മീയ മേഖലയും സംഘർഷ ഭൂമികയായി മാറുന്നുണ്ട്. സാമ്രാജ്യത്വ വിരുദ്ധ സമരത്തിൽ തെയ്യം/കളിയാട്ടം പ്രക്ഷോഭ വേദിയായി മാറുന്നത് കയ്യൂരിന്റെ മാത്രം സവിശേഷതയാണ്. നില നിൽക്കുന്ന അധികാര വ്യവസ്ഥയുമായി ആത്മീയ മേഖലയ്ക്ക് ബന്ധ മുണ്ടെന്നതിന്റെ സൂചനയാണിത്. അധികാര വ്യവസ്ഥയ്ക്കെതിരായ പ്രതിഷേധമാണ് കയ്യൂർ സമരം. ജീവിതത്തിന്റെ എല്ലാ മേഖലകളിലും ഈ പ്രതിഷേധം ഉയരുന്നുണ്ട്. കയ്യൂരിലെ ഭൂരിപക്ഷം വരുന്ന് തീയ്യ സമൂഹത്തിന്റെ ഏറ്റവും പ്രധാനപ്പെട്ട ആത്മീയ കേന്ദ്രങ്ങളാണ് കയ്യൂർ മുണ്ട്യയും വേട്ടക്കൊരുമകൻ കോട്ടവും തായ്ത്തറ ആലിങ്കീഴിൽ ഭഗവതി ക്ഷേത്രവും. ഇവ പരസ്പര ബന്ധമുള്ള സ്ഥാപനങ്ങളാണ്. കയ്യൂരുകാർ നെഞ്ചേറ്റിയ ദേവതകളുടെ ആരൂഢങ്ങളുമാണ് ഇവ. പ്രബല തറവാ ടുകളായ മഠത്തിൽ, കോയിത്താറ്റിൽ, താഴെക്കണ്ടം എന്നിവയ്ക്ക് ഈ ആരാധനാ കേന്ദ്രങ്ങളുമായി അനുഷ്ഠാനപരമായ ബന്ധമുണ്ട്.

കയ്യൂർ രക്തസാക്ഷികളായ മഠത്തിൽ അപ്പുവിന്റെയും കോയിത്താ ട്ടിൽ ചിരുകണ്ടന്റെയും തറവാടുകളാണ് മേൽപ്പറഞ്ഞവേയിൽ ആദ്യത്തെ രണ്ടെണ്ണം. കളിയാട്ടമുൾപ്പടെയുള്ള അനുഷ്ഠാനപരമായ ആഘോഷങ്ങളുടെ സംഘാടകരും കർഷകസംഘം പ്രവർത്തകരും സമരങ്ങളിലെ പോരാളികളുമെല്ലാം ഒരേ ആൾക്കാർ തന്നെയാണ്. ഇവയൊന്നും പരസ്പരം ഒറ്റപ്പെട്ട അറകളായിരുന്നില്ല. അതിനാൽ ജീവിതത്തിന്റെ ഓരോ മേഖലയും സമരകേന്ദ്രമായി മാറുന്ന അപൂർവ്വ രംഗങ്ങൾക്ക് കയ്യൂർ സാക്ഷിയാകുന്നു. കയ്യൂരുകാരുടെ ഏറ്റവും പ്രധാന പ്പെട്ട ഉത്സവം ആലിങ്കീഴിൽ ഭഗവതി ക്ഷേത്രത്തിലെ കളിയാട്ടമാണ്. അഥവാ കണ്ടത്തിലമ്മയുടെ കളിയാട്ടമാണ്. കയ്യൂരിൽ നിന്നും പരി സരങ്ങളിൽ നിന്നും ആയിരങ്ങൾ ഒഴുകിയെത്തുന്ന കളിയാട്ടമാണിത്. കണ്ടത്തിലമ്മയുടെ അനുഗ്രഹം തേടിയാണവർ വരുന്നത്. തെയ്യം കാണാനെത്തുന്നതവർ കളിയാട്ടത്തിന്റെ ചെലവിന് ഉപകരിക്കുമെന്ന വിശ്വാസത്തിൽ അവരുടെ ഒരു വിഹിതം കാണിക്കയായി തെയ്യത്തിന് നൽകുന്നു. തെയ്യത്തെ തൊഴുത് വണങ്ങുന്ന സന്ദർഭത്തിൽ ആചാര ക്കാരുടെ കയ്യിലോ തെയ്യം നടക്കുന്ന അരങ്ങിലോ ഉള്ള തളികയിൽ ആളുകൾ പണം നൽകും. ആരുടെയും നിർബന്ധമില്ലാതെ മനസ്സറിഞ്ഞ് തെയ്യത്തിന് നൽകുന്ന പണമാണിത്. അതെല്ലാം ഒന്നിച്ചാകുമ്പോൾ നല്ലൊരു തുകയായി മാറും. സാധാരണഗതിയിൽ തൊഴുത് പിരിവിന്റെ അവകാശി ക്ഷേത്രത്തിന്റെ കോയ്മയാണ്. തെയ്യം അരങ്ങൊഴിഞ്ഞാൽ കോയ്മ ഈ തൊഴുത് പണമെടുത്ത് സ്വന്തം വീട്ടിലേക്ക് കൊണ്ടുപോകും. ക്ഷേത്രത്തിലേക്ക് കൊടുക്കില്ല. ഇതൊരു അനീതിയാണ്. പക്ഷെ ഇതിനെ ആരും ചോദ്യം ചെയ്യില്ല. കളിയാട്ടം നടത്താൻ കഷ്ടപ്പെടുന്ന സാധാരണ മനുഷ്യരുടെ മുന്നിലൂടെ തൊഴുത് പിരിവുമെടുത്ത് ജന്മി പോകുന്നത് നിസ്സംഗരായി നോക്കിയിരിക്കുകയല്ലാതെ അവർക്ക് മറ്റൊരു വഴിയുമുണ്ടായിരുന്നില്ല.

പക്ഷെ കർഷക സംഘത്തിന്റെ രൂപീകരണത്തോടെ ജനങ്ങൾ ക്ക് ലഭിച്ച ആത്മവിശ്വാസം തെറ്റുകളെയും അനീതിയേയും ചോദ്യം ചെയ്യാൻ അവരെ പ്രേരിപ്പിച്ചു. 1940 നവംബറിൽ (തുലാമാസം) നടന്ന കണ്ടത്തിലമ്മയുടെ കളിയാട്ട വേളയിൽ കയ്യൂരിന്റെ സമരപൈതൃകം നാടിനെ ത്രസിപ്പിച്ചുകൊണ്ട് വീണ്ടും പ്രത്യക്ഷപ്പെട്ടു. കളിയാട്ടത്തിന്റെ ഭാഗമായി പിരിഞ്ഞ് കിട്ടിയ പണവുമെടുത്ത് നടന്ന നീങ്ങിയ ക്ഷേത്ര കോയ്മയെ അപ്പുവും ചിരുകണ്ടനും മറ്റ് പ്രവർത്തകരും ചേർന്ന് തടയുകയും ചോദ്യം ചെയ്യുകയും ചെയ്തു. എന്തിനെയും പരസ്യമായി

ചോദ്യം ചെയ്യാനുള്ള കരുത്ത് അപ്പവും സംഘവും നേടിയിരുന്നു. "ഇത് പത്താളകളുടെ പണമാണ്, ക്ഷേത്രത്തിന് അവകാശപ്പെട്ടത്. നിങ്ങൾക്കതിൽ അവകാശമില്ല. പണം കൊണ്ടുപോകരുത്." അപ്പ വിന്റെ നേതൃത്വത്തിൽ പ്രവർത്തകർ ജന്മിയുടെ മുഖത്ത് നോക്കി വിളി ച്ചുപറഞ്ഞു. മുമ്പൊരിക്കലുമിങ്ങനെ ജന്മിയെ ചോദ്യം ചെയ്തിരുന്നില്ല. അപ്പവിന്റെ ആജ്ഞാശക്തിയുള്ള ശബ്ദത്തിന് മുന്നിൽ പതറിപ്പോയ ജന്മി അവരുടെ പ്രതിഷേധത്തിന് മുന്നിൽ കീഴടങ്ങി പണം ക്ഷേത്ര നടയിൽ വെച്ച് നിശബ്ദനായി പിന്തിരിഞ്ഞു. കർഷകസംഘത്തെ എതിർത്ത് കീഴടക്കാനുള്ള കരുത്ത് തനിക്കില്ലെന്ന് ജന്മിക്ക് ബോധ്യ പ്പെട്ട ഒരു നിമിഷമായിരുന്നു അത്. ജനങ്ങൾ ആഹ്ലാദാരവം മുഴക്കി. ജന്മിത്വത്തിന് മേൽ നേടിയ പ്രത്യക്ഷ വിജയം കയ്യൂരിന്റെ പ്രക്ഷോഭ ചരിത്രത്തിലെ തിളക്കമാർന്ന അധ്യായമാണിത്. ഈ വിജയമാകാം പിന്നീട് പോലീസ് അതിക്രമങ്ങളെ ചെറുക്കാൻ സംഘം പ്രവർത്തകർ ക്ക് ആത്മവിശ്വാസം നൽകിയത്.

സാമ്രാജ്യത്വവിരുദ്ധ ജാഥ

പാലായി വിളകൊയ്ത്ത് സമരത്തിന് ശേഷം കയ്യൂരിൽ പ്രവർത്തി ച്ചുകൊണ്ടിരുന്ന കമ്മ്യൂണിസ്റ്റ് സെല്ലുകൾ ഭരണകൂടത്തിന്റെ മർദ്ദ നനയത്തിനും യുദ്ധകാല പ്രവർത്തനങ്ങൾക്കുമെതിരെ കയ്യൂരിൽ വലിയൊരു ജാഥ സംഘടിപ്പിച്ചു. 1941 മാർച്ച് 12ന് യൂണിഫോറത്തിലും അല്ലാതെയും നൂറോളം പേർ ചേർന്ന നടത്തിയ ജാഥയിൽ ബ്രിട്ടീഷ് ഭരണം നശിക്കട്ടെ, ജന്മിത്വം നശിക്കട്ടെ, കർഷകർ വിജയിക്കട്ടെ, വിപ്ലവം ജയിക്കട്ടെ, നികുതി കൊട്ടക്കരുത്, പട്ടാളത്തിൽ ചേരരുത്, യുദ്ധഫണ്ടിലേക്ക് സംഭാവന നൽകരുത് ഇടങ്ങിയ മുദ്രാവാക്യങ്ങൾ പ്രകടനക്കാർ മുഴക്കി. മൊറാഴ, മട്ടന്നൂർ കേസ്സുകളിൽ ശിക്ഷിക്കപ്പെട്ട് റിമാണ്ടിലായിരുന്നവരെ വിട്ടയക്കാനും അവർ ആവശ്യപ്പെട്ടു. നിരക്ഷ രരായ ഒരു ജനതയുടെ വിപ്ലവകരമായ ഒരു മാറ്റമാണ് ജാഥയിലെ മുദ്രാവാക്യങ്ങളിലൂടെ വെളിവാക്കപ്പെട്ടത്. ഒരു പെറ്റികേസ്സിന്റെ അന്വേ ഷണത്തിന് കയ്യൂരിലെത്തിയ റവന്യൂ ഇൻസ്പെക്ടർ ബാലകൃഷ്ണൻ നായർ ജാഥയിൽ മുഴങ്ങിക്കോട്ട മുദ്രാവാക്യങ്ങളിൽ പ്രകോപിത നായി. വൈകുന്നേരം നീലേശ്വരത്തേക്കുള്ള മടക്കയാത്രയിൽ ക്കക്കോട്ട് വെച്ച് സാമ്രാജ്യത്വവിരുദ്ധ മുദ്രാവാക്യവുമായി ടി.വി.കുഞ്ഞമ്പുവിന്റെ നേതൃത്വത്തിലുള്ള ജാഥയെ വീണ്ടും കാണാനിടയായി. ശിപായിയുമൊ ന്നിച്ച് അതേ വഴിയിൽക്കൂടി പോകുകയായിരുന്ന റവന്യൂ ഇൻസ്പെ ക്ടറെ കണ്ടപ്പോൾ വളണ്ടിയർമാർ മുദ്രാവാക്യം വിളി നിർത്തുമെന്നും

വഴിമാറിക്കൊടുത്ത് ബഹുമാനിക്കുമെന്നും ഇൻസ്പെക്ടർ പ്രതീക്ഷിച്ചു. പക്ഷെ ജാഥാംഗങ്ങൾ അങ്ങനെ ചെയ്തില്ലെന്ന് മാത്രല്ല, കൂടുതൽ ഉച്ചത്തിൽ മുദ്രാവാക്യം മുഴക്കികൊണ്ട് മുന്നോട്ട് മാർച്ച് ചെയ്യുകയും ചെയ്തു. ഇത് ഉദ്യോഗസ്ഥനെ അപമാനിക്കുവാൻ വേണ്ടി കരുതിക്കൂട്ടി ചെയ്തതാണെന്നും അതിനവരെ ഒരു പാഠം പഠിപ്പിക്കണമെന്നും ഉദ്യോ ഗസ്ഥൻ തീർച്ചയാക്കി. ജില്ലാ കളക്ടർക്കും പോലീസ് മേധാവികൾക്കും കെട്ടിചമച്ച പല റിപ്പോർട്ടുകളും ഇൻസ്പെക്ടർ അയച്ചു. ഒരു ഫോറസ്റ്റ് ഗാർഡിന്റെ വകയായി മറ്റൊരു ആക്ഷേപവും ഗവൺമെന്റിലേക്ക് അയച്ചു. ഈ റവന്യൂ ഇൻസ്പെക്ടറും ഫോറസ്റ്റഗാർഡും പ്രോസിക്യൂഷൻ ഭാഗം സാക്ഷികളായി കോടതിയിൽ പിന്നീട് മൊഴിക്കൊടുത്തിരുന്നു. റവന്യൂ ഇൻസ്പെക്ടർ നേതാക്കളടെ പേര് കുറിച്ചെടുക്കുകയും പിറ്റേ ദിവസം പ്രസ്തുത നിയമവിരുദ്ധജാഥയെ കുറിച്ച് ഉന്നതാധികാരികൾക്ക് റിപ്പോർട്ട് അയക്കുകയും ചെയ്തു. ഹൊസ്ദുർഗ്ഗ് പോലീസ് സ്റ്റേഷനിലെ എസ്.ഐ. ജാഥനേതാക്കൾക്കെതിരെ ഡിഫൻസ് ഓഫ് ഇന്ത്യാ റൂൾസ് പ്രകാരം കേസ് ചാർജ്ജ് ചെയ്തു. ചാർജ്ജ് ഷീറ്റിന്റെ അടിസ്ഥാ നത്തിൽ ടി.വി. കുഞ്ഞമ്പു, കെ.പി. വെള്ളങ്ങ, ടി.വി. കുഞ്ഞിരാമൻ, ചുരിക്കാടൻ കൃഷ്ണൻ നായർ, പി.ടി. അമ്പാടികുഞ്ഞി, കോയിത്താറ്റിൽ ചിരുകണ്ണൻ, കോയിത്താറ്റിൽ വളപ്പിൽ രാമൻ എന്നിവർക്കെതിരെ മംഗലാപുരം മജിസ്ട്രേറ്റ് അറസ്റ്റ് വാറണ്ട് പുറപ്പെടുവിച്ചു. പക്ഷെ., വാറണ്ടുമായി പോലീസ് എത്തുന്നത് ദിവസങ്ങൾക്ക് ശേഷമാണ്. കയ്യൂരിന്റെ സാമ്രാജ്യത്വവിരുദ്ധ സമരത്തിലെ ശ്രദ്ധേയമായ ഘട്ടമാണ് ഈ ജാഥയും കേസ്സും.

കയ്യൂരിൽ പോലീസ്സെത്തുന്നു

ചന്തേര ഔട്ട് പോസ്റ്റിലെ പോലീസ് കോൺസ്റ്റബിൾ ഗോവിന്ദൻ നമ്പ്യാർ 1941 മാർച്ച് 26ന് കയ്യൂരിലെത്തി വാറണ്ടിനെകുറിച്ച് പട്ടേലറെ അറിയിക്കുന്നു. ഹൊസ്ദുർഗ്ഗ് എസ്.ഐ. അർദ്ധരാത്രി യിൽ തോണിയിൽ കയ്യൂരിലെത്തി പ്രതികളെ അറസ്റ്റ ചെയ്യുമെന്ന് മുമ്പേ തന്നെ അറിയിച്ചിരുന്നു. കയ്യൂരിലെ പാർട്ടി സെല്ലും പ്രതിരോധ ത്തിനുള്ള ശ്രമം തുടങ്ങി. പോലീസിന്റെ നീക്കങ്ങൾ മനസ്സിലാക്കാൻ നദിക്കരയിലെ ചായക്കടയിൽ ചില പാർട്ടി പ്രവർത്തകർ തങ്ങി. അന്ന് രാത്രിയിൽ പട്ടേലറുടെ വീട്ടിൽ ഉറങ്ങിയിരുന്ന പോലീസുകാ രനെ ആരോ കുത്തി പരിക്കേൽപിച്ചു. കൂടെയുണ്ടായിരുന്ന ഉഗ്രാണി തെറ്റിദ്ധരിച്ച്, കുത്തിയത് മത്തിൽ അപ്പുവാണെന്ന് പറഞ്ഞു. രാത്രി കടവിനടുത്ത അപ്പുവിന്റെ ചായപ്പീടികയിൽ പ്രവർത്തകർ ഒത്തുകൂടി.

പാതിരാത്രി വരെ നിതാന്ത ജാഗ്രതയോടെ അവർ കാര്യങ്ങൾ ചർച്ച ചെയ്തു. പിന്നെ കിടന്നുറങ്ങി.

മാർച്ച് 27 ന് രാവിലെ മൂന്ന് മണിയോടെ എസ്.ഐ.യും സംഘവും കയ്യൂരിലെത്തി. കയ്യൂരിലെ കടവിന് സമീപം മഠത്തിൽ അപ്പവിന്റെ ചായപ്പീടികയിലാണ് പ്രവർത്തകർ കിടന്നുറങ്ങിയത്. ഒരു വേനൽ ക്കാല രാവായിരുന്നു അത്. സഖാക്കളെല്ലാം ഗാഢനിദ്രയിലായിരുന്നു. രാവിലെ ഏകദേശം മൂന്നു മണിയോടെ ബൂട്ട്സിന്റെ ചട,പടാ.... എന്ന ശബ്ദം നാലുപാടുനിന്നും കേട്ടു. പോലീസ് കുതിച്ചെത്തി ഉറങ്ങിക്കിടന്ന വരെ അടിക്കാൻ തുടങ്ങി. സബ് ഇൻസ്പെക്ടർ നീക്കോളസ്സിന്റെ നേതൃ ത്വത്തിൽ കാഞ്ഞങ്ങാട്ട നിന്ന് തോണി വഴി കരക്കിറങ്ങിയ ഒരു സംഘം പോലീസിന്റെ താണ്ഡവമായിരുന്നു പിന്നീട് അവിടെ നടന്നത്. നിരവധി സഖാക്കൾക്ക് ഭീകരമായ മർദ്ദനമേറ്റു. 20 മിനുട്ടകളോളം പോലീസ് നടപടി തുടർന്നു. അപ്രതീക്ഷിതമായ ആക്രമണമായിരുന്നതുകൊണ്ട് സഖാക്കൾക്കാണ് വലിയ മർദ്ദനമേറ്റത്. കെ.പി.വെള്ളങ്ങയെപോ ലുള്ള ഏതാനും പേർ പോലീസിന്റെ പിടിയിൽ നിന്നും കുതറി രക്ഷപ്പെ ട്ടു. മഠത്തിൽ അപ്പവിനും വെള്ളങ്ങയ്ക്കും സാരമായ പരിക്കേറ്റിരുന്നു. ചില വീട്ടുകൾ പോലീസ് പരിശോധിച്ചു. ടി.വി.കുഞ്ഞമ്പു, ടി.വി.കുഞ്ഞിരാമൻ എന്നിവരെ അറസ്റ്റ് ചെയ്ത് കാഞ്ഞങ്ങാട്ടേക്ക് കൊണ്ടുപോയി. മാർച്ച് 27 ഇങ്ങനെ കയ്യൂർ സമരത്തിൽ നിർണ്ണായകമായി മാറി.

രാത്രിയിൽ കിടന്നുറങ്ങുകയായിരുന്ന സഖാക്കളെ പോലീസ് മർദ്ദി ച്ചുവെന്നും ടി.വി.കുഞ്ഞമ്പു, ടി.വി.കുഞ്ഞിരാമൻ എന്നിവരെ അറസ്റ്റ്ചെ യ്തുകൊണ്ട് പോയെന്നുമുള്ള വാർത്ത നാടാകെ കാട്ട തീപോലെ പടർന്നു പിടിച്ചു. കിടന്നുറങ്ങുകയായിരുന്ന സംഘം പ്രവർത്തകരെ ഓർക്കാപ്പുറത്ത് ആക്രമിച്ചതിൽ ജനങ്ങൾക്കുള്ള പ്രതിഷേധം ശക്ത മായിരുന്നു. തങ്ങളുടെ പ്രിയപ്പെട്ട രണ്ട് നേതാക്കളെ രാത്രിവന്ന് അറസ്റ്റ് ചെയ്തതിലും ജനങ്ങൾക്ക് രോഷമുണ്ടായിരുന്നു. മർദ്ദനത്തിന്റേയും അറസ്റ്റിന്റേയും വിവരം ലഭിച്ചതോടുകൂടി കയ്യൂരിന്റെ നാനാഭാഗത്തുനി ന്നും കർഷകപ്രവർത്തകൻമാരും വളണ്ടിയർ സഖാക്കളും കയ്യൂർ സെന്ററിൽ തടിച്ചുകൂടി. അന്ന് വൈകുന്നേരം കയ്യൂർ കുക്കണ്ടത്തിൽ വെച്ച് ഗംഭീരമായ പൊതുയോഗം ചേർന്നു. അറസ്റ്റിലും മർദ്ദനത്തിലും പ്രതിഷേധം രേഖപ്പെടുത്തേണ്ടതാണെന്ന് തീരുമാനിച്ചു. യോഗത്തിനു മുമ്പ് നല്ലൊരു ജാഥ നടത്തണമെന്നും തീരുമാനിച്ചു. കിനാന്തൂർ, ക്ലായി ക്കോട്, പാലായി പോലുള്ള സ്ഥലങ്ങളിലേക്കും യോഗത്തിന്റെ വിവരം അറിയിച്ചു.

മാർച്ച് 28 ന് പോലീസ് വീണ്ടും കയ്യൂരിലെത്തി. മരത്തിൽ നിന്ന് വീണുമരിച്ച കോരൻ എന്ന ചെത്തുകാരന്റെ മരണം ഇൻക്വസ്റ്റ് നടത്തുന്നതിനാണ് അവരെത്തിയത്. ചായക്കടയിലെ ലാത്തിചാർ ഇജിന് നേതൃത്വം കൊടുത്ത ചന്തേര ഔട്ട് പോസ്റ്റിലെ സുബ്രായനും സംഘത്തിലുണ്ടായിരുന്നു. ആഴ്ചകൾക്ക് മുമ്പ് മാത്രം ജോലിയിൽ പുന: പ്രവേശിക്കപ്പെട്ട സുബ്രായന് കയ്യൂരിലെ രാഷ്ട്രീയ സ്ഥിതികൾ ഒന്നും അറിയില്ലായിരുന്നു. ഇൻക്വസ്റ്റ് പൂർത്തിയാക്കിയതിനശേഷം ചായക്കട നടത്തിയിരുന്ന മൊടവൻ അമ്പുവിന് ലൈസൻസ് പുതുക്കാത്തതിന് നോട്ടീസ് കൊടുക്കാനുള്ള ശ്രമവും സുബ്രായൻ നടത്തി. ഇതിനശേഷം മടക്കയാത്രയ്ക്ക് വേണ്ടി തൊട്ടടുത്ത കടയിൽ അയാൾ കാത്തുനിന്നു.

ജാഥകളും പോലീസ്സുകാരന്റെ മരണവും

മാർച്ച് 28 കയ്യൂരിൽ ആഘോഷദിവസായിരുന്നു. കയ്യൂരുകാരുടെ ജീവിതത്തിലെ നിറസാന്നിധ്യമാണല്ലോ തെയ്യവും പൂരക്കളിയും, കയ്യൂ രുകാരുടെ സാമൂഹ്യ ബോധത്തെ നിർണ്ണയിക്കുന്നതിൽ തെയ്യം വലിയ പങ്ക് വഹിക്കുന്നുണ്ട്. അതുപോലെ പൂരക്കളിയും കയ്യൂരുകാരുടെ ഉത്സ വമാണ്. അവരുടെ ശാരീരിക ക്ഷമത ഉറപ്പുവരുത്തിയ അനുഷ്ഠാനകല. അപ്പവിന്റെ മത്തിൽ പൂരക്കളിയിലെ പൊന്നുവെക്കുന്ന ദിവസമായി രുന്നു 28-ാം തിയ്യതി. അതിനാൽ പൂരക്കളിയിൽ പങ്കെടുക്കുന്നവരും കാണാനെത്തുന്നവരുമടക്കം നിരവധിയാളുകൾ കയ്യൂർ മത്തിലെ ത്തിയിരുന്നു. പൂരക്കളി നടന്നുകണ്ടിരിക്കെയാണ് തലേദിവസത്തെ മർദ്ദനത്തിന് നേതൃത്വം കൊടുത്ത പോലീസുകാരൻ ചെറിയാക്കരക്ക് നീങ്ങിയിട്ടുണ്ടെന്ന വിവരം അവിടെയെത്തിയത്.

തലേദിവസത്തെ മർദ്ദനത്തിൽപ്രധാരം വലിയ പ്രതിഷേധ സമ്മേളന ത്തിനുള്ള ഒരുക്കങ്ങൾ കയ്യൂരിൽ നടന്നു. എല്ലാ ഭാഗത്തുനിന്നും ആളുകൾ അവിടെയെത്തി. സമ്മേളന സ്ഥലത്തേക്ക് മുദ്രാവാക്യം വിളികളോടെ ജാഥകളായി എത്തിച്ചേരാനായിരുന്നു തീരുമാനം. ചുവന്ന കൊടിയുമേ ന്തിയ പ്രതിഷേധ പ്രകടനം ഒരുമണിയോടെ ക്ലക്കണ്ടത്ത് സമ്മേളിച്ചു. ചൂരിക്കാടൻ കൃഷ്ണൻ നായരും അബ്ബബക്കറും സമ്മേളനത്തെ അഭിസം ബോധന ചെയ്തു. അവിടെ നിന്ന് ജാഥ ചെറിയകണ്ടത്തേക്ക് നീങ്ങി. 'ഇൻക്വിലാബ് സിന്ദാബ്ദ്' 'ബ്രിട്ടീഷ് ഭരണം നശിക്കട്ടെ', 'ജന്മിത്വം നശിക്കട്ടെ', 'സോവിയറ്റ് ഭരണം വിജയിക്കട്ടെ' തുടങ്ങിയ മുദ്രാവാക്യ ങ്ങളാണ് ജാഥയിൽ ഉയർന്നു കേട്ടത്. ഇരുന്നൂറോളം പേർ ജാഥയില ണിനിരന്നു. ആറുപേരോളം കാക്കിയണിഞ്ഞ വളണ്ടിയർമാരായിരുന്നു. വൈകുന്നേരം 3 മണിയോട്ടുക്കൂടി പാലായി ഭാഗത്തു നിന്ന് വലിയൊരു

ജാഥ കയ്യൂരിൽ എത്തി. കയ്യൂരിലെ സഖാക്കളും പാലായിൽ നിന്നുവന്ന വരും കേന്ദ്രീകരിച്ചുകൊണ്ട് ഉശിരൻ ജാഥ കയ്യൂർ സെന്ററിൽ നിന്നും കിഴക്കോട്ട് ചെറിയാക്കര ഭാഗത്തേക്ക് നീങ്ങി. കയ്യൂർ സെന്ററിൽ നിന്നും പുഴക്കരയിൽ കൂടി ഏകദേശം ഒരു മൈൽ കിഴക്കോട്ട് പോയാൽ ചെറിയാക്കര എത്തും. നടപ്പാത വീതി കുറഞ്ഞതായിരുന്നു. വഴിയുടെ നല്ലൊരു ഭാഗം കുന്നിൻ ചരുവിൽക്കൂടിയാണ്. വഴിയിൽ നിന്നും പത്തോ പന്ത്രണ്ടോ അടി വടക്കോട്ട നീങ്ങിയാൽ പുഴയിൽ ഇറങ്ങാൻ കഴിയും. ചെങ്കൊടികളുമേന്തി ആവേശകരമായ മുദ്രാവാക്യങ്ങളുമായി ജാഥ മുന്നോട്ട് മാർച്ച് ചെയ്ത് ചെറിയാക്കരയെത്തി.

ചെറിയാക്കര ഷാപ്പിൽ കള്ളുകുടിച്ചുകൊണ്ടിരുന്ന ചിലർ ജാഥയുടെ ശബ്ദം കേട്ട് പുറത്തിറങ്ങി. ഒപ്പം യൂണിഫോം ധരിച്ച ഒരു പോലീസുകാ രനും അവരുടെ പിന്നാലെ പുറത്തിറങ്ങി. ജാഥയിലുള്ള ചിലർ പോലീ സുകാരനെ കണ്ടു. തലേ ദിവസം കിടന്നുറങ്ങുകയായിരുന്ന സഖാക്കളെ മർദ്ദിച്ചവരുടെ കൂട്ടത്തിൽ മുൻപന്തിയിലുണ്ടായിരുന്ന സുബ്രായനാണ് ഈ പോലീസുകാരനെന്ന് അവർ തിരിച്ചറിഞ്ഞു. പോലീസുകാരനെ കണ്ടതോടെ സഖാക്കളുടെ ദേഷ്യം കത്തിജ്ജ്വലിച്ചു. ചിലർ പോലീ സുകാരന്റെ കയ്യിൽ നിന്ന് കത്തി തട്ടിപ്പറിച്ച് അയാളെ പിടികൂടി. പൊതിരെ തല്ലി അയാളെ വിടണമെന്നായിരുന്നു ചിലരുടെ വാശി. മുതിർന്ന സഖാക്കൾ ഇടപെട്ട് അടിക്കരുതെന്ന് വിലക്കി. ധിക്കാരിയും മർദ്ദകനുമായ ആ പോലീസുകാരനെ വെറുതെ വിട്ടുകയെന്നത് തികഞ്ഞ പന്തികേടായിരിക്കുമെന്ന അഭിപ്രായം എല്ലാവരും സ്വീകരി ച്ചു. അതിനെത്തുടർന്ന് ചെങ്കൊടി പിടിപ്പിച്ചുകൊണ്ട് ജാഥയുടെ മുമ്പിൽ ക്കക്കണ്ടം വരെ സുബ്രായനെ നടത്തിക്കാനുള്ള തീരുമാനമെടുത്തു. പോലീസുകാരനോട് കൊടിപിടിക്കാൻ പറഞ്ഞു. ഗത്യന്തരമില്ലാതെ പോലീസുകാരൻ കൊടി കയ്യിലെടുത്ത് ജാഥയുടെ മുമ്പിൽ വന്നുനിന്നു. ജാഥ കയ്യൂർ ഭാഗത്തേക്ക് നീങ്ങി. ആളുകൾ വഴിയോരത്ത് തടിച്ചുകൂടി ഈ അസാധാരണ കാഴ്ച കണ്ടു. ആളുകളുടെ ആർപ്പുവിളിയും കൂടി വർദ്ധി ച്ചതോടെ പോലീസുകാരൻ നടക്കാൻ മടിച്ചു. ജാഥാംഗങ്ങൾ പിറകിൽ നിന്ന് പോലീസുകാരനെ ഭീഷണിപ്പെടുത്തി. ജാഥ ചെറിയാക്കരയുടേയും കയ്യൂരിന്റേയും മധ്യത്തിലുള്ള കുന്നിൻ ചെരുവിൽ എത്തിച്ചേർന്നു.

നാട്ടുകാരുടെ മുന്നിൽ കൂടുതൽ അപമാനിതനാകാതെ എങ്ങനെയെ ങ്കിലും രക്ഷപ്പെടാനുള്ള ചിന്ത സുബ്രായനിൽ വളർന്ന് വന്നു. വഴിയുടെ ഒരുഭാഗം കുന്നിൻപുറവും മറുഭാഗം പുഴക്കരയുമാണ്. ജാഥയുടെ പിന്നിൽ നിരവധിയാളുകൾ. രക്ഷപ്പെടാൻ ഒരു മാർഗ്ഗവും അദ്ദേഹം കണ്ടില്ല.

കയ്യിൽ പിടിച്ച കൊടിയും കൊണ്ട് സുബ്രായൻ നടപ്പാതയിൽക്കൂടി മുന്നോട്ടോടി. ജാഥയുടെ മുമ്പിലുണ്ടായിരുന്ന ചിലരും പിന്നാലെ ഓടി. ഈ സന്ദർഭത്തിൽ മറ്റൊരുജാഥ കൂക്കോട്ട് നിന്ന് ചെറിയാക്കര ഭാഗത്തേക്ക് പൊടോര കുഞ്ഞമ്പുനായരുടെ നേതൃത്വത്തിൽ വരുന്നുണ്ടായിരുന്നു. രണ്ടു ജാഥകളുടേയും മധ്യത്തിൽപെട്ടിരിക്കുകയാണെന്നും ഇനി രക്ഷപ്പെടുവാൻ യാതൊരു മാർഗ്ഗവും ഇല്ലെന്നും മനസ്സിലാക്കിയ പോലീസുകാരൻ ഓട്ടം നിർത്തി. ചില വളണ്ടിയർമാർ പോലീസുകാരനെ കടന്നുപിടിച്ചു. കൊടിക്കെട്ടിയ വടി പൊട്ടിച്ചെടുത്ത് സുബ്രായൻ മുറിയൻ കൊട്ടനശ്പ്പടെയുള്ള ചിലരെ അടിച്ച് പരിക്കേൽപ്പിച്ചു. രണ്ടു ഭാഗത്തുനിന്നും കൂടുതൽ ആളുകൾ തനിക്കുനേരെ ഓടിയടുക്കുന്നത് കണ്ട സുബ്രായൻ മറ്റൊരു പോംവഴിയും ഇല്ലെന്ന് കണ്ട് പുഴയിലേക്ക് എടുത്ത് ചാടി. കുറച്ച് ദൂരം നീന്തിയപ്പോഴേക്കും പോലീസുകാരൻ തളർന്നു. ആൾക്കൂട്ടം പുഴയിലേക്ക് കല്ലെറിഞ്ഞു. നല്ലൊരു നീന്തൽ വിദ ഗ്ദ്ധനായിരുന്നിട്ടുകൂടി യൂനിഫോം ധരിച്ചിരുന്നതുകൊണ്ട് സുബ്രായന് മുന്നോട്ട് നീന്താൻ കഴിഞ്ഞില്ല. അങ്ങനെ പോലീസുകാരൻ പുഴയിൽ മുങ്ങി മരിച്ചു. രണ്ട് ദിവസം കഴിഞ്ഞ് മാർച്ച് 30-നാണ് സുബ്രായന്റെ മൃതശരീരം കാര്യങ്കോട് പാലത്തിന് സമീപം പൊങ്ങിയത്. സ്ത്രീകളും കുട്ടികളുമടക്കമുള്ള ബഹുജനങ്ങൾ പങ്കെടുത്ത ജാഥയുടെ പര്യവസാനം ഇത്തരമൊരു ദുരന്തത്തിലാണ് കലാശിച്ചത്.

പട്ടേലർ പിറ്റേ ദിവസം സബ്ബ് മജിസ്ട്രേറ്റിന് സംഭവത്തെക്കുറിച്ച് റിപ്പോർട്ട് അയച്ചു. ഒരു തോണിക്കാരനിൽ നിന്ന് വിവരമറിഞ്ഞ എളേരിയിലെ ഫോറസ്റ്റ് ഗാർഡ് കർഷകസംഘം നടത്തിയ കലാപ ത്തെക്കുറിച്ച് പോലീസിന് റിപ്പോർട്ട് ചെയ്തു. ഉന്നത പോലീസുദ്യോഗസ്ഥ ന്മാർ സ്ഥലത്തില്ലാത്തതിനാൽ അന്വേഷണ പ്രക്രിയ മണിക്കൂറുകൾ വൈകിയാണ് ആരംഭിച്ചത്. കയ്യൂരിലെ കർഷകർ സ്വന്തം അസ്തിത്വം സ്ഥാപിച്ചെടുക്കുന്നതിനുവേണ്ടി നടത്തിയ പ്രക്ഷോഭസമരങ്ങളിലെ വഴിത്തിരിവായിമാറി യാദൃശ്ചികമായി നടന്ന ഈ സംഭവം.

പോലീസ് ഭീകരത

പോലീസുകാരന്റെ അപ്രതീക്ഷിതമായ മരണം കയ്യൂരിലും സമീപ ഗ്രാമങ്ങളിലും ഭീതി വിതച്ചു. എന്തും സംഭവി ക്കാമെന്ന അവസ്ഥ നാട്ടിലങ്ങും നിലനിന്നു. പാർട്ടി പ്രവർത്തകർ പരിഭ്രാന്തരായി. എതിരാളികൾ ഇത്തരമൊരു സാഹചര്യം ചൂഷണം ചെയ്യുമെന്ന് പ്രവർത്തകർ തിരിച്ചറിഞ്ഞു. ഭീതിജനകമായ സാഹച ര്യത്തെ മറികടക്കാനും പാർട്ടി പ്രവർത്തകർക്കും അനുഭാവികൾക്കും ആത്മവിശ്വാസം പകരാനും ഉതകുന്ന നടപടികൾ സ്വീകരിക്കാൻ നേതൃത്വം നിർബന്ധിക്കപ്പെട്ടു. മാത്രമല്ല, പോലീസ് നരനായാട്ടിൽ നിന്ന് സാധാരണ അനുഭാവികളെയും പ്രവർത്തകരേയും രക്ഷിച്ചെട്ട ക്കേണ്ടത് അനിവാര്യമായി തീർന്നു. പോലീസുകാരൻ മരിച്ചതിലുള്ള ദേഷ്യം മുഴുവനും നാട്ടുകാരിൽ അടിച്ചേൽപ്പിക്കാനാണ് പോലീസ് അധികതർ തയ്യാറായത്.

മാർച്ച് 28 ന് രാത്രി കയ്യൂരിലെങ്ങും എന്തെന്നില്ലാത്ത ശ്മശാന മൂകത നിലനിന്നു. എന്താണ് അടുത്ത ദിവസം സംഭവിക്കാൻ പോകുന്നത് എന്ന ഉൽക്കണ്ഠ എല്ലാവരുടെയും മുഖത്ത് നിഴലിച്ചിരുന്നു. അന്ന് രാത്രി ഒന്നും സംഭവിച്ചില്ല. പിറ്റേദിവസം പകലും പോലീസ് വന്നില്ല. തുറന്ന ഒരാക്രമണത്തിന് വേണ്ടുന്ന ഒരുക്കങ്ങൾ ഗവൺമെന്റിന്റെ ഭാഗത്തു നിന്ന് ദ്രുതഗതിയിൽ നടക്കുകയായിരുന്നു. നാനാഭാഗത്തേ ക്കും അനേകമനേകം കമ്പികൾ, എല്ലാ പോലീസ് സ്റ്റേഷനുകളിലും പ്രധാനപ്പെട്ട മറ്റ ഗവൺമെന്റ് ആഫീസുകളിലും ഫോൺകോളുകളുടെ ഇടതെയിടതെയുള്ള മുഴക്കങ്ങൾ. നാട്ട പ്രമാണിമാരുടേയും വെള്ളത്തൊ പ്പിധരിച്ചവരും ധരിക്കാത്തവരുമായ പോലീസുകാരുടേയും ഇടയിൽ

തിരക്കപിടിച്ച ആലോചന. ജില്ലാ കലക്ടറുടേയും പോലീസ് സൂപ്രണ്ടി ന്റേയും സാന്നിദ്ധ്യത്തിൽ ഉദ്യോഗസ്ഥൻമാരുടെ യോഗം അന്ന് ജില്ലാ ആസ്ഥാനത്തുവെച്ച് നടന്നു.

പോലീസിന്റെ ഭീകരവാഴ്ച ഏതുനിമിഷവും ആരംഭിക്കുമെന്ന് നേതാക്കൾ തിരിച്ചറിഞ്ഞതിന്റെ ഫലമായി ചില സുപ്രധാന തീരു മാനങ്ങൾ പാർട്ടി താലൂക്ക് നേതൃത്വം എടുത്തു. പാർട്ടി പ്രവർത്തകർ പോലീസിന് പിടികൊടുക്കാതെ മാറി നിൽക്കണമെന്ന് നിർദ്ദേശം ഉടനടി എല്ലായിടത്തും എത്തിച്ചു. മാർച്ച് 30ന്ും 31ന്ും നീലേശ്വരത്തും കാഞ്ഞങ്ങാടും നടത്താൻ തീരുമാനിച്ച കർഷക സമ്മേളനം നിർത്തി വെച്ചു. ഈ സമ്മേളനങ്ങൾ വളരെ വിപുലമായി നടത്താനായിരുന്നു സംഘം തീരുമാനിച്ചിരുന്നത്. റെഡ് വളണ്ടിയർമാരുടെ മാർച്ച് നിർത്തി വെച്ച വിവരം എല്ലാ ഗ്രാമങ്ങളിലും എത്തിച്ചു. പക്ഷേ കൊടക്കാട്ടേക്ക് വിവരം എത്താൻ വൈകിയതിനാൽ പ്രവർത്തകരുടെ ജാഥ പുറപ്പെ ട്ടിരുന്നു. പുന്നക്കോടൻ കുഞ്ഞിരാമന്റെ നേതൃത്വത്തിൽ യൂണിഫോം ധരിച്ച 30 വളണ്ടിയർമാർ ജാഥയായി പുറപ്പെടുകയും നീലേശ്വരം പള്ളി ക്കരയിൽ വെച്ച് റിസർവ്വ് പോലീസുകാരുടെ കൈയ്യിൽ പെടുകയും ചെയ്തു. കയ്യൂർ സംഭവത്തിനശേഷം ആദ്യം കിട്ടിയ ഇരകളെ പോലീസ് നന്നായി പെരുമാറി. അതിക്രൂരമായ മർദ്ദനമാണ് ഇവർക്ക് നേരിടേണ്ടി വന്നത്.

മാർച്ച് 30 കയ്യൂരിന്റെ ചരിത്രത്തിൽ ഒരു കരിദിനമായിരുന്നു. രാവിലെ ജനങ്ങൾ ഞെട്ടിയുണർന്നത് പോലീസ് ബൂട്സിന്റെ ശബ്ദം കേട്ടാണ്. നാട്ടുനിറയെ ഉരുക്ക് തൊപ്പി ധരിച്ച ആയുധധാരികളായ പോലീസ്. ഗ്രാമമാകെ വിജനമായിരുന്നു. പോലീസിന്റെ പിടിയിൽപെടാതിരി ക്കുന്നതിന് വേണ്ടി ആളുകൾ അങ്ങുമിങ്ങുമോടി. പക്ഷെ ആ പ്രദേശം മുഴുവൻ പോലീസ് വലയത്തിലായിരുന്നു. ചിലർ കുന്നിൻ ചെരുവിൽ ക്കൂടിയും മറ്റും ഓടി രക്ഷപ്പെട്ടു. പലരേയും കണ്ടമാനം അടിച്ച് വലിച്ചി ഴച്ച് പോലീസ് ക്യാമ്പിലെത്തിച്ചു. പുരുഷന്മാർ അടുത്ത ഗ്രാമങ്ങളിലോ കാട്ടുകളിലോ അഭയം തേടിയിരുന്നു. അന്ന് തന്നെ ജില്ലാ മജിസ്ട്രേറ്റ് കയ്യൂരിലെത്തി സ്ഥിതിഗതികൾ വിലയിരുത്തി. 30 റിസർവ് പോലീസും 2 പ്ലാറ്റൂൺ എം.എസ്.പി.ക്കാരും കയ്യൂരിൽ എത്തിയിരുന്നു.

ഇതിനെ തുടർന്ന് കയ്യൂരിൽ പോലീസ് ക്യാമ്പ് തുറന്നു. ഗ്രാമാധികാ രിയുടെ വീട്ടിൽ നിന്ന് ഏതാണ്ട് ഒരു ഫർലോങ്ങ് വടക്ക് പടിഞ്ഞാറ് ഭാഗത്ത് പുഴയുടെ കരയിൽ മുമ്പ് കർഷകസംഘത്തിന്റെ ആഫീസായി ഉപയോഗിച്ചിരുന്നതും ആൾതാമസം ഇല്ലാതിരുന്നതുമായ ഒരു വീടാണ്

പോലീസ് ക്യാമ്പായി ഉപയോഗിച്ചത്. ഗ്രാമത്തിന്റെ നാനഭാഗത്തു നിന്നും പലരേയും പിടിക്കടി പോലീസുകാർ ക്യാമ്പിൽ കൊണ്ടുവന്നു. ലാത്തികൊണ്ടും ബൂട്സിട്ട കാലുകൊണ്ടും ക്രൂരമായി മർദ്ദിച്ചാണ് പിടി ക്കടിയവരെ ക്യാമ്പിലെത്തിച്ചത്. കയ്യൂർ കേസിൽ പ്രോസിക്യൂഷൻ ഭാഗം കേസ് തെളിയിക്കുന്നതിന് നീചവും നിന്ദ്യവുമായ അടവുകൾ സ്വീ കരിക്കുന്നതിനും കണ്ണിൽ ചോരയില്ലാത്ത മർദ്ദനം അഴിച്ചുവിട്ടന്നതിനും നാട്ടിൽ കൊള്ളയും പിടിച്ചപറിയും നടത്തിക്കുന്നതിനും പ്രധാനപ്പെട്ട പങ്ക് വഹിച്ച ഉദ്യോഗസ്ഥൻ കാസർകോട്ട് സർക്കിൾ ഇൻസ്പെക്ടർ രാമയായിരുന്നു.

പോലീസ് ക്യാമ്പിൽ ഈരണ്ടുപേരെ ഒന്നിച്ച് കയ്യാമം വെച്ചാണ് നിർത്തിയത്. ചിലരെ തെങ്ങിനോട് ചേർത്ത് കെട്ടിയിട്ടിരുന്നു. ഇവരെ യെല്ലാവരെയും പോലീസ് മൂഗീയമായി മർദ്ദിച്ചുകൊണ്ടിരുന്നു. എത്ര അടികൾ അടിക്കാമെന്നോ എത്ര സമയംവരെ അടിക്കാമെന്നോ യാതൊരു വ്യവസ്ഥയും ഇല്ല. കൈകൾ തളരുന്നത് വരെ പോലീസുകാർ അടിച്ചു. ക്ലായിക്കോട്ട നിന്നും പാലായിൽ നിന്നും കുറേയധികം നാട്ട കാരേയും തെളിച്ചുകൊണ്ട് രണ്ടു വലിയ സംഘം പോലീസുകാർക്കൂടി സ്ഥലത്തെത്തി. അവരിൽ മിക്കപേരുടേയും മുഖങ്ങൾ അടികൊണ്ട് വീർത്തിരുന്നു. കടുത്ത മർദ്ദനത്തിന്റെ പാടുകൾ മിക്കവരുടേയും ദേഹത്തിൽ കാണാമായിരുന്നു.

പുതുതായി സ്ഥലത്തെത്തിയ പോലീസുകാർ മലബാർ സ്പെഷ്യൽ പോലീസുകാരായിരുന്നു. മംഗലാപുരത്തുനിന്നും മറ്റം സർക്കിൾ ഇൻസ്പെക്ടറുടെ നേതൃത്വത്തിൽ കയ്യൂരിൽ ആദ്യം എത്തിച്ചേർന്ന റിസർവ്വ് പോലീസുകാരേക്കാളും ആരോഗ്യദൃഢഗാത്രും എന്ത് ക്രൂരകൃ തൃങ്ങളും ചെയ്യുന്നതിൽ പ്രത്യേകം പരിശീലനം നേടിയവരുമായിരുന്ന എം.എസ്.പിക്കാർ. പല തരത്തിലുള്ള മർദ്ദനമുറകളിലും പ്രത്യേക പരിശീലനം നേടിയിട്ടുള്ളവരാണവർ. മനുഷ്യത്വത്തിന്റെ മൃദുല വികാ രമൊന്നും എം.എസ്.പിക്കാരില്ലുണ്ടായിരുന്നില്ല.

റിസർവ്വ് പോലീസുകാരും സാധാരണ പോലീസ്സുകാരും അവിടെയു ണ്ടായിരുന്ന ഒറ്റകാരായ കോൺഗ്രസ് പ്രമാണികളും നോക്കിയിരിക്കെ തന്നെ എം.എസ്.പിക്കാർ അടി തുടങ്ങി. മിന്നൽ വേഗതയുള്ളതും വിദഗ്ധവുമായ അടികൾ. അടികൊണ്ട പലരും ജീവച്ഛവങ്ങളായി മാറി. മരണം വരെ ഈ മർദ്ദനത്തിന്റെ ആഘാതത്തിൽ നിന്ന് അവർ മോചിതരായിരുന്നില്ല. പലരും ചോരയുപ്പിക്കൊണ്ടാണ് ജീവിതം കഴി ച്ചുകൂട്ടിയത്. മനുഷ്യത്വമില്ലാത്ത മർദ്ദനമാണ് എംഎസ്പി നടത്തിയത്.

അടികൊണ്ട് അവശരായവർ ഒരിറ്റ് വെള്ളത്തിന് വേണ്ടി ദയനീയമായി അപേക്ഷിച്ചപ്പോൾ ക്രൂരമായ അടിയാണ് പകരം ലഭിച്ചത്. കയ്യൂരിലെ സഖാക്കൾ അന്ന് അഭിമുഖീകരിച്ച മർദ്ദനം പിന്നീട് ഒരിക്കലും ഈ പ്രദേശത്തുള്ളവർ അനുഭവിച്ചിട്ടുണ്ടാവില്ല.

ഒറ്റകാലും പോലീസുകാലും നാട്ടിൽ നടത്തിയ പരാക്രമങ്ങൾ വിവരണാതീതമാണ്. പോലീസ് വീടുതോറും കയറി വീട്ടിലുള്ള അമ്മ പെങ്ങന്മാരെയും പിഞ്ചുകുട്ടികളെപോലും തല്ലിച്ചതച്ച. മിക്ക വീടുകളി ലെയും പുരുഷന്മാർ സ്ഥലം വിട്ടിരുന്നു. യുവതികൾ മിക്കവരും അയൽ നാട്ടുകളിലുള്ള അവരുടെ ബന്ധുവീട്ടുകളിലേക്ക് മാറിത്താമസിച്ചിരുന്നു. വൃദ്ധകളും ചെറിയ കുട്ടികളും മാത്രമായിരുന്ന മിക്ക വീട്ടുകളിലും ബാക്കി യുണ്ടായിരുന്നത്. അവരെല്ലാം ഭീകരമായ മർദ്ദനത്തിനും ഭീഷണിക്കും വിധേയരായി. വീട്ടുകളിലെ വിലപിടിച്ച സാധനങ്ങൾ മുഴുവനും പോലീസും മറ്റ ഗുണ്ടകളും കവർച്ച ചെയ്തു. പാത്രങ്ങളെല്ലാം തല്ലിതകർ ത്തു. അമ്മിയും മറ്റും കിണറുകളിലെട്ടത്തെറിഞ്ഞു. വാഴകളും മറ്റും വെട്ടി നശിപ്പിച്ചു. തൊഴുത്തുകളിൽ കെട്ടിയിരുന്ന മുഴുവൻ കന്നുകാലികളേയും അഴിച്ചുവിട്ടു. വീട്ടുകളിൽ ഒരൊറ്റ കോഴിയേയും ബാക്കിവെച്ചില്ല. പൊന്നും പണ്ടങ്ങളും പണവുമെല്ലാം അവർ കൈക്കലാക്കി. പത്തായങ്ങളെല്ലാം തല്ലിപ്പൊളിച്ചു. നെല്ല് വാരി മുറ്റത്തും പറമ്പിലും എറിഞ്ഞു. വിത്ത്പൊ തികൾ, ഓട്ടുപാത്രങ്ങൾ, കുരുമുളക് ഇവയെല്ലാം വിറ്റ് കാശാക്കി.

പോലീസ് മർദ്ദനവും വീട്ടുകൾ കൊള്ളയടിക്കലും കയ്യൂരിൽ മാത്രമായി ഒതുങ്ങി നിന്നില്ല. എം.എസ്.പി.ക്കാരുടെ ക്യാമ്പുകൾ കയ്യൂരിന് പുറമേ പയ്യന്നൂർ, ചെറുവത്തൂർ, കാഞ്ഞങ്ങാട് എന്നിവിടങ്ങ ളിലുമുണ്ടായിരുന്നു. ഏഴിമല, ചെറുവത്തൂർ, ക്ലായിക്കോട്ട് രാമൻചിറക്ക് തൊട്ടുകിടക്കുന്ന കുന്ന്, മഞ്ഞപ്പൊതികുന്ന് എന്നിവിടങ്ങളിലെല്ലാം പോലീസ് സിഗ്നൽ ഏർപ്പെടുത്തി. എല്ലാ ഗ്രാമങ്ങളിലും വിപുലമായ തോതിൽ പോലീസ് സർച്ചും മർദ്ദനവും കൊള്ളയും ആക്രമപ്രവൃത്തിക ളും ഒരു മാസത്തോളം നടന്നു. നാട്ടിലാകമാനം കൊടിയ ഭീതിപരത്തി. മൃഗീയമായ മർദ്ദനം അഴിച്ചുവിട്ടാൽ ജനങ്ങൾ പേടിച്ചരണ്ട് അടങ്ങിയൊ തുങ്ങി ജീവിച്ചുകൊള്ളുമെന്നും അവർ വിശ്വസിച്ചു. അങ്ങിനെ തങ്ങളുടെ ഭരണം നിലനിർത്താൻ കഴിയുമെന്ന് സാമ്രാജ്യത്വഗവൺമെന്റ് വിശ്വ സിച്ചു. പക്ഷെ കാലം അത് തെറ്റാണെന്ന് പിന്നീട് തെളിയിച്ചു. എല്ലാ പീഡനങ്ങളെയും അതിജീവിച്ചുകൊണ്ട് കയ്യൂർ വീണ്ടും ഉയർത്തെണീറ്റു.

പോലീസ് ഭീകരതയിൽ നിന്ന് ജനങ്ങളുടെ ശ്രദ്ധ തിരിച്ചുവിട്ട ന്നതിന് വേണ്ടി ചില ശ്രമങ്ങൾ അധികാരികളുടെ ഭാഗത്ത് നിന്ന്

ഉണ്ടായി. ജനങ്ങൾ അനുഭവിക്കുന്ന ദുരിതങ്ങൾക്ക് കാരണം ചില പട്ടേലന്മാരാണെന്ന് പ്രചരിപ്പിക്കുകയും അവരിൽ ചിലർക്കെതിരെ നടപടിയെടുക്കുകയും ചെയ്തു. ഭീകരമായ ഈപോലീസ് അതിക്രമങ്ങളെ അതിജീവിച്ചുകൊണ്ടാണ് കയ്യൂരിലെ സ്ത്രീകൾ പാർട്ടി പ്രവർത്തകരെയും പ്രസ്ഥാനത്തെയും കണ്ണിലെ കൃഷ്ണമണി പോലെ സംരക്ഷിച്ചത്.

കമ്മ്യൂണിസ്റ്റ് പാർട്ടി പ്രവർത്തകരെയും അനുഭാവികളെയും നായാടി പിടിക്കാനുള്ള ബൃഹത് പദ്ധതി പോലീസ് ആവഷ്കരിച്ചു. എല്ലാ ഗ്രാമങ്ങളിലും പോലീസ് താണ്ഡവം തുടങ്ങി. സ്ത്രീകളും പുരുഷന്മാരും ക്രൂരമായ മർദ്ദനത്തിന് വിധേയരായി. വെള്ളിക്കോത്തും പോലീസ് ക്യാമ്പ് ആരംഭിച്ചു. അടോട്ടും പരിസരങ്ങളിലും പോലീസ് തെരച്ചിൽ വ്യാപകമാക്കി. സംഘക്കാരെ അന്വേഷിച്ചാണ് പരക്കം പാച്ചിൽ. അടോട്ട് കായിക്കീൽ അമ്പുവിന്റെ പീടിയിൽചെന്ന് "ഇവിടെ സംഘക്കാ രുണ്ടോയെന്ന്" ചോദ്യത്തിന് മറുപടി പറയാൻ ശ്രമിച്ച കോൺഗ്രസ് പ്രവർത്തകരായ ചെണ്ടക്കാരൻ ചാത്തുവിനെയും സഹോദരൻ രാമനെയും പോലീസ് കസ്റ്റഡിയിലെടുത്തു. കാരിക്കുട്ടി, കുഞ്ഞിരാമൻ കടവത്ത്, പരദേശി, പൃങ്ങാണി, അടോട്ട് അപ്പക്കുഞ്ഞി, കെ.പി. അച്യുതൻ, കാവുതീയൻ കുട്ടിയൻ, അടോട്ട് ചെമ്മരത്തി, മൊട്ടക്കാൽ വെള്ളച്ചി എന്നിവരെയും പോലീസ് പിടിച്ചുകൊണ്ടുപോയി. ഒരു ദിവസം ക്യാമ്പിൽ പാർപ്പിച്ച് പിറ്റേദിവസമാണ് ഇവരെ വിട്ടയച്ചത്.

മടിക്കൈയിലെ അമ്പലത്തറയിലും എം.എസ്.പി ക്യാമ്പ് തുറന്നു. ബോൾഷെവിക് പൊക്കനെ ക്രൂരമായി മർദ്ദിച്ച് അവശനാക്കി. കനീങ്ക ണ്ടിൽ അപ്പക്കാരണവർ, കെ.എം. കുഞ്ഞിക്കണ്ണൻ എന്നിവരെ അറസ്റ്റ് ചെയ്ത് കാഞ്ഞങ്ങാട്ട് സ്റ്റേഷനിൽ കൊണ്ടുപോയി മർദ്ദിച്ചു. ചള്ളിക്കാ ലിലെ വായനശാല പോലീസ് തകർത്തു. വടക്കൻ തോട്ടത്തിൽ അമ്പാടിയുടെ വീട് പോലീസ് അടിച്ചു തകർക്കുകയും വീട്ടുകാരെ മർദ്ദി ക്കുകയും ചെയ്തു. കർഷകസംഘത്തിന്റെ പ്രവർത്തകരെ മാത്രമല്ല, സാധാരണ അനുഭാവികളെപോലും മൃഗീയമായി മർദ്ദിക്കുന്ന സമീപ നമാണ് പോലീസ് സ്വീകരിച്ചത്. പൊതിയനമ്പ്യഞ്ഞി, വണ്ണാൻ വളപ്പിൽ കൊട്ടൻ, കാവുതീയൻ വളപ്പിൽ കുഞ്ഞിക്കണ്ണൻ, ശംഭജ്യോത്സ്യൻ, ഒറവിൽ പൊക്കൻ, ചള്ളിക്കാൽ രാമൻ, കണ്ണൻ, കണ്ടേന ചാണ തുടങ്ങി നിരവധി ആളുകളെ അറസ്റ്റ് ചെയ്ത് കാഞ്ഞങ്ങാട് സ്റ്റേഷനിൽ കൊണ്ടുപോയി മർദ്ദനത്തിന് വിധേയരാക്കി.

കയ്യൂർ സംഭവവുമായി ഒരു തരത്തിലും ബന്ധപ്പെടാത്തവരെപ്പോ ലും ചെറുവത്തൂർ മടിക്കുന്നിലെ എംഎസ്പി. ക്യാമ്പിൽ മൃഗീയമായ

പീഡനത്തിനിരകളാക്കി. പിലിക്കോട്ടും മാണിയാട്ടം കൊടക്കാട്ടുമുള്ള പലരേയും പോലീസ് പിടിച്ചു. കരിവെള്ളൂരിലും പരിസരപ്രദേശങ്ങളായ മണക്കാട്ട്, പലിയേരി, പെരളം, പുത്തൂർ തുടങ്ങിയ സ്ഥലങ്ങളിൽ കയ്യൂർ കേസ്സിലെ പ്രതികളിൽ പലരും ഒളിവിൽ കഴിഞ്ഞിരുന്നു. ഈ സ്ഥല ങ്ങളിലെല്ലാം പോലീസ് വേട്ടപ്പട്ടികളെ പോലെ അഴിഞ്ഞാടി. വഴിയിൽ കണ്ടവരെയെല്ലാം തല്ലിച്ചതച്ചു.

കയ്യൂരിൽ അഴിഞ്ഞാടിയ പോലീസുകാരിൽ നിന്ന് സ്ത്രീകളെയും പാർട്ടി സഖാക്കളെയും രക്ഷപ്പെടുത്തുന്നതിൽ കുട്ടികൾ വലിയ പങ്ക് വഹിച്ചു. പോലീസിന്റെ നീക്കം സദാസമയവും അവർ നിരീക്ഷിച്ചു. പോലീസ് വരുന്നുണ്ടെങ്കിൽ ആളുകൾക്ക് വിവരം കൊടുക്കും. പോലീസ് എത്തുമ്പോഴെക്കും രക്ഷപ്പെടാൻ ഇതുവഴി പ്രവർത്തകർക്ക് സാധിച്ചു. പോലീസ് ഭീകരത ഭയന്ന് സ്ത്രീകളടക്കം കാട്ടുകളിൽ അഭയം തേടി. മൂന്ന് ദിവസം കാട്ടിൽ ഒളിച്ചിരുന്ന സ്ത്രീകളുണ്ടായിരുന്നു. കാട്ടിൽ ഒളിച്ചിരുന്ന് അവിടെ അടുപ്പുകൂട്ടി ഭക്ഷണം പാകം ചെയ്ത് ഒളിവിൽ കഴിയുന്ന പ്രവർ ത്തകർക്ക് നൽകി. കയ്യൂർ സമരത്തിലെ സ്ത്രീ പർവ്വത്തിന്റെ മനോഹര മായ ഒരു സാക്ഷ്യമാണിത്.

പോലീസ് ഓരോവീട്ടിലും കയറിയിറങ്ങി പ്രവർത്തകരെ അറസ്റ്റ് ചെയ്യാൻ ശ്രമിക്കുകയും വീട്ടുകാരെ ഭീഷണിപ്പെടുത്തുകയും ചെയ്തു. അപ്പുവിനെ അറസ്റ്റ് ചെയ്യാൻ സർവ്വ സന്നാഹത്തോടെയും വീട്ടിലെ ത്തിയ പോലീസ് ക്ഷേത്ര ആചാരക്കാരനായ അപ്പുവിന്റെ അച്ഛനോട് മകനെ ഹാജരാക്കാൻ ആവശ്യപ്പെട്ടു. "ഹാജരാക്കിയില്ലെങ്കിൽ അമ്പലം തച്ചപൊളിക്കുമെന്നും തല്ലി നിന്റെ തോല് പൊളിക്കുമെന്നും" പോലീസ് ഭീഷണിപ്പെടുത്തിയതായി അപ്പുവിന്റെ ബന്ധു സുശീല അനുസ്മരിക്കുന്നു. കുറുവടൻ കൃഷ്ണൻ നായരുടെ അങ്ങാടി പോലീസ് പൊളിച്ചു കളഞ്ഞു. പോലീസ് അതിക്രമം ഭയന്ന് കൃഷ്ണൻ നായരുടെ ഭാര്യ മക്കളെയും കൂട്ടി മടിക്കൈ മലപ്പച്ചേരിയിലേക്ക് പോയി. അവർ തിരിച്ചവന്നപ്പോൾ വീണ്ടും പോലീസ് നിരന്തരം വീട്ടിൽവന്നവെന്നും അവിടെ നിന്ന് കോഴിയെ പിടിച്ചുകൊണ്ടുപോയിരുന്നവെന്നും ച്ചരി ക്കാടൻ കൃഷ്ണൻ നായരുടെ ആദ്യഭാര്യയും കുറുവാടൻ കൃഷ്ണൻ നായരുടെ മകളുമായ ലക്ഷ്മിഅമ്മ ഓർക്കുന്നു. എങ്ങും സംഹാര താണ്ഡവമായിരു ന്നു. സംഘം പ്രവർത്തകരുടെ പറമ്പിലെ വാഴയും കവുങ്ങും പോലീസ് നശിപ്പിച്ചു.

ടി.വി. കുഞ്ഞമ്പു സംഭവം നടന്നതിനുശേഷം ചെറിയാക്കര കുന്നിലാണ് അഭയം തേടിയിരുന്നത്. അവിടെ വെച്ച് അദ്ദേഹം

കാൽ തെറ്റി കുന്നിൽ നിന്നും വീണു. നാടൻ വൈദ്യന്മാർ നൽകിയ പച്ചമരുന്ന് ചികിത്സയിലാണ് അദ്ദേഹം രക്ഷപ്പെട്ടത്. ഒരു മാസം കഴിഞ്ഞാണ് കുഞ്ഞമ്പു അറസ്റ്റ് ചെയ്യപ്പെട്ടത്. അറസ്റ്റ് ചെയ്യപ്പെട്ട ടി.വി. കുഞ്ഞമ്പുവിന്റെ ബൂട്ട്സും യൂണിഫോമും അരയാക്കടവിൽ എത്തിക്കണ മെന്ന് പോലീസ് വീട്ടിലെത്തി വീട്ടുകാരോട് ആവശ്യപ്പെട്ടു. ബന്ധുവായ മാണിക്യം ഇതെല്ലാമെടുത്ത് പോലീസുകാർക്കൊപ്പം പട്ടേലറുടെ വീട്ടിലേക്ക് നടന്നു. അവിടെയായിരുന്നു അറസ്റ്റ് ചെയ്യപ്പെട്ടവരുണ്ടാ യിരുന്നത്. അറസ്റ്റ് ചെയ്തവരെ തോണിയിൽ കയറ്റി കടവ് കടക്കുന്ന തുവരെ മാണിക്യമുൾപ്പടെയുള്ളവർ കടവത്ത് കരഞ്ഞു കൊണ്ടുനിന്ന കാഴ്ച വേദനാജനകമായിരുന്നു.

ചെറുവത്തൂരിലും എം.എസ്.പി. കേമ്പ് തുറന്നു. ചെറുവത്തൂർ വെൽഫെയർ സ്കൂളിലായിരുന്നു പോലീസ് കേമ്പ്. പലരേയും പിടിച്ച കൊണ്ടുവന്നു ക്യാമ്പിലിട്ട് മർദ്ദിച്ചു. കേസ്സിൽ പ്രതിയല്ലാത്ത സി. കൃഷ്ണൻ നായരെ 1941 ഏപ്രിൽ 14ന് പിടികൂടി ക്യാമ്പിലെത്തിച്ച് രണ്ട് ദിവസം മർദ്ദനത്തിനിരയാക്കി. എംഎസ്.പി. ജമേദാർ മാധവൻ നമ്പ്യാർ, സബ് ഇൻസ്പെക്ടർ നിക്കോളാസ് എന്നിവരുടെ നേതൃത്വത്തിലായിരുന്ന മർദ്ദനം. ഇങ്ങിനെ പിടികൂടിയ കമ്യൂണിസ്റ്റ് അനുഭാവികളെയും കർഷ കസംഘം പ്രവർത്തകരെയും ദിവസങ്ങളോളം മർദ്ദനത്തിന് വിധേയ രാക്കി. താലൂക്കിലാകമാനം പോലീസ് രാജ് നിലവിലുണ്ടായിരുന്നു. കർഷക സംഘം സജീവമായ ഗ്രാമങ്ങളിലെല്ലാം പോലീസ് എത്തി കണ്ണിൽ കണ്ടവരെയെല്ലാം പിടിക്കൂട്ടുകയും ലോക്കപ്പിലിട്ട് മർദ്ദിക്കുകയും ചെയ്തു. പുരുഷന്മാർക്ക് നാട്ടിൽ ഇറങ്ങി നടക്കാൻ കഴിയാത്ത അവസ്ഥ. വീട്ടുകളിൽ നിരന്തരമായ റെയ്ഡുകൾ. പോലീസ് അതിക്രമത്തിന്റെ ഭീകരത അനുഭവിക്കാത്ത പാർട്ടി അനുഭാവികളുടെ വീട്ടുകൾ വിരളമാണ്. കോൺഗ്രസ് നേതാക്കന്മാർ പോലീസ് ഭീകരതയെ ശക്തമായി ചോദ്യം ചെയ്തു. വെള്ളൂർ പി.കെ.യെ മർദ്ദിച്ചത് മദ്രാസ് നിയമസഭയിൽ ഉന്നയിക്കപ്പെട്ടു. പ്രശസ്ത ഹാസ്യ സാഹിത്യകാരനായ സഞ്ജയൻ മർദ്ദന വീരനായ ജമേദാർ മാധവൻ നമ്പ്യാരെ കളിയാക്കി വന്ദിപ്പിൻ ജമേദാരെ... എന്ന ഹാസ്യ കവിത എഴുതി. വെള്ളൂർ പി.കെയ്ക്കെതിരെ നടന്ന പോലീസ് നടപടിയെ അദ്ദേഹം ശക്തമായി വിമർശിച്ചു.

ഉദിനൂരിന്റെ പല ഭാഗങ്ങളിലും പോലീസ് റെയ്ഡ് നടത്തി പലരേയും കസ്റ്റഡിയിലെടുത്തു. വിവിധ കേസ്സുകളിൽ ഉൾപ്പെടുത്തി അവരെ പോലീസ് സ്റ്റേഷനിലും പോലീസ് ക്യാമ്പിലും വെച്ച് ക്രൂരമായി മർദ്ദിച്ചു. എൻ.ജി. കമ്മത്ത്, വി.വി. കുഞ്ഞമ്പു, ഇ.കെ. നായനാർ, ടി.വി.

കുഞ്ഞമ്പു, തിരുമുമ്പ്, കെ. മാധവൻ ഇടങ്ങിയവർ ഉദിനൂരിൽ ഒളിവിൽ കഴിഞ്ഞിരുന്നു. യഥാർത്ഥപേരുകളിലല്ലായിരുന്ന ഇവർ ഷെൽട്ട റിൽ കഴിഞ്ഞത്. കയ്യൂർ മുണ്ട്യയിലെ പൂരക്കളി പന്തൽ വളഞ്ഞാണ് പലരേയും അറസ്റ്റ് ചെയ്തത്. സംഭവവുമായി ഒരു ബന്ധവുമില്ലാത്ത ഇവർ സാധാരണ പോലെ പൂരക്കളി പന്തലിലെത്തിയതായിരുന്നു. കിട്ടിയവരെ പ്രതികളാക്കുന്ന രീതിയായിരുന്നുവല്ലോ ബ്രിട്ടീഷ് പോലീ സുകാരുടേത്. കുണ്ടിൽ വീട്ടിൽ അമ്പുവിനെ പൂരക്കളി പന്തലിന് സമീപത്തെ തോട്ടത്തിൽ കൊണ്ടുപോയി ഭീകരമായി മർദ്ദിച്ചുവെന്ന് പഴയകാല പാർട്ടി അനുഭാവിയായ വാണിയം വളപ്പിൽ അമ്പാടി ഓർക്കുന്നു. പോലീസ് വരുമ്പം എല്ലാവരും ഓടിയൊളിക്കും. പിടിച്ചു കൊണ്ടുപോയവരെ വിട്ടയച്ചാലും അവർ എല്ലാ ദിവസവും കയ്യൂരിലെ പോലീസ് കാമ്പിൽ പോയി ഒപ്പിടണം. പോലീസുകാർ കയ്യൂരിലെ പറമ്പുകളിലെത്തി കരിക്കെല്ലാം പറിച്ച് കുടിക്കും. ഇവരെ കാണുമ്പോൾ തന്നെ തങ്ങൾക്ക് മുട്ട് വിറക്കുമെന്ന് അമ്പാടി അനുസ്മരിക്കുന്നു.

അബൂബക്കറിന്റെ കാലിന് ചെറിയൊരു ഉളുക്കുണ്ടായിരുന്നു. അതുകൊണ്ട് നടക്കുമ്പോൾ ചെറിയ പ്രശ്നമുണ്ടായിരുന്നു. കിഴക്കൻ ഗ്രാമത്തിൽ നിന്നാണ് അബൂബക്കറെ പിടികൂടിയത്. മെലിഞ്ഞ ചെറു പ്പക്കാരനായിരുന്ന അബൂബക്കറെന്ന് ആളുകൾ ഓർക്കുന്നു. മത്തിൽ കൊട്ടൻ ഒളിവിലിരിക്കെ കയ്യൂരിലെ ചില വീടുകളിലെത്തി ഭക്ഷണം ശേഖരിക്കും. അത് കഴിക്കാതെ ഉടുമുണ്ടിന്റെ മട്ടത്തിലിട്ട് ഞാൻ പിന്നെ കഴിച്ചോളാമെന്ന് പറഞ്ഞ് ഓടിപ്പോകും. അവിടെ ഇരുന്ന് ആഹാരം കഴിച്ചാൽ പോലീസ് കാണും, പിടിക്കും. അതൊഴിവാക്കാനാണ് ഭക്ഷണവുമായി തിരിഞ്ഞ് പോകുന്നത്. ഒളിവിൽ കഴിഞ്ഞിരുന്ന പ്രവർത്തകർക്ക് വേണ്ടി പാർട്ടി അനുഭാവികളുടെ വീടുകളിൽ നിന്ന് ഭക്ഷണം കുന്നിൻ പുറത്ത് എത്തിച്ചിരുന്നു. വീടുകളിലെ സ്ത്രീകളെ പുറത്ത് വിടാൻ പോലീസുകാരും വീട്ടുകാരും അനുവദിച്ചിരുന്നില്ല. സദാസമയം പോലീസ് പ്രതികളെ തേടി ഗ്രാമത്തിലെത്തിയിരുന്നു. വൈകുന്നേരം കേമ്പിൽ തിരിച്ചെത്തേണ്ട സമയമായ അഞ്ച് മണി വരെ അവർ കറങ്ങി നടക്കും. കുട്ടന്റെ വളപ്പിലെ രാമനെ അറസ്റ്റ് ചെയ്ത് നേരെ ഇട്ടമ്മലിലെ കേമ്പിലാണ് ഹാജരാക്കിയത്. പിന്നീട് കോടതിയിൽ ഹാജരാക്കി.

പ്രതിയായിരുന്ന കെ.എം. കുഞ്ഞമ്പുവിന്റെ പാലായിലെ വീട് പോലീസ് തല്ലി പൊളിച്ചിരുന്നു. കൊടിയ മർദ്ദനമാണ് സഖാവിന് നേരെയുണ്ടായത്. മർദ്ദനം മൂലം ചെറിയ പ്രായത്തിൽ തന്നെ ടി.ബി പിടിച്ച് അച്ഛൻ മരിക്കുകയായിരുന്നുവെന്ന് മകൻ പി. കുഞ്ഞികൃഷ്ണൻ

ഓർക്കുന്നു. കുഞ്ഞമ്പുവിന്റെ ഭാര്യ മുമ്പ് കോൺഗ്രസ്സുകാരിയായിരുന്നു. ഒളിവില്ലണ്ടായിരുന്ന സഖാക്കൾക്ക് ഭക്ഷണമെത്തിക്കുന്നതിലും അവർ സജീവമായിരുന്നു. കയ്യൂർ സംഭവത്തിനുശേഷം പാലായിലും കയ്യൂരിലും ഉള്ളവരെല്ലാം കുന്നുകയറിയെന്നും സ്ത്രീകൾ വരെ ഓടിപ്പോയിരുന്നുവെ ന്നും കേസ്സിലെ പ്രതി തായത്ത് കുഞ്ഞമ്പുവിന്റെ ഭാര്യ പാലായിലെ മെട്ടക്ക് പാറ്റ ഓർത്തെടുക്കുന്നു. അസാധാരണ ധൈര്യമാണ് സ്ത്രീ സഖാക്കൾ പ്രകടിപ്പിച്ചത്. പരപ്പ ബിരിക്കളത്ത് ഒളിവിൽ കഴിയുന്ന സഖാക്കളെ രാത്രി കാലങ്ങളിൽ കൊണ്ടാക്കിയിരുന്നുവെന്ന് മെട്ടക്ക് പാറ്റ അനുസ്മരിക്കുന്നു. പുനകൃഷി നടക്കുന്ന സ്ഥലത്താണ് ഇവരെ കൊണ്ടാക്കിയതെന്നും അവർ ഓർക്കുന്നുണ്ട്. വീട്ടിലുള്ള സ്ത്രീകളെ പോലും പോലീസ് ക്രൂരമായി മർദ്ദിച്ചു. വി.വി. കുഞ്ഞമ്പുവിന്റെ ഭാര്യ ഉൾപ്പടെയുള്ളവർ കൊടിയ മർദ്ദനമാണ് അനുഭവിച്ചത്. വിവിയുടെ വീട് തീവെച്ച് നശിപ്പിച്ചു. പ്രതികളിൽ ചിലർ വെള്ളരിക്കണ്ടത്തിൽ കമിഴ്ന് കിടന്ന് ദിവസങ്ങൾ തള്ളി നീക്കി. കണ്ടത്തിലെ ക്ലവലിൽ നിന്ന് വെള്ളം കുടിച്ചും വെള്ളരിക്ക പറിച്ചതിന്നുമാണ് ജീവൻ നിലനിർത്തിയത്.

ഒരു ദയയുമില്ലാതെയാണ് പോലീസ് പ്രതികളോട് പെരുമാറിയത്. പരിയാരത്ത് കൃഷ്ണൻ നായരെ ബൂട്ടിട്ട കാലുകൊണ്ട് മുഖത്ത് ചവിട്ടിയ തിന്റെ ഫലമായി കണ്ണ് പുറത്തേക്ക് തള്ളിയ അനുഭവമുണ്ടായിരുന്നു. നെല്ല് കുത്തുന്ന ഉരൽ, ഉലക്ക, കത്തി, അമ്മിക്കല്ല് തുടങ്ങിയവയെല്ലാം പോലീസ് വീടുകളിൽ നിന്നെടുത്ത് നശിപ്പിക്കുകയോ കിണറുകളിൽ വലിച്ചെറിയുകയോ ചെയ്യുമായിരുന്നു. മൺചട്ടികൾ തല്ലിപ്പൊളിക്കു ന്നത് പോലീസ്സിന് ഹരമായിരുന്നു. വീടുകളിലേക്ക് ആരൊക്കെയാണ് വരുന്നത് എന്നറിയുന്നതിന് പോലീസുകാർ ഇണ്ടകളെ ഏൽപ്പിച്ചിരുന്നു. വീട്ടിലെ കോഴികളെയെല്ലാം പോലീസും ഇണ്ടകളും പിടിച്ചുകൊണ്ടുപോ കും. സംഭവത്തിനു ശേഷം കയ്യൂരിൽ കളവ് പതിവായി തീർന്നു. പട്ടേലർ പറഞ്ഞുകൊടുത്തവരാണ് പ്രതികളായത്. പട്ടേലറെ സ്വാധീനിക്കാൻ കഴിഞ്ഞവർ കേസ്സിൽ പ്രതികളായില്ല. ചെറിയ കുട്ടികളെ പോലും പോലീസ് ഭീഷണിപ്പെടുത്തിയിരുന്നു. മാനസികമായി കുടുംബാംഗങ്ങളെ പീഡിപ്പിക്കുകയായിരുന്നു ലക്ഷ്യം.

പാലായിൽ പോലീസ് നരനായാട്ടായിരുന്നു. പോലീസുകാരൻ മരിച്ചതിനെ തുടർന്ന് അതിരാവിലെ തന്നെ രണ്ട് വള്ളം പോലീസ് കയ്യൂരിലെത്തി. വീടുകളിലെത്തി "മതീടാ ഉറങ്ങിയത്, പായയെടുത്ത് തോളിൽ വെച്ച് നടക്കടാ" എന്ന് പറഞ്ഞ് നടത്തിച്ചു. പിടിച്ചു കൊണ്ടു പോയവരെ വട്ടത്തിൽ നിർത്തി ഏത്തമിടീച്ചിരുന്നു. പോലീസ്

കേമ്പിലാണ് ചോദ്യം ചെയ്യലും അടിയും. ചെയ്യാവുന്ന മുഴുവൻ ദ്രോഹവും പോലീസുകാരും കോൺഗ്രസുകാരും അന്ന് ചെയ്തിരുന്നവെന്ന് മൂലച്ചേരി കൃഷ്ണൻ നായരുടെ ഭാര്യ 96 വയസ്സുള്ള കാരിച്ച അമ്മ പറയുന്നു. പോലീസ്സിനെ പേടിച്ച് സ്ത്രീകൾ അവരുടെ സ്വർണ്ണാഭരണങ്ങൾ കിണറ്റിൽ എറിഞ്ഞിരുന്നു. കഴുത്തിൽ കണ്ടാൽ പോലീസ്സും ഗുണ്ടകളും എടുത്ത് കൊണ്ടുപോകും. അതൊഴിവാക്കാനാണ് കിണറ്റിലെറിയുന്നത്. വേങ്ങയിൽ മാലിങ്കൻ നായരെ പോലീസ്സിന് പിടിക്കാൻ കഴിഞ്ഞിരു ന്നില്ല. അതിനാൽ പിടികിട്ടാപുള്ളിയായി പ്രഖ്യാപിക്കപ്പെട്ടു. പക്ഷെ വീട്ടിലെത്തി അമ്മയേയും പെങ്ങളേയും നിരന്തരമായി ശല്യപ്പെടുത്താൻ തുടങ്ങിയപ്പോൾ അദ്ദേഹം പോലീസ്സിന് കീഴടങ്ങി. പോലീസ് ചവുട്ടിയ പാട് ദേഹത്ത് എല്ലാം കണാമായിരുന്നുവെന്ന് മകൻ മധുസൂദനൻ ഓർക്കുന്നുണ്ട്. പോലീസ്സിന്റെ ക്രൂരമായ മർദ്ദനത്തിന്റെ ഫലമായിട്ടാണ് പ്രതിയായ കണിശൻ ചത്ത വളരെ പെട്ടെന്ന് മരിച്ചപോയതെന്ന് മകൻ കെ.പി. ഗംഗാധരൻ അഭിപ്രായപ്പെടുന്നു. പ്രതികളാക്കപ്പെട്ടവരുടെ വീട്ടുകൾ മാത്രമല്ല, കടകളടക്കം പോലീസ് നശിപ്പിച്ചിരുന്നു. കവുങ്ങും വാഴയുമെല്ലാം പോലീസ് നശിപ്പിച്ചു. കാട്ടിലായിരുന്ന പോലീസിലനെ യും ഗുണ്ടകളെയും പേടിച്ച് ആളുകൾ അന്തിയുറങ്ങിയത്.

കയ്യൂർ സമരത്തെ തുടർന്ന് കർഷകസംഘം നിരോധിക്കപ്പെട്ടു. ജയിലിലായിരുന്ന തിരുമുമ്പിന്റെ പിലിക്കോട്ടുള്ള വീട് പോലീസ് റെയിഡ് ചെയ്തു. ഗൃഹോപകരണങ്ങളും വീടിന്റെ ചുമരുകളിൽ ഒട്ടിക്കി യിട്ടിരുന്ന ഫോട്ടോകളും അലമാരയിലെ പുസ്തകങ്ങളും കടലാസുകളും കീറി നശിപ്പിച്ചു. കാർത്ത്യായനിക്കുട്ടിയമ്മയെ കഠിനമായി പോലീസ് ചോദ്യം ചെയ്തു. പോലീസ് അതിക്രമങ്ങളെ അവർ ധീരമായി നേരിട്ടു. തിരുമുമ്പ് ഇങ്ങിനെ കുറിക്കുന്നു. "കാർത്ത്യായനിക്കുട്ടിമ്മയെ അസഭ്യ മായി ശകാരിച്ച് ഭീഷണിപ്പെടുത്തി. ഇൻക്വിലാബ് നശിക്കട്ടെ തുടങ്ങിയ മുദ്രാവാക്യങ്ങൾ അവളെ കൊണ്ട് നിർബന്ധിച്ച് വിളിപ്പിക്കുകയും ചെയ്തിരുന്നു."

കയ്യൂർ നടത്തിയ ചെറുത്തുനിൽപ്പിൽ സ്ത്രീകളുടെ സജീവ പങ്കാളി ത്തമുണ്ടായിരുന്നു. കൊടകരവളപ്പിൽ ചെമ്മരത്തി അരിവാളും നാടൻ തോക്കും ഉപയോഗിക്കാനറിയാവുന്ന സഖാവായിരുന്നു. ഒളിവിലെ സഖാക്കളുടെ ചുമതല അവർക്കായിരുന്നു. കയ്യൂർ സംഭവത്തിന് ശേഷം നാട്ടില്ലുള്ള ആണങ്ങളെ മുഴുവൻ അറസ്റ്റുചെയ്യുകയും എംഎസ്സിക്കാർ കൃഷി നശിപ്പിക്കുകയും ചെയ്തപ്പോൾ ചെമ്മരത്തിയുടെ നേതൃത്വ ത്തിൽ സ്ത്രീകൾ സംഘടിപ്പിച്ച പ്രതിരോധം ചരിത്രത്തിലെ ഉജ്ജ്വല

അധ്യായമാണ്. കോയിത്താറ്റിൽ പാറു, ടി.വി. കൊറുമ്പി, മണത്തിൽ മാണിക്കം, പൊടവര ചിരുതേയി തുടങ്ങിയവരുടെ പേരുകൾ കയ്യൂരിന്റെ എഴുതാത്ത ചരിത്രത്തിൽ ജ്വലിച്ചനിൽക്കുന്നു. ഗ്രാമമാകെ പോലീസ് വലയത്തിലാകുകയും മൃഗീയമായ നരവേട്ട ആരംഭിക്കുകയും ചെയ്തതോടെ പലരെയും പോലീസ് അറസ്റ്റുചെയ്യുകയും നിരവധിപേർ ഗ്രാമം വിട്ടുകയും ചെയ്തപ്പോൾ കയ്യൂരിലെ സ്ത്രീകളാണ് കമ്മ്യൂണിസ്റ്റ് പ്രസ്ഥാനത്തെ ഉൾക്കരുത്തോടെ സംരക്ഷിച്ചത്. സ: ജോഷിയൾപ്പടെയുള്ള പാർട്ടി നേതാക്കൾ കയ്യൂരിലേക്ക് വന്നപ്പോൾ തിരുമുമ്പിന്റെ സഹധർമ്മിണി കാർത്യായനിക്കുട്ടിയമ്മയും അവരോടൊപ്പമുണ്ടായിരുന്നു. കൊടക്കാട് സമ്മേളനത്തിലും മറ്റും സജീവമായ പങ്കാളിത്തം വഹിച്ചവരാണ് കാർത്യായനികുട്ടിയമ്മ.

പോലീസുകാരൻ വെള്ളത്തിൽ ചാടി ഉയർന്നുവന്നപ്പോൾ അയാളുടെ തൊപ്പി വെള്ളത്തിൽ ചവിട്ടി താഴ്ത്താൻ വണ്ണാത്തൻ വളപ്പിൽ മൊട്ടമ്മൻ എന്ന വ്യക്തിയെയാണ് പ്രവർത്തകർ ചുമതല പ്പെടുത്തിയിരുന്നതെന്ന് കയ്യൂരിലെ ടി. സുശീല അനുസ്മരിക്കുന്നു. തൊപ്പി ചവിട്ടി താഴ്ത്തിയിരുന്നു പക്ഷെ എന്തോ കാരണം കൊണ്ട് അത് പിന്നീട് പൊങ്ങി വന്നു. പാർട്ടി നിരോധിക്കപ്പെട്ട കാലമായിരുന്നുവെങ്കിലും പല പ്രവർത്തകരും പരസ്യ പ്രവർത്തനം നടത്തിയിരുന്നു. മടിക്കൈ കുഞ്ഞിക്കണ്ണനും ചെറുവത്തൂരിലെ സി.കെ.കുഞ്ഞമ്പുനമ്പ്യാരും ഇതിൽ പെട്ടും. കയ്യൂർ കേസ്സുമായി ബന്ധപ്പെട്ട് നടന്ന പോലീസ് അന്വേഷണത്തിൽ ഇവരുൾപ്പെട്ടിരുന്നില്ല. പരസ്യ പ്രവർത്തനത്തിൽ ഏർപ്പെട്ടവർ വിവിധ ഗ്രാമങ്ങളിൽ ചെന്ന് പല വീട്ടുകളിലും കയറിയിറങ്ങി ജനങ്ങളുടെ മനോവീര്യം വർദ്ധിപ്പിച്ചു. അവർക്ക് പാർട്ടി നിലപാട് വിശദീകരിച്ചുകൊടുത്തു. ധീരോദാത്തമായ ഇത്തരം പ്രവർത്തനം നടത്തിയതിന് ചെറുവത്തൂരിലെ സി.കെ. കുഞ്ഞമ്പു നമ്പ്യാർക്ക് പാർട്ടി കൊടുത്ത പേരാണ് ശിവജിയെന്ന് കെ. മാധവൻ തന്റെ ആത്മകഥയിൽ വെളിപ്പെടുത്തുന്നു. കെ.ടി. കുഞ്ഞിരാൻ നമ്പ്യാരെയും കോടോത്ത് നാരായണൻ നായരെയും കെ. മാധവനെയും പ്രതികളാക്കാൻ ശക്തമായ ശ്രമമുണ്ടായിരുന്നു. പക്ഷെ പല കാരണങ്ങൾ കൊണ്ട് അത് നടന്നില്ല. പോലീസിന് കീഴടങ്ങിയാൽ തല്ലുകൊള്ളാതെ രക്ഷ പ്പെടാമെന്നും കേസിൽ നിന്ന് ഒഴിവാക്കാമെന്നും പല പ്രലോഭനങ്ങളും ഈ സഖാക്കളുടെ മേൽ ഉണ്ടായിരുന്നു. പക്ഷെ അവർ കീഴടങ്ങാൻ തയ്യാറായിരുന്നില്ല. കെ.ടി. കുഞ്ഞിരാമൻ നമ്പ്യാരെ അറസ്റ്റ് ചെയ്ത് മാസങ്ങളോളം തടങ്കലിൽ വെച്ചു.

പോലീസിന്റെ നരനായാട്ട് ദിവസങ്ങളോളം കയ്യൂരിലും പരിസര പ്രദേശങ്ങളിലും നീണ്ടുനിന്നു. കമ്മ്യൂണിസ്റ്റ് പാർട്ടിയെയും കർഷകസം ഘത്തെയും അടിച്ചമർത്തുന്നതിനുള്ള സുവർണ്ണാവസരമായി ഇതിനെ അധികാരികൾ പ്രയോജനപ്പെടുത്തി. അതിനുവേണ്ടി കൃത്രിമമായി സാക്ഷികളെ ഉണ്ടാക്കി. വിവിധ ഗ്രാമങ്ങളിലെ വിപ്ലവകാരികളുടെ ലിസ്റ്റ് തയ്യാറാക്കാൻ പട്ടേലർമാരോട് അധികൃതർ ആവശ്യപ്പെട്ടു. ജാഥയിൽ പങ്കെടുക്കാത്തവരും പ്രതികളായി. ചില കോൺഗ്രസ്സുകാ രും പ്രതികളായി. ചില പ്രാദേശിക കോൺഗ്രസ്സുകാരും പോലീസിനെ സഹായിക്കാൻ മുന്നോട്ടുവന്നിരുന്നു. ഗ്രാമീണരെ കേസിൽ നിന്നൊ ഴിവാക്കാൻ പോലീസ് കൈക്കൂലി വാങ്ങിച്ച സംഭവവുമുണ്ടായിട്ടുണ്ട്. വീടുകളിൽ നിന്ന് അരി, തേങ്ങ, കോഴി, പാൽ തുടങ്ങിയ സാധനങ്ങൾ ബലം പ്രയോഗിച്ച് പോലീസ് സ്വന്തമാക്കി. പോലീസ് ഭീകരത ജനങ്ങ ളുടെ സ്വസ്ഥത നശിപ്പിച്ചു. ഇതിനെതിരെ കോൺഗ്രസ്സ് നേതാവായ സി.കെ.രാഘവൻ നമ്പ്യാർ ഉന്നത പോലീസ് ഉദ്യോഗസ്ഥർക്ക് റിപ്പോർട്ട് അയച്ചു. നീലേശ്വരത്തെ മാതൃഭൂമി ലേഖകനായിരുന്ന വെള്ളൂർ പി.കെ. നാരായണൻ നമ്പ്യാർ ഈ റിപ്പോർട്ടിന്റെ കോപ്പി മാതൃഭൂമിയിൽ പ്രസിദ്ധീകരിച്ചു. ഇതിന്റെ പേരിൽ വെള്ളൂർ പി.കെ ഭീകരമർദ്ദനത്തിനിരയായി. ചെറുവത്തൂരിലെ പോലീസ് ക്യാമ്പിൽ ദിവസവും ഹാജരാകാൻ നിർബന്ധിക്കപ്പെട്ടു. പോലീസ് അതിക്രമങ്ങ ളെക്കുറിച്ച് മാതൃഭൂമി മുഖപ്രസംഗം എഴുതി.

സി.കെ. രാഘവൻ നമ്പ്യാർ തെക്കൻ കർണ്ണാടക ജില്ലാ ബോർഡിൽ അംഗമായിരുന്നു. കയ്യൂരും പരിസരവും നടക്കുന്ന പോലീ സതിക്രമങ്ങൾ അന്വേഷിക്കാൻ ഒരു സമിതിയെ നിയോഗിക്കണമെന്ന് അദ്ദേഹം ആവശ്യപ്പെട്ടു. ഡിസ്ട്രിക്ട് ബോർഡ് പ്രസിഡണ്ട് വിട്ടൽ ഷെട്ടി, കോൺഗ്രസ്സ് എം.എൽ.എ വൈകുണ്ഠ ബാലിഗെ, ലീഗ് എം.എൽ.എ മുഹമ്മദ് ശംനാട്, കാർക്കള എം.എൽ.എ എച്ച്.എസ്. ഹുസൈൻ, പിയേഴ്സ് ലെസ്ലി കമ്പനി മാനേജർ ജെഫ്രി എന്നിവരടങ്ങിയ ഒരന്വേഷണ കമ്മിറ്റിയെ നിയമിക്കുകയും ചെയ്തു. ജില്ലാ മജിസ്ട്രേറ്റ് അനുമതി നൽകിയെങ്കിലും മദ്രാസ് ഗവൺമെന്റ് സമ്മതം നൽകിയില്ല. സമിതിക്ക് പകരം മജിസ്ട്രേറ്റിനോട് അന്വേഷണം നടത്തി റിപ്പോർട്ട് സമർപ്പിക്കാൻ ഗവൺമെന്റ് കൽപ്പിച്ചു. എങ്കിലും ബോർഡ് നിയമിച്ച സമിതി നീലേശ്വരത്ത് വന്ന് തെളിവെടുപ്പ് നടത്തി. ജില്ലാ മജിസ്ട്രേറ്റ് എം.വി. സുബ്രഹ്മണ്യൻ തന്റേതായ രീതിയിൽ അന്വേഷിച്ചു. മർദ്ദന ത്തിനിരയായവരും നാശനഷ്ടങ്ങൾ സംഭവിച്ചവരും സമിതിയുടേയും

മജിസ്ട്രേറ്റിന്റെയും മുമ്പിൽ തങ്ങൾക്കുണ്ടായ തിക്താനുഭവം വിവരിച്ചു. അവരിലൊരാൾ കൊറഗനായിരുന്നു. ആരേയും കിട്ടാത്ത ദേഷ്യത്തി നാണ് ആ സാധുവിനെപിടിച്ച് അടിച്ച് എല്ലൊടിച്ചത്. അന്വേഷണ റിപ്പോർട്ടിനെ പറ്റി സർക്കാർ നടപടിയുണ്ടായില്ലെങ്കിലും പോലീസ് തിക്രമങ്ങൾക്ക് തെല്ല് ശമനമുണ്ടായി. അന്വേഷണ കമ്മീഷനുകൾക്ക് മുമ്പിൽ ജനങ്ങളെ എത്തിക്കുന്നതിൽ രാഘവൻ നമ്പ്യാർ നടത്തിയ പ്രവർത്തനം ശ്ലാഘനീയമായിരുന്നു. ഇത്തരം ശ്രമങ്ങളുടെ ഫലമായി അവസാനം കയ്യൂരിൽ നിന്ന് സ്പെഷ്യൽ പോലീസിനെ പിൻവലിച്ചു. ചെറുവത്തൂരിലെ പോലീസ് ക്യാമ്പും അവസാനിപ്പിച്ചു.

കയ്യൂരിലെ പോലീസ് അതിക്രമത്തിനെതിരായ ജാഥയും പോലീസു കാരന്റെ മരണവും കൊളോണിയൽ ഭരണകൂടത്തെ പിടിച്ചുകുലുക്കിയ സംഭവമായിരുന്നു. ഗ്രാമീണ കർഷകർ വിപ്ലവകാരികളാകുകയും പോലീസിനെ ആക്രമിക്കുകയും ചെയ്യുന്ന അവസ്ഥവരെയെത്തിയെ ന്ന് പോലീസ് മനസ്സിലാക്കി. ഇത്തരം സംഭവങ്ങൾ ഇനിയൊരിക്കലും ആവർത്തിക്കാതിരിക്കാനും ജനങ്ങളെ ഭയചകിതരായി നിർത്താനുള്ള നടപടികളുമാണ് പോലീസും അധികൃതരും സ്വീകരിച്ചത്. കർഷക സംഘം പ്രവർത്തകരെ മാത്രമല്ല, ജനങ്ങളെയാകെ ഭീതിപ്പെടുത്തു ന്നതിനുവേണ്ടിയാണ് കാസർകോട് താലൂക്കിലുടനീളം എംഎസ്പി കേമ്പുകൾ സ്ഥാപിച്ചത്. അതിനുവേണ്ടിയാണ് പോലീസ് തേർവാഴ്ച നടത്തിയത്. മാത്രമല്ല, ആരും കേസ്സിൽ പ്രതികളാകാമെന്ന അന്ത രീക്ഷവും പോലീസ് സൃഷ്ടിച്ചു. ജന്മിമാർക്കും മറ്റ് അധികാരികൾക്കും വിരോധമുള്ള ആരും പ്രതികളാകുമെന്ന അവസ്ഥയുണ്ടാക്കി. അത്ത രത്തിലുള്ള പ്രഥമവിവര റിപ്പോർട്ടാണ് പോലീസ് തയ്യാറാക്കിയത്. കയ്യൂരിലും പരിസരങ്ങളിലുമുള്ള സംഘം പ്രവർത്തകരും സമരവുമായി ഒരു ബന്ധമില്ലാത്തവരും കേസ്സിൽ പ്രതിചേർക്കപ്പെട്ടു. പലരേയും പോലീസ് അറസ്റ്റ് ചെയ്ത് തടങ്കലിൽ വെച്ചു. പോലീസ്സിനെയും അധിക തരേയും പ്രീതിപ്പെടുത്തി ചിലർ പ്രതികളാകാതെ രക്ഷപ്പെട്ടു. അങ്ങിനെ ചെയ്യാത്തവർ പ്രതികളാക്കപ്പെട്ടു. 30 റിസർവ് പോലീസും രണ്ട് പ്ലാറ്റൂൺ എംഎസ്പിക്കാരുമാണ് കയ്യൂരിൽ കേമ്പ് ചെയ്തത്. വിവിധ ഗ്രാമങ്ങളിലെ വിപ്ലവകാരികളുടെ ലിസ്റ്റ് തയ്യാറാക്കാൻ പട്ടേലർമാരോട് അധികൃതർ ആവശ്യപ്പെട്ടു. ഗ്രാമീണരെ കേസ്സിൽ നിന്ന് ഒഴിവാക്കാൻ പോലീസ് കൈക്കൂലി വാങ്ങിയ സംഭവം വരെ ഉണ്ടായി.

ചുരുക്കത്തിൽ ഒരു പോലീസുകാരന്റെ മരണം കയ്യൂരിലെയും പരിസ രങ്ങളിലെയും ജനങ്ങളുടെ ജീവിതം ദുസ്സഹമാക്കിത്തീർത്തു. ഭീകരമായ

മർദ്ദനത്തിന്റെ നാളകളാണ് അവരെ കടന്നപോയത്. സ്ത്രീകളും കുട്ടികളും വൃദ്ധരും ചെറുപ്പക്കാരുമെല്ലാം ഭീകരമർദ്ദനത്തിനിരയായി. കയ്യൂര് പോലെ മറ്റൊരു ഗ്രാമം ചിലപ്പോൾ ചരിത്രത്തിലുണ്ടാകില്ല. എന്നിട്ടും അവരെ കീഴടക്കാൻ പോലീസ്സിനായില്ല. കൊടിയ ദുരിതമ നഭവിക്കുമ്പോഴും അവരുടെ കണ്ണുകളിൽ നല്ല നാളെയെക്കുറിച്ചുള്ള പ്രത്യാശ നിഴലിച്ചിരുന്നു. എത്രയോ പേർ മർദ്ദനംമൂലം നിത്യരോഗിക ളായി ചെറുത്ത് നില്പിന്റെ ഇതിഹാസ സമാനമായ ജീവിതമാണ് കയ്യൂർ ജനത പ്രകടിപ്പിച്ചത്. അന്നത്തെ പോലീസ് മർദ്ദനത്തിന്റെ ഫലമായി ജനങ്ങളുടെ ശരീരത്തിൽ നിന്നും തെറിച്ചവീണ ചോരത്തുള്ളികൾ കയ്യൂ രന്റെ മണ്ണിനെ ചുവപ്പിച്ചു. കയ്യൂർ ഒരു ചുവന്ന ഗ്രാമമായി ഇപ്പോഴും നിലനിൽക്കുന്നത് ഉജ്ജ്വലമായ ചെറുത്ത് നിൽപ്പിന്റെ വീരോചിതമായ പൈതൃകം കയ്യൂരിലെ ഓരോ വ്യക്തിയിലും മങ്ങാതെ നിറഞ്ഞുനിൽക്ക ന്നത് കൊണ്ടുകൂടിയാണ്.

പോലീസ് അതിക്രമങ്ങളുടെ ഭീകരതയിലും പാർട്ടി അനുഭാവികൾ ക്കും ജനങ്ങൾക്കും ആത്മവിശ്വാസം നഷ്ടപ്പെട്ടില്ല. തങ്ങൾക്ക് വേണ്ടി നിലകൊണ്ട പ്രസ്ഥാനത്തിനും തങ്ങൾക്ക് വേണ്ടി ജയിലിലായ പ്ര വർത്തകർക്കും വേണ്ടി അവർ എല്ലാം സഹിച്ചു. ഈ ദുരിത പർവ്വങ്ങ ളെയെല്ലാം കയ്യൂർ ജനത അതിജീവിച്ചു. പാർടിയുടെ സഹായത്തോടെ അവർ കേസ്സ് നടത്തി. പ്രതി പട്ടികയിൽ പേരുണ്ടായിരുന്ന എല്ലാ വരേയും അറസ്റ്റ് ചെയ്ത് ജയിലിൽ അടച്ചതോടെ കയ്യൂർ സമരത്തിന്റെ മറ്റൊരു ഘട്ടം അവസാനിക്കുന്നു. ഭരണകൂട ഭീകരതയ്ക്കെതിരെ ഇതിഹാസ സമാനമായ ചെറുത്ത് നിൽപ്പ് അവർ നടത്തി. അടുത്ത ഘട്ടം കോടതിയിലാണ്.. അറസ്റ്റ് ചെയ്യപ്പെട്ടവരെ ജയിലിൽ നിന്നിറ ക്കാനുള്ള നിയമ പോരാട്ടം.

കോടതി നടപടികൾ

കയ്യൂരിലെ ജനങ്ങളും ഭരണക്കൂടവും തമ്മിലുള്ള ഏറ്റുമുട്ടലിന്റെ അടുത്ത ഘട്ടം കോടതി മുറികളിലാണ് നടന്നത്. അത് നിയമപരമായ പോരാട്ടമായിരുന്നു. ഒരു മാസത്തിനുശേഷം പ്രതികളെ അറസ്റ്റ് ചെയ്ത് ചാർജ്ജ് ഷീറ്റ് തയ്യാറാക്കി. കയ്യൂരും പരിസരങ്ങളിൽ നിന്നുമായി 61 പ്രതികളാണ് ഉണ്ടായിരുന്നത്. ഒന്നാം പ്രതി മഠത്തിൽ അപ്പ, രണ്ടാം പ്രതി വി.വി. കുഞ്ഞമ്പു, മൂന്നാം പ്രതി ഇ.കെ. നായനാർ എന്നിങ്ങനെയായിരുന്ന ചാർജ്ജ് ഷീറ്റിൽ പ്രതി ചേർക്കപ്പെട്ടത്. പക്ഷെ നായനാരെ അറസ്റ്റ് ചെയ്യാൻ കഴിയാതെ വന്നപ്പോൾ പ്രതിസ്ഥാനത്ത് നീക്കി പയ്യൻ കേളനായർ മൂന്നാം പ്രതിയാക്കപ്പെട്ടു. അന്ന് കണ്ണൂരിലെ പോലീസ് സർക്കിൾ ഇൻസ്പെക്ടറായ ഗോവിന്ദൻ നമ്പ്യാരുടെ പ്രത്യേക ആവശ്യപ്രകാരമത്രേ ഇ.കെ.നായനാർ പ്രതിയാക്കപ്പെട്ടത് നായനാരെ പിടിക്കൂടാൻ കഴിയാത്തതിനാൽ പ്രതിപ്പട്ടികയിൽ നിന്ന് അദ്ദേഹത്തെ ഒഴിവാക്കുകയും അറുപത് പേർക്കെതിരെയുള്ള ചാർജ്ജ് ഷീറ്റ് കോടതിയിൽ സമർപ്പിക്കുകയും ചെയ്തു,

ഏപ്രിൽ 14ന് ചാർജ്ജ്ഷീറ്റ് നൽകി. 74 സാക്ഷികളാണ് ലിസ്റ്റിൽ ഉണ്ടായിരുന്നത്. എം.ബി. ശങ്കർറാവുവിനെ സ്പെഷ്യൽ മജിസ്ട്രേ റ്റായി നിയമിച്ചു. മംഗലാപുരം സബ്ബ്ജയിൽ വളരെ ചെറിയ ജയിലാണ്. 200-ൽ അധികം ആളുകളെ അവിടെ തടവിലിടുന്നതിന് സൗകര്യമില്ല. മംഗലാപുരം സെഷൻസ് കോടതി, ജില്ലാ കോടതി മുതലായവ സെന്റ് അലോഷ്യസ് കോളേജ് സ്ഥിതി ചെയ്യുന്ന കുന്നിന്റെ ഒരു ഭാഗത്താണ്. കോടതിയിൽ നിന്ന് നാലോ അഞ്ചോ ഫർല്ലോങ്ങ് വടക്കുഭാഗ ത്താണ് സബ്ബ്ജയിൽ. ഏതാണ്ട് രണ്ടമാസത്തിന് ശേഷമാണ് കേസ്

മജിസ്ട്രേറ്റ് കോടതിയിൽ വിചാരണ ആരംഭിച്ചത്. മംഗലാപുരം ബന്തറിനു സമീപമാണ് മജിസ്ട്രേറ്റ് കോടതി. ഈരണ്ടുപേരെയായി കൈയ്യാമം വെച്ച് പോലീസ് വാനിലാണ് മജിസ്ട്രേറ്റ് കോടതിയിൽ ഹാജരാക്കിയത്. കോടതി വരാന്തകളിലും ,മുറ്റത്തും പറമ്പിലും ധാരാളം ആളുകൾ കേസ് വിചാരണ സമയത്ത് തടിച്ചുകൂടിയിരുന്നു. റിസർവ് പോലീസുകാരാണ് മിക്കവാറും എല്ലാ ദിവസങ്ങളിലും പ്രതികളെ കേസ് വിചാരണക്കായി കോടതിയിൽ കൊണ്ടുപോയിരുന്നത്. ഒരു മാസത്തോളം നീണ്ടുനിന്ന മജിസ്ട്രേറ്റുകോടതിയിലെ വിചാരണ വെറും പേരിനുമാത്രമുള്ളതായിരുന്നു. പ്രതിഭാഗത്തുനിന്ന് സാക്ഷികളെ ക്രോസ്സ് ചെയ്യുന്നത് സെഷൻസ് കോടതിയിൽ മാത്രം മതിയെന്ന് മുൻകൂട്ടി തീരുമാനിച്ചിരുന്നു. മജിസ്ട്രേറ്റ് തന്നെയാണ് കേസു വിചാരണ നടത്തിയത്. വിചാരണയുടെ അവസാനഘട്ടത്തിൽ പ്രതികൾ ഓരോ രുത്തരും മജിസ്ട്രേറ്റ് മുമ്പാകെ ഓരോ ചെക്ക്സ്റ്റേറ്റ്മെന്റ് കൊടുത്തു.

കുറ്റപത്രം

താഴെപ്പറയുന്ന കുറ്റങ്ങളാണ് പ്രതികൾക്കെതിരെ പ്രധാനമായും ചുമത്തിയത്.

1. മാരകമായ ആയുധങ്ങളുമായി കലാപം നടത്തൽ- സെക്ഷൻ 148 ഐ.പി.സി. എല്ലാ കുറ്റാരോപിതർക്കും ബാധകം

2. പൊതുസേവകരെ ജോലി ചെയ്യുന്നതിൽ നിന്ന് തടസ്സപ്പെടുത്താൻ കരുതിക്കൂട്ടി പരിക്കേൽപ്പിക്കൽ- സെക്ഷൻ 332-ഐ.പി.സി.

3. കൊലപാതകം-പൊതുവായ ഉദ്ദേശത്തോടെ- സെക്ഷൻ 302, സെക്ഷൻ 34 ഐ.പി.സി

കോടതി നടപടികൾ മാസങ്ങളോളം നീണ്ടുനിന്നു.

ജയിലെ അനുഭവം സുഖകരമായിരുന്നില്ല. ജയിൽ ജീവിതത്തിലെ അനുഭവങ്ങൾ വി.വി. കുഞ്ഞമ്പു തന്റെ 'കയ്യൂർ സമരചരിത്രം' എന്ന പുസ്തകത്തിൽ വിശദമാക്കുന്നുണ്ട്. "പലരേയും പല ദിവസങ്ങളിലായി അറസ്റ്റു ചെയ്തിട്ടാണ് ജയിലിൽ കൊണ്ടുവന്നത്. പോലീസ് പ്രതികളെ ജയിൽ കവാടത്തിനുള്ളിലേക്ക് തള്ളി വിട്ടാൽ വാർഡന്മാർ ഒരോര ത്തരെയായി സസൂക്ഷ്മം പരിശോധിച്ച ശേഷമേ ജയിൽ മുറികളിലേക്ക് കടത്തി ലോക്കപ്പ് ചെയ്യുകയുള്ളൂ. മുഴുവൻ വസ്തുങ്ങളും അഴിച്ചുവെച്ച് നഗ്നരായി നിൽക്കണം. പിന്നീട് കുത്തിയിരിക്കുകയും എഴുന്നേൽക്ക കയുമെന്ന ചെറുകവാത്തു നടത്തണം. പിന്നീടാണ് ജയിൽ മുറികളിൽ ഇട്ടടയ്ക്ക. ജയിൽ പറമ്പ് രണ്ട് താക്ക(തട്ടു)കളായിട്ടുള്ളതാണ്. അല്പം

ഉയർന്ന ഒന്നാമത്തെ താക്കിൽ രണ്ട് വലിയ ബ്ലോക്കകളും ഒരു ആശുപ
പത്രിമുറിയും അതിന തൊട്ട് വിശാലമായ മറ്റൊരു മുറിയുമാണ് ഉള്ളത്.
വിശാലമായ മുറി സ്പെഷ്യൽ ക്ലാസ്സ് തടവുകാർക്കോ ഒന്നാം ക്ലാസ്
തടവുകാർക്കോ മാത്രമുള്ളതാണ് എന്ന് പിന്നീട് മനസ്സിലാക്കാൻ
സാധിച്ചു. രണ്ട് ബ്ലോക്കകളിൽ ഒന്ന് ക്വാറന്റെയിൻ എന്ന് വിളിക്കപ്പെ
ടുന്ന ബ്ലോക്കാണ്. ക്വാറന്റെയിനിൽ ഇടുമെന്ന് പറഞ്ഞാൽ തടവു
പുള്ളികൾക്ക് പൊതുവിൽ ഭയമാണ്. സാധാരണയായി അവിടെ
വെക്കുന്ന തടവുകാരെ വാർഡന്മാരും മറ്റും കൂടുതൽ മർദ്ദിക്കുമത്രേ.
ക്വാറന്റെയിനിൽ ഇടുക എന്ന പറഞ്ഞാൽ പ്രത്യേകം ഒരു ശിക്ഷയാണ്.
പ്രത്യേകമായ നോട്ടപ്പള്ളികളെയാണ്സാധാരണയായി ക്വാറന്റെയി
നിൽ ലോക്കപ്പ ചെയ്യാറുള്ളത്. ഞങ്ങളിൽ ആരെയും ക്വാറന്റെയിനിൽ
വെച്ചിരുന്നില്ല. ജയിൽ കോമ്പൗണ്ടിലേക്ക് പ്രധാനപ്പെട്ട ഒരു ഗേറ്റ്മാത്ര
മാണള്ളത്. അതിന തൊട്ട് ഒന്നാം താക്കിൽ തന്നെയാണ് ജയിലറുടെ
മുറിയും ജയിൽ ഓഫീസും രണ്ടാമത്തെ താക്കിൽ ഒരു വലിയ ബ്ലോക്കും
അടുക്കള,കക്കൂസ്, കിണർ മുതലായവയുണ്ട്. വലിയ ബ്ലോക്കിലാണ്
കയ്യൂർ കേസ്സിലെ പ്രതികളിൽ അധികപേരെയും പാർപ്പിച്ചിരുന്നത്.
ഉയർന്ന താക്കിലെ ക്വാറന്റെയിനിന എതിർ വശത്തുള്ള സിങ്കിൾ
സെല്ലുകളിൽ മുമ്മൂന്ന പേരെ ഓരോന്നിലും ഇട്ടടച്ചിരുന്നു. പരേതനായ
സഖാവ് എൻ.ജി.കമ്മത്തിനേയും തൂക്കരിപ്പരിലെ കണ്ണൻ പണിക്ക
റേയും എന്നെയും ഒരൊറ്റ സെല്ലിലാണ് അടച്ചിരുന്നത്. സെല്ലുകൾക്ക്
ഒരൊറ്റ ജനവാതിൽ പോലുമില്ല. മൂത്രച്ചട്ടിയും സെല്ലിന്റെ ഒരു മൂലക്ക്
തന്നെ വെക്കണം. അത് വെക്കുന്ന സ്ഥലത്ത് പുറത്തേക്ക് ഒരു
ചെറിയ ദ്വാരമുണ്ട്. സെല്ലിൽ മൂന്ന് പേർക്ക് കഷ്ടിച്ച് തൊട്ടതൊട്ട
കിടക്കാൻ സ്ഥലമുണ്ട്. പക്ഷേ മൂത്രം മണത്ത് കൊണ്ട് എങ്ങനെ
കിടന്നുറങ്ങും. അതുകൊണ്ട് ജയിലിൽ എത്തിയ ആദ്യദിവസം മുതൽ
ഏതാനും ദിവസങ്ങളിൽ രാത്രിയിൽ ഞങ്ങൾ തീരെ ഉറങ്ങിയിട്ടില്ലെ
ന്ന് തന്നെ പറയാം. സെല്ലിന്റെ വാതിലിന്മളള ഇരുമ്പഴികളിൽ മുഖം
ചേർത്ത പുറത്തേക്ക നോക്കി മണിക്കൂറുകളോളം അങ്ങനെ ഇരിക്കും.
അക്കാലത്ത് ഞാൻ അധികം ബീഡി വലിക്കാറില്ല. ഏപ്പോഴെങ്കിലും
ഓരോ ബീഡിവലിക്കുന്നതിൽ വിരോധമുണ്ടായിരുന്നില്ല. എന്നാൽ
ഒരു ബീഡികുടിയൻ ഞങ്ങളടെ കൂട്ടത്തിൽ ഉണ്ടായിരുന്നു. ദിവസേന
രണ്ടും മൂന്നം കെട്ട് ബീഡികൾ വലിക്കുന്ന സ: എൻ.ജി.കമ്മത്ത്.
അക്കാലത്ത് നിർഭാഗ്യവശാൽ ഒരു തുണ്ട് ബീഡിയോ മറ്റോ കയ്യിൽ
കണ്ടാൽ അത് വലിയ കുറ്റമായി കരുതിപ്പോന്നു. വാർഡന്മാരുടെ
ഭയങ്കര മർദ്ദനത്തിന് അത്തരക്കാരൻ പാത്രമാകുമെന്ന കാര്യത്തിൽ

യാതൊരു സംശയവുമില്ല. ഒരു ബീഡി എങ്ങനെയെങ്കിലും സമ്പാദിക്ക കയെന്നതു തന്നെ സാഹസകരമായ പണിയാണ്. അതു കിട്ടിയാൽ തന്നെ എങ്ങനെ തീ പിടിപ്പിക്കും. വാർഡന്മാരുടേയോ മറ്റൊ സേവപിടിക്കാതെ തീ കിട്ടുകയില്ല. ചക്കി എന്നു പറയാറുളള ഇരുമ്പു കഷണം സിമന്റിൽ ഉരച്ച് ഒരു തുണിക്കഷണത്തിൽ തീ പിടിപ്പിച്ച് കാര്യം ഒപ്പിക്കുന്ന പതിവും ജയിലിൽ സാധാരണയായിരുന്നു. പക്ഷെ സമർത്ഥന്മാരായ ജയിൽ പുള്ളികൾക്ക് മാത്രമേ അങ്ങനെ തീയുണ്ടാ ക്കി ഉപയോഗിക്കാൻ സാധിക്കുകയുളളൂ. ഞങ്ങളെ പോലുളളവർക്ക് അന്ന് അത് സാധ്യമായിരുന്നില്ല. മാത്രവുമല്ല ജയിൽ അധികൃതരുടെ ശ്രദ്ധയിൽപെടാതെ ആ കൃത്യം നിർവ്വഹിക്കാൻ സാധിക്കണമെങ്കിൽ അസാധാരണമായ ജാഗ്രതയും സംഘടനാ സാമർഥ്യവും കൂടിയേ തീരൂ. പക്ഷേ സ: എൻ.ജി.കമ്മത്തിന് ചില കാര്യങ്ങളിൽ ഒരുതരം പ്രത്യേക സാമർഥ്യം തന്നെയുണ്ടെന്ന് എനിക്ക് മനസ്സിലായി. മുമ്പ് തീരെ പരിചയമില്ലാതിരുന്ന വാർഡന്മാരിൽ നിന്ന് ആദ്യഘട്ടങ്ങ ളിൽ തീയും പിന്നീട് ബീഡിതന്നെയും വാങ്ങുന്നതിൽ അയാൾ വിജയിച്ചു. ഒരു ബീഡി കിട്ടിയാൽ ഞങ്ങൾ മൂവരും കൂടി അതിന്റെ അവസാനത്തെ പുകവരെ വലിച്ചുകത്താക്കും. അപ്പോൾ തലക്കുവല്ലാത്ത ഒരു കറങ്ങൽ അനുഭവപ്പെട്ടും.

ഏതാനും ദിവസങ്ങളോളം ഞങ്ങൾ ഒന്നിച്ച് കൂടി. രാവിലേയും ഉച്ചക്കും വൈകുന്നേരവും ദിവസേന മൂന്ന് തവണമാത്രം ഞങ്ങളെ തുറന്ന വിട്ടും. കക്കൂസിൽ പോകുന്നതിനും കുളിക്കുന്നതിനും ഭക്ഷണം കഴിക്കുന്നതിനും വേണ്ടിയാണങ്ങനെ തുറന്ന വിട്ടന്നത്. ഈ കൃത്യങ്ങ ളെല്ലാം ജാഗ്രതയോട്ടുകൂടി ചെയ്യകൊളളണമെന്നത് നിർബന്ധമാണ്. അത് കഴിഞ്ഞാൽ വീണ്ടും മുന്നേ പോലെ ലോക്കപ്പിലിട്ടന്നതായിരി ക്കും. അങ്ങനെ ദേഹത്തിൽ വെളിച്ചവും കാറ്റും തട്ടുന്നത് ദിവസത്തിൽ അല്പം ചില മണിക്കുറുകളിൽ മാത്രമാണ്. ജയിലിൽ നിന്ന് കിട്ടിയിരുന്ന ഭക്ഷണം കഷ്ടിച്ച് ജീവൻ നിലനിർത്തുന്നതിനു മാത്രമുളളതായിരുന്നു. രാവിലെ കുറച്ച് കഞ്ഞിയും ഒരു നെല്ലിക്കയോളം വലിപ്പത്തിലുളള ഒരു ഉരുള ചമ്മന്തിയും കിട്ടും. കാലത്താണെങ്കിൽ ആ കഞ്ഞി വളരെപ്പെരൊ നും കുടിക്കുകയില്ല. കുടിച്ചാൽ ഓക്കാനം വരും. മറ്റ നിവൃത്തിയൊന്നും ഇല്ലാതിരുന്നതുകൊണ്ട മാത്രം അതു കുടിച്ച് ശീലിച്ച. 11 മണിക്ക് ഒരു ചെറിയ പടച്ചോറും ഒരു കറിയും കിട്ടും. പല പച്ചക്കറി സാധനങ്ങളും കുറച്ച് പരിപ്പും ചേർത്ത് ധാരാളം വെളളം ചേർത്ത ഒരു കറി. തടവു കാരുടെ മൂത്രമൊഴിച്ച് വളർത്തിയ ചീരയായിരിക്കും പച്ചക്കറികളിലെ

പ്രധാന ഇനം. ചക്കയുള്ളകാലത്ത് അതിന്റെ പുറംതൊലി മാത്രം നീക്കി അങ്ങനെതന്നെ കൊത്തിയരിഞ്ഞ് കറിയിൽ ഇടും. ചക്കയുടെ വേവിച്ച ഒരു മടലോ കുഞ്ഞലോ കറിയോടൊപ്പം കിട്ടുകയെന്നത് അസുലഭമായ ഒരു ഭാഗ്യമാണ്. തടവുകാർ ആർത്തിയോട്ടുകൂടി അതൊക്കെ തിന്നുകൊള്ളും. വിശപ്പ് പകുതിപോലും മാറുകയില്ല. 80 ശതമാനത്തിലധികം വെള്ളം ചേർത്ത കുറച്ച് മോരുകൂടി അന്ന് കിട്ടിയിരുന്നു. ഭക്ഷണം തീരെ മതിയായിരുന്നില്ല. മിക്ക സഖാക്കളും അങ്ങനെതന്നെ തകർന്നു. ചൊറിയും ചിരങ്ങും പലർക്കും പിടിപ്പെട്ടു. വൈകുന്നേരം 4.30 ന് വീണ്ടും ഒരു പടച്ചോറും ഒരു കറിയും കിട്ടും. 5 മണിക്ക് തന്നെ ലോക്കപ്പ് ചെയ്യുകയും ചെയ്യും. ഉറങ്ങാൻ മാത്രം ധാരാളം സമയം ഉണ്ട്. മൂട്ടകളാകുന്ന ടാങ്കുകളുടേയും കൊതുകുകളാകുന്ന ഫൈറ്റർ പ്ലെയിനുകളുടേയും നിരന്തരമായ ആക്രമണങ്ങളെ സഹിച്ചുകൊണ്ടേ കിടന്നുറങ്ങാൻ പറ്റുകയുള്ളൂ. ഏതായാലും ഓരോരുത്തന്റേയും ദേഹത്തിലുള്ള രക്തത്തിന്റെ നല്ലൊരു ഭാഗം മേൽ പറഞ്ഞ നിലയ്ക്കാത്ത ആക്രമണങ്ങളുടെ ഫലമായി എന്നും നഷ്ടപ്പെടുത്തുവാൻ നിർബന്ധിക്കപ്പെട്ടിരുന്നു. അങ്ങനെ തടവുകാരുടെ ആരോഗ്യം തന്നെ മോശമായിക്കൊണ്ടിരുന്നു. പറയത്തക്ക വൈദ്യസഹായം കിട്ടുന്നതിനും സാധിച്ചിരുന്നില്ല. ജയിൽ അധികൃതരുടെ പെരുമാറ്റം പ്രത്യേകിച്ചും ആദ്യഘട്ടങ്ങളിൽ മോശമായിരുന്നു. പക്ഷേ ഭീഷണിയും മർദ്ദനവുംകൊണ്ട് കീഴടക്കാൻ കഴിയുന്ന ഒരു വിഭാഗം ജനങ്ങളല്ല തടവിലാക്കപ്പെട്ട കമ്യൂണിസ്റ്റുകാരും കർഷകപ്രവർത്തകന്മാരുമെന്ന് ജയിലധികൃതർക്ക് വളരെ വേഗം തന്നെ മനസ്സിലായി. ഒന്നുരണ്ടു തവണകളിൽ ഭക്ഷണം ബഹിഷ്ക്കരിക്കുകയും ഉണ്ടായിട്ടുണ്ട്. മറ്റ ചില കേസുകളിൽ ശിക്ഷിക്കപ്പെട്ട് കയ്യൂർ കേസ്സിലെ ചില പ്രതികളെക്കൊണ്ട് ജോലിചെയ്യിപ്പിക്കുന്നതിനും ജയിലധികൃതർ പരിശ്രമിച്ചുനോക്കിയിരുന്നു. പക്ഷേ അതിലും അവർ പരാജയപ്പെടുകയാണ് ഉണ്ടായത്. തന്ത്രജ്ഞനായ അന്നത്തെ ജയിലർക്കൂടുതൽ കുഴപ്പങ്ങൾ ഒഴിവാക്കുന്നതിന് വേണ്ടി പ്രശ്നങ്ങൾ സമാധാനപരമായി തീർക്കുന്നതിന് ശ്രമിക്കുകയാണുണ്ടായത്. അതോട്ടുകൂടി തടവുകാരോട്ടുള്ള പെരുമാറ്റത്തിൽ ഗണ്യമായ മാറ്റം വന്നു.

ഞങ്ങളെ ജയിലിൽ കൊണ്ടപ്പോയതിനുശേഷം മൂന്ന് മാസങ്ങളോളം ബാഹ്യലോകവുമായി യാതൊരു ബന്ധവും ഉണ്ടായിരുന്നില്ല. ഞങ്ങളുടെ ലോകമാകെ ആ ചെറിയ ജയിൽ മാത്രമായിരുന്നു. പ്രതികളുടെ ബന്ധുക്കൾ ചിലപ്പോഴെല്ലാം ഇന്റർവ്യൂ നടത്തുന്നതിന് വേണ്ടി ജയിലിൽ വരാറുണ്ട്. ജയിലറുടെ മുറിയിലെ ഒരു ചെറിയ ദ്വാരത്തിൽക്കൂടി

പുറത്തുള്ള ബന്ധുക്കളോട് ചില ചില്ലറ കാര്യങ്ങൾ മാത്രം സംസാരി ക്കാനനുവദിച്ചിരുന്നു. ജയിലർ സംസാരം മുഴുവൻ കേട്ടുകൊണ്ടിരിക്കും. അതുകൊണ്ട് കാര്യമൊന്നും സംസാരിക്കാനും തരപ്പെടുമായിരുന്നില്ല. ഈ ഒരു ദു:സ്ഥിതിക്ക് എങ്ങനെ പരിഹാരം കാണാൻ സാധിക്കും എന്നതിനെപ്പറ്റി ഞങ്ങൾ കാര്യമായി ആലോചിച്ചു. തടവുകാർക്ക് യാതൊരുപത്രവും വായിക്കുന്നതിനുള്ള അനുവാദം അക്കാലത്തുണ്ടാ യിരുന്നില്ല. സ്പെഷ്യൽ തടവുകാർക്കോ ഒന്നാം ക്ലാസ്സ് തടവുകാർക്കോ സ്വന്തം ചെലവിൽ പത്രം വരുത്തി വായിക്കാൻ അനുവാദം ഉണ്ടായി രുന്നു. കർശനമായ സെൻഷറിന് ശേഷമേ അതും സമ്മതിക്കുകയുള്ളൂ.

രണ്ടാം ലോകമഹായുദ്ധം നടന്നുകൊണ്ടിരുന്ന കാലമായിരുന്നു അത്. അതിവേഗം മാറിക്കൊണ്ടിരിക്കുന്ന സംഭവവികാസങ്ങൾ എന്തൊക്കെയാണെന്നറിയാനുള്ള ഉൽകണ്ഠ സ്വാഭാവികമായും ഞങ്ങളിൽ വളർന്നു വന്നു.എന്താണൊരു പോംവഴിയെന്ന് ഞങ്ങൾ തലപുകഞ്ഞാലോചിച്ചപ്പോൾ അവസാനം ഞങ്ങൾക്കൊരു യുക്തി തോന്നി. സ്പെഷ്യൽ ക്ലാസ്സ് അനുവദിക്കുന്നതിനുവേണ്ടി ഞാൻ ഹരജി അയക്കണമെന്ന് സഖാക്കൾ അഭിപ്രായപ്പെട്ടു. എനിക്കതിന് തീരെ ഇഷ്ടമുണ്ടായിരുന്നില്ല. കാരണം, മറ്റ് സഖാക്കളിൽ നിന്ന് ഒറ്റപ്പെട്ട് ഒരൊറ്റ മുറിയിൽ തനിച്ച് താമസിക്കുകയും മറ്റുള്ളവരെ അപേക്ഷിച്ച് കുറച്ചുകൂടി മെച്ചപ്പെട്ട രീതിയിൽ ജീവിക്കുകയും ചെയ്യുകയെന്നത് എന്നെ സംബന്ധിച്ചിടത്തോളം വേദനാജനകമായിരുന്നു. എങ്കിലും സഖാ ക്കളുടെ നിർബന്ധത്തിന് വഴങ്ങി അവസാനം സ്പെഷ്യൽ ക്ലാസ് അനുവദിക്കുന്നതിനുവേണ്ടി ഞാൻ ഒരു ഹരജി അയക്കുകയും അത് താമസംവിന അനുവദിക്കപ്പെട്ടുകയും ചെയ്തു.

ഈ മാറ്റം പിന്നീട് പലതരത്തിലും ഞങ്ങളുടെ പ്രതീക്ഷയിൽ കവിഞ്ഞ ഗുണമാണ് ചെയ്തത്. ഇന്ത്യൻ എക്സ്പ്രസ് പത്രം എന്റെ സ്വന്തം ചെലവിൻമേൽ പിന്നീട് കൃത്യമായി വരുത്താൻ സാധിച്ചു. ഒരു സ്പെഷ്യൽ ക്ലാസ് തടവുകാരനെന്ന നിലയിൽ പകൽ സമയത്ത് എന്നെ ലോക്കപ്പ് ചെയ്യാതായി. ആദ്യ കുറച്ച് ദിവസം മാത്രം പേരിന് ചില നിയന്ത്രണങ്ങൾ ഉണ്ടായിരുന്നെങ്കിൽ പോലും പിന്നീട് ജയിലിൽ വിട്ടുന്നവരെക്കും ജയിലിനുള്ളിൽ ഏതാണ്ട് ഞാൻ സ്വതന്ത്രനായിരു ന്നു. ജയിലറും മറ്റും ബഹുമാനത്തോടും സ്നേഹത്തോട്ടുകൂടിയുമാണ് എന്നോട് പെരുമാറിയത്. അതുകണ്ട് മനസ്സിലാക്കിയ വാർഡന്മാരും മറ്റും വളരെ സ്നേഹത്തോട്ട കൂടി പെരുമാറി. പൊതുവിൽ പ്രതികളോ ടെല്ലാം നന്നായി പെരുമാറുന്നതിന് അത് കാരണമാക്കി തീർത്തു.

അതാതു ദിവസത്തെ പത്രങ്ങളിലെ പ്രധാനപ്പെട്ട വാർത്തകൾ പകൽ സമയത്ത് മറ്റ സഖാക്കളെ പറഞ്ഞു മനസ്സിലാക്കിക്കുന്നതിന് സാധി ക്കുകയുണ്ടായി. ഭക്ഷണത്തിന്റെ കാര്യത്തിലും ചില്ലറ മെച്ചങ്ങളെല്ലാം വരുത്തുന്നതിനും സാധിച്ചു. ഇതിനെല്ലാം ഉപരിയായി ചികിത്സാ സൗകര്യത്തിലും കുറച്ചെല്ലാം മാറ്റങ്ങൾ വരുത്തി തീർക്കാൻ സാധിച്ചു. സ്പെഷ്യൽ ക്ലാസ് മുറിയുടെ തൊട്ടടുത്തായിട്ടാണ് ആശുപത്രി. ഗവൺമെന്റ് ആശുപത്രിയിൽ നിന്നും ആഴ്ചതോറും (ഞായറാഴ്ച ഒഴികെ) മറ്റെല്ലാ ദിവസങ്ങളിലും ഡോക്ടർ ജയിലാശുപത്രിയിൽ വരും. അങ്ങനെ വരുന്ന ഡോക്ടർമാരുമായി സംസാരിക്കുന്നതിനും അവരുടെ സ്നേഹം സമ്പാദിക്കുന്നതിനും എനിക്ക് കഴിഞ്ഞു. അതിന്റെ ഫലമായി പ്രതിക ളിൽ രോഗബാധിതരായവർക്ക് അവിട്ടത്തെ പരിസ്ഥിതിക്കനുസരിച്ച് പരമാവധി ചികിത്സ സൗകര്യങ്ങൾ കൊടുപ്പിക്കുന്നതിനും സാധിച്ചു എന്നത് ഒരു വലിയ നേട്ടമായിരുന്നു. അല്പം ചില സന്ദർഭങ്ങളിൽ ഡി.എം.ഒ.യും ജയിൽ സന്ദർശിച്ചിരുന്നു. കൂടുതൽ സുഖക്കേടുള്ള അല്പം ചിലരെ ഗവൺമെന്റാശുപത്രിയിൽ കൊണ്ടുപോയി അവിടെ വെച്ച് ഏതാനും ദിവസങ്ങളോളം ചികിത്സിപ്പിക്കുകയും ചെയ്തിരുന്നു. ജയിലിനകത്തും പുറത്തും പീഡനമനുഭവിച്ചാണ് കയ്യൂർ സഖാക്കൾ പ്രതിസന്ധികളെ മറികടന്നത്.

കേസ്സിന്റെ വിചാരണ സമയത്ത് സാക്ഷികളെയും വിസ്തരിച്ചിരു ന്നു. സാക്ഷികളിൽ പലർക്കും പ്രതികളെ പരിചയമുണ്ടായിരുന്നില്ല. കേസ്സിന്റെ വിചാരണ തീരുന്നത് വരെ സാക്ഷികളെല്ലാം പോലീസ് കസ്റ്റഡിയിലായിരുന്നു. കോടതിയിൽ എന്തൊക്കെ പറയണമെന്നും എങ്ങിനെ പറയണമെന്നൊക്കെ വളരെ കൃത്യമായി സാക്ഷികളെ പഠി പ്പിച്ചിരുന്നു. വിചാരണ സമയത്ത് പ്രതികൾക്ക് നിൽക്കാനായി കോടതി മുറിയിൽ പ്രത്യേക ഗാലറി തയ്യാറാക്കിയിരുന്നു. ഈ ഗാലറിയിൽ ഒന്നു മുതൽ 60 വരെയുള്ള അക്കങ്ങൾ എഴുതിയ ചെറിയ ബോർഡുകൾ തൂക്കിയിട്ടിരുന്നു. പ്രതികളെ ഈ അക്കമനുസരിച്ച് ബോർഡിന് താഴെ ഗാലറിയിൽ നിർത്തി. ഇത് സാക്ഷികൾക്ക് പ്രതികളെ തിരിച്ചറിയാൻ സഹായിക്കുന്ന മാർഗ്ഗമായിരുന്നു. ഇക്കാര്യം വക്കീലിന്റെ ശ്രദ്ധയിൽപ്പെ ടുത്തിയപ്പോൾ അദ്ദേഹം അത് കോടതിയുടെ മുന്നിൽ ഉന്നയിച്ചു. പ്രോ സിക്യൂട്ടറുടെ തടസ്സവാദം അവഗണിച്ച് കോടതി ഏത് പ്രതിക്കും ഏത് നമ്പറിന് കീഴിലും നിൽക്കാം എന്ന് പ്രസ്താവിച്ചു. ഇതിന്റെ ഫലമായി പിറ്റേദിവസം മുതൽ സാക്ഷികൾക്ക് പ്രതികളെ തെറ്റിത്തുടങ്ങിയെന്നും തിരിച്ചറിയൽ പരേഡ് സമയത്ത് സാക്ഷികൾ പ്രതികളെ മാറി മാറി

കാണിച്ചുകൊടുത്തുവെന്നും ചൂരിക്കാടൻ കൃഷ്ണൻ നായർ ആത്മകഥ
യിൽ വിവരിക്കുന്നുണ്ട്. കയ്യൂരിൽ നിന്നുള്ള ദൃക്സാക്ഷിയായ വമ്പൻ
എന്ന കെ.പി. രാമന്റെ ക്രോസ് വിസ്താര സമയത്തെ ഉറന്ന് പറച്ചിൽ
പോലീസ് നടത്തിയ ഹീനമായ ശ്രൂഡാലോചന പുറത്ത് കൊണ്ടുവന്നു.
"കോടതിയിൽ ഞാൻ പറഞ്ഞതെല്ലാം പോലീസ് എനിക്ക് പഠിപ്പിച്ച്
തന്ന കാര്യങ്ങളാണ്. ഞാൻ സാക്ഷി പറഞ്ഞില്ലായിരുന്നുവെങ്കിൽ
പോലീസ് എന്നെയും പ്രതിയാക്കുമായിരുന്നു. എന്നെ രണ്ട് മാസമായി
മംഗലാപുരം കൊണ്ട് വന്നിട്ട്. എന്നെപ്പോലെ അനേകം പേർ ഇവിടെ
സാക്ഷികളായിട്ടുണ്ട്. സംഭവം ഞാൻ കണ്ടിട്ടില്ല." രാമന്റെ പ്രസ്താവന
ഇതായിരുന്നു. ഇത്തരം കള്ള സാക്ഷികളാണ് കോടതിയിൽ ഹാജ
രാക്കിയ സാക്ഷികളിൽ ഭൂരിഭാഗവും. ഇത്തരം മൊഴികളെല്ലാമുണ്ടാ
യിട്ടും വ്യക്തവും വസ്തുനിഷ്ഠവുമായ തെളിവുകൾ ഒന്നുമില്ലാതിരുന്നിട്ടും
കോടതി മുൻകൂട്ടി തയ്യാറാക്കിയ തിരക്കഥയനുസരിച്ച് വിധി പ്രസ്താവന
നടത്തി. ഭരണകൂടത്തിന്റെ ഉപകരണമാണ് കോടതിയെന്ന മാർക്സി
സ്റ്റ് സമീപനം എത്ര ശരിയാണെന്ന് കയ്യൂർ കേസ്സുമായി ബന്ധപ്പെട്ട
കോടതി വിധി തെളിയിക്കുന്നു.

ജയിലിൽ നിന്നുള്ള കത്തുകൾ

കയ്യൂർ കേസ്സിൽ പ്രതികളായി ജയിലിൽ കഴിഞ്ഞവരുടെ മാനസി
കാവസ്ഥ എന്തായിരുന്നുവെന്നും അവർ ഈ കേസ്സിനെ വ്യക്തിപര
മായി എങ്ങിനെ കണ്ടിരുന്നുവെന്നും സൂചിപ്പിക്കുന്ന വലിയ തെളിവുക
ളൊന്നും നമ്മുടെ മുന്നിലില്ല. പ്രതികളുടെ ബന്ധുക്കൾ ജയിലിൽ പോയി
അവരുമായി സംസാരിച്ചിരുന്നു. എന്താണ് സംസാരിച്ചത് എന്നത്
ഇവരാരും രേഖപ്പെടുത്തി വെച്ചിട്ടുമില്ല. ഇതിലേക്ക് സൂചനകൾ നൽകു
ന്നതിൽ പ്രതികളുടെ ജയിലിൽ നിന്നുള്ള കത്തുകൾ പ്രധാനമാണ്.
ജയിലിൽ നിന്നുള്ള കത്തുകളും കുറിപ്പുകളും സുപ്രസിദ്ധമാണല്ലോ. ഇറ്റാ
ലിയൻ കമ്മ്യൂണിസ്റ്റ് പാർട്ടി നേതാവായിരുന്ന അന്റോണിയോ ഗ്രാംഷി,
ഇന്ത്യയുടെ പ്രിയപ്പെട്ട പ്രധാനമന്ത്രി ജവഹർലാൽ നെഹ്റു എന്നിവ
രുടെ ജയിൽ കുറിപ്പുകളും കത്തുകളും ചരിത്രത്തിൽ ഇടംപിടിച്ചവയാണ്.
എന്നാൽ അത്തരം കത്തുകളല്ല കയ്യൂർ സഖാക്കൾ എഴുതിയത്. അവ
ജീവിതത്തെക്കുറിച്ചായിരുന്നു. ദൈനംദിന ജീവിതത്തിൽ അഭിമുഖീകരി
ക്കുന്ന പ്രശ്നങ്ങളെ സംബന്ധിച്ചവയായിരുന്നു. വലിയ ദാർശനിക പ്ര
ശ്നങ്ങളൊന്നും അവരെ അലട്ടിയിരുന്നില്ല. അതിനെ കുറിച്ച് അവർക്ക്
ധാരണ ഉണ്ടായിരുന്നില്ല എന്ന് പറയുന്നതാകും ശരി.

കയ്യൂർ കേസ്സിലെ പ്രതിയായ കുറുവാടൻ കൃഷ്ണൻ നായർ 1941 ജൂൺ 18 നും ഒക്ടോബർ 7 നും ഡിസംബർ ഏഴിനും എഴുതിയ കത്തുകൾ അമ്മയോടുള്ള അതിരറ്റ അടുപ്പത്തിന്റെ ചിത്രം നമുക്ക് നൽകുന്നു.. അമ്മ മകന് ജയിലിലേക്ക് മറുപടിയും അയക്കുന്നുണ്ട്. കൃഷിപ്പണിയെ കുറിച്ചും കേസ്സിനെ കുറിച്ചും കേസ്സിന്റെ ചെലവുകളെ കുറിച്ചുമാണ് അമ്മ ക്ലായി ക്കോട് മൊഴക്കോത്തെ പാർവ്വതി അമ്മയ്ക്ക് കുറുവാടൻ കൃഷ്ണൻ നായർ എഴുതുന്നത്. മൊഴക്കോത്ത് നിന്നുള്ള സാക്ഷികൾ കള്ളസാക്ഷിയാണ് പറഞ്ഞത് എന്നും ഡിസംബർ ഏഴിനുള്ള കത്തിൽ കൃഷ്ണൻ നായർ അമ്മയോട് പറയുന്നുണ്ട്. സത്യം ജയിക്കുമെന്ന മനസ്സമാധാനത്തോ ടെയാണ് കഴിയുന്നത് എന്നും അതേ കത്തിൽ സൂചിപ്പിക്കുന്നുണ്ട്. കേസ്സുമായി ബന്ധപ്പെട്ട് ആവശ്യമായ രേഖകൾ സംഘടിപ്പിക്കാനും യുദ്ധ ഫണ്ടിലേക്ക് സംഭാവന നൽകിയ രശീതിയും തെരഞ്ഞെടുത്ത് അയച്ചുകൊടുക്കാനും ആവശ്യപ്പെടുന്നുണ്ട്. തനിക്ക് പലരും നൽകാ നുള്ള പണം തിരിച്ച മേടിക്കണമെന്നും കത്തുകളിൽ കൃഷ്ണൻ നായർ അമ്മയോട് പറയുന്നുണ്ട്. കേസ്സ് ആവശ്യത്തിനുള്ള പണം ഉണ്ടാ ക്കുവാനാണ് പ്രധാനമായും ആവശ്യപ്പെടുന്നത്. ജൂൺ 18 ന് അയച്ച കത്തിൽ കുറച്ച് സ്ഥലം വിറ്റോ പണയം വെച്ചിട്ടോ എങ്ങിനെയെങ്കിലും 25 ഉറുപ്പിക സംഘടിപ്പിക്കണമെന്ന് അമ്മയോട് പറയുന്നുണ്ട്. ജയിലിൽ കഴിയുന്നവരുടെ നിസ്സഹായാവസ്ഥ കത്തിൽ വ്യക്തമായി തെളിയുന്നു.

നട്ടുവളർത്തിയ വാഴയ്ക്കും മറ്റും എന്തുപറ്റിയെന്നറിയുവാനുള്ള ഉത്കണ്ഠ യും കത്തിലുണ്ട്. നാടിനെ കുറിച്ചും കൃഷിയെകുറിച്ചും നാട്ടുകാരെ കുറിച്ചും കർഷകസംഘം പ്രവർത്തകരുടെ ആധിയാണ് ഈ കത്തുകളിൽ നിന്ന് നമുക്ക് വായിച്ചെടുക്കുവാൻ കഴിയുന്നത്. കൃഷിപ്പണിക്ക് ആവശ്യമായ എരുതുകളെ (കാളകളെ) വാങ്ങിക്കണമെന്നും അവ വാങ്ങിക്കുമ്പോൾ ചുമലൊക്കുന്ന കാളകളെയാണ് തെരഞ്ഞെടുക്കേണ്ടത് എന്ന നിർ ദ്ദേശവും അമ്മയ്ക്ക് കത്തിലൂടെ നൽകുന്നുണ്ട്. കടം കൊടുത്ത നെല്ലും അതിന്റെ പൊലിവും (നാട്ടുപലിശ) വാങ്ങിക്കണമെന്നും അമ്മയോട് ആവശ്യപ്പെടുന്നതും കത്തിലുണ്ട്.

മറ്റൊരു പ്രതിയായ കെ.പി. വെള്ളങ്ങ 1942 ജനുവരി ഒമ്പതിനും ഏപ്രിൽ ഇരുപത്തിമൂന്നിനും അച്ഛനും ജ്യേഷ്ഠനും കത്തുകൾ അയക്കുന്നു ണ്ട്. ഈ കത്തുകൾ പ്രധാനമായും കേസ്സിനെ കുറിച്ചാണ്. കേസ്സിന്റെ വിചാരണയുടെ അവസാന നാളുകളിലായിരുന്ന ആദ്യത്തെ കത്ത്. വിചാരണ തീരാൻ ഇനി മൂന്ന് ദിവസമെ ഉള്ളവെന്നും വാദം കഴിഞ്ഞാൽ വക്കീലിന് കൊടുക്കുവാൻ 63 രൂപ അയച്ചുതരണമെന്നും പ്രസ്തുത

കത്തിൽ പറയുന്നുണ്ട്. വക്കീലിന് ആകെ എത്ര തുക കൊടുക്കണമെ
ന്ന് അറിയില്ലെന്നും കത്തിൽ പരാമർശമുണ്ട്. രണ്ടാമത്തെ കത്തിൽ
കേസ്സിലെ കോരൻ മാസ്റ്ററുൾപ്പടെ ചില പ്രതികളെ വിചാരണയ്ക്ക് ശേഷം
വിട്ടയച്ച കാര്യം അച്ചനെയും ജ്യേഷ്ഠനെയും അറിയിക്കുന്നു. ശിക്ഷാകാലം
ജയിലിൽ കഴിയേണ്ട അവസ്ഥയേയും അദ്ദേഹം പരാമർശിക്കുന്ന
ണ്ട്. മാത്രമല്ല, ജയിൽവാസകാലം വായനയ്ക്കും പഠനത്തിനും വേണ്ടി
ഫലപ്രദമായി ഉപയോഗിക്കുന്നുവെന്നും ഇപ്പോൾ ഇംഗ്ലീഷ് പഠിക്കാൻ
ആരംഭിച്ചുവെന്നും സന്തോഷത്തോടെ അറിയിക്കുന്നു. ഇംഗ്ലീഷ് പഠി
ക്കാനുള്ള തന്റെ പരിമിതിയെ കുറിച്ചുള്ള ബോധ്യവും കത്തിൽ തെളി
യുന്നുണ്ട്. കോരൻ മാസ്റ്ററും മറ്റും വീട്ടിൽ വരുമെന്നും ചില അത്യാവശ്യ
കാര്യങ്ങൾ നിറവേറ്റുന്നതിന് വേണ്ടി അഞ്ച് രൂപ കോരൻ മാസ്റ്ററുടെ
കയ്യിൽ കൊടുക്കണമെന്നും അച്ഛനോട് ആവശ്യപ്പെടുന്നു. ശിക്ഷാകാലം
മുഴുവൻ ഇവിടെ കഴിയേണ്ടി വരില്ലായെന്നും ലോകം അത്രമാത്രം മാറി
ക്കൊണ്ടിരിക്കുകയാണെന്നും അച്ഛനെ ഓർമ്മപ്പെടുത്താനും അദ്ദേഹം
കത്തിലൂടെ ശ്രമിക്കുന്നതും നമുക്ക് കാണാം.

ജയിലിൽ കഴിയുന്ന മേൽസൂചിപ്പിച്ച രണ്ട് പ്രതികളുടെ കത്തുക
ളിലൂടെ കടന്നുപോകുമ്പോൾ വ്യക്തമാകുന്ന പ്രധാന കാര്യം ഇവരെ
നിരാശ ബാധിച്ചിട്ടില്ലെന്ന വസ്തുതയാണ്. ചെയ്തത് മഹാപരാധമാ
ണെന്ന് പരിതപിക്കുകയോ കുറ്റബോധം തോന്നുകയോ ചെയ്യുന്നേ
യില്ല. കേസ്സിനെ നേരിടാനുള്ള ചങ്കുറപ്പാണ് കത്തിൽ തെളിയുന്നത്.
സത്യം ജയിക്കുമെന്ന പൂർണ്ണബോധ്യവും തെളിഞ്ഞുകാണാം. പക്ഷെ
നാട്ടിലെയും വീട്ടുകളിലെയും കാര്യങ്ങൾ പരാമർശിക്കുമ്പോൾ അടു
പ്പത്തിന്റെ, ചേർത്തുപിടിക്കുന്നതിന്റെ തീവ്രത നമുക്ക് ബോധ്യപ്പെട്ടും.
തന്റെ അഭാവത്തിൽ വീട്ടിൽ കാര്യങ്ങൾ നേരെ നടന്നു കാണാനുള്ള
ആഗ്രഹവും കത്തുകളിലുണ്ട്. മറ്റൊരു കാര്യം കേസ്സിന്റെ ചെലവിനെ
സംബന്ധിച്ചാണ്. കേസ്സ് നോക്കി നടത്തിയിരുന്നത് കമ്മ്യൂണിസ്റ്റ്
പാർട്ടി കാസർകോട് താലൂക്ക് കമ്മിറ്റിയാണ്. കേസ്സിനാവശ്യമായ
പണമുണ്ടാക്കാനുള്ള പ്രയാസം നേതാക്കൾ അഭിമുഖീകരിക്കുന്നുണ്ട്.
പാർട്ടി ഫണ്ട് ശേഖരിക്കാനുള്ള ശ്രമം നടത്തുന്നുണ്ട്. ഒപ്പം കേസ്സിൽ
ശിക്ഷിക്കപ്പെട്ട് ജയിലിൽ കഴിയുന്നവരിൽ സാമ്പത്തിക ശേഷിയുള്ളവർ
ചെലവിലേക്ക് നിശ്ചിത തുക കൊടുക്കണമെന്ന തീരുമാനമുണ്ടായിരു
ന്നുവെന്ന് ഇവരുടെ കത്തുകൾ കൃത്യമായി സൂചിപ്പിക്കുന്നു. ഇന്നത്തെ
പോലെ ഫണ്ട് ശേഖരിക്കൽ എളുപ്പമുള്ള കാര്യമായിരുന്നില്ല എന്ന്കൂടി
ഓർക്കേണ്ടതോണ്. ഈ കത്തുകൾ വ്യക്തിപരമായ വിഷമം പറയാനല്ല

എഴുതിയിരിക്കുന്നത്. അവ കേസ്സിനെക്കുറിച്ചാണ്, നാടിനെ കുറിച്ചാണ്, കൃഷിയെ കുറിച്ചാണ്, നാട്ടിൽ പെയ്യുകൊണ്ടിരിക്കുന്ന മഴയെ കുറിച്ചും കൃഷി നാശത്തെ കുറിച്ചുമാണ്, മാറുന്ന ലോകത്തെ കുറിച്ചുമാണ്. ചുരുക്കത്തിൽ ജയിലിൽ കഴിയുന്നവരുടെ പ്രത്യാശയുടെ മുഖമാണ് കത്തിലൂടെ നാം കാണുന്നത്.

പ്രോസിക്യൂഷൻ പ്രധാന സാക്ഷികൾ താഴെപ്പറയുന്നവരായിരുന്നു.

1. ഡോ. സീതാരാമ റാവു(സബ് അസിസ്റ്റന്റ് സർജൻ)

2. കെ. അച്യുത വാര്യർ

3. ടി. ചിണ്ടൻ നായര്‍

4. കെ. കുഞ്ഞമ്പു പൊതുവാൾ

5. കണ്ടൻകോരൻ പണിക്കർ

6. കെ. കോരൻ

7. ചണ്ടാലത്ത് കാരിക്കുട്ടി

8. കടവത്ത് കണ്ണൻ

9. തണ്ടാലത്ത് അമ്പാടി

10. രൈരുനായർ

11. ബി. രാമണ്ണ നായക്(ഫോറസ്റ്റ് ഗാർഡ്)

12. കുഞ്ഞിപൊരയിൽ അമ്പാടി

13. പുതിയപുരയിൽ അമ്പാടി

14. കരുപ്പത്ത് ബെൽത്തമ്പാടി

15. അമ്പാടി എന്ന ചമിണിയൻ

16. കാഴങ്കൽ ചന്തൻ

17. കറ്റവൻ

18. തൊട്ടിലവളപ്പിൽ കണ്ണണൻ

19. പൊക്കവെളപ്പിൽ ചിരുവണ്ടൻ

20. കല്ലായി അമ്പ്യഞ്ചി

21. പ്രാക്കാവിൽ അഹമ്മദ് കുഞ്ഞി

22. പറമ്പത്ത് ഇബ്രായിൻ

23. കെ. കേളപ്പൻ നമ്പ്യാർ (ക്ലർക്ക്, സബ് മജിസ്ട്രേറ്റ് കോടതി, ഹോസ്ദുർഗ്ഗ്)

24. കെ. അസീസുദ്ദീൻ(ഡെസ് വാച്ചർ...)

25. കോട്ടപ്പറം പയേപ്പാട്ടില്ലത്ത് അബ്ദുൾ റഹിമാൻ

26. എൻ.പി. റോഡ്രിഗ്സ് (ഹെഡ് കോൺസ്റ്റബൾ 519)

കേസ് സെഷൻസ് കോടതിയിൽ

പ്രാഥമിക വിചാരണയ്ക്ക് ശേഷം കേസ് സെഷൻസ് കോടതിയിലേ ക്ക് മാറ്റി. സെഷൻസ് കോടതിയിൽ കേസ് വിചാരണക്ക വരുന്നത് നാലു മാസം കഴിഞ്ഞാണ്. പ്രതികളെ മംഗലാപുരം സബ്ബ്ജയിലിൽ തന്നെയാണ് ഇക്കാലളവിൽ പാർപ്പിച്ചത്. 1941 ഡിസംബർ 1ന് സെഷൻസ് കോടതിയിൽ വിചാരണ ആരംഭിച്ചു. കോടതിയിൽ ഫലപ്രദമായി വാദിക്കുന്നതിന് വേണ്ടി പ്രഗത്ഭരായ വക്കീലന്മാരെ ആവശ്യമുണ്ടായിരുന്നു. ഇങ്ങനെയുള്ളവരെ കണ്ടെത്താനും കേസ്സുകൾ ഏൽപ്പിക്കാനുമുള്ള ശ്രമം പുറത്തുള്ള പാർട്ടി നേതാക്കൾ ശ്രമിച്ചുകൊ ണ്ടിരുന്നു. പ്രധാനപ്പെട്ട നേതാക്കളെല്ലാം മൊറാഴ, മട്ടന്നൂർ, കയ്യൂർ കേസ്സുകളിൽപ്പെട്ട് ജയിലിലായിരുന്നു. അറസ്റ്റ് ചെയ്യപ്പെടാതിരുന്ന കെ. മാധവനെപ്പോലുള്ളവർ ഒളിവിലുമായിരുന്നു. ഒളിവിലുണ്ടായിരു ന്ന പാർട്ടി നേതാക്കൾ ജയിലിലടക്കപ്പെട്ടവരെ രക്ഷപ്പെടുത്തുന്നതിന് വേണ്ടി ഏറ്റവും പ്രഗൽഭരായ വക്കീലന്മാരെ കണ്ടെത്താനുള്ള ശ്രമങ്ങൾ നടത്തിക്കൊണ്ടിരുന്നു. ജയിലിലുണ്ടായിരുന്നവരുമായി ആശയവിനി മയം നടത്തി. ജയിലിലുണ്ടായിരുന്ന വി.വി. കുഞ്ഞമ്പു, എൻ.ജി. കമ്മത്ത് തുടങ്ങിയവരുമായി ആലോചിച്ച് പാർട്ടി പ്രവർത്തകർ ചില ഏർപ്പാ ടുകൾ ചെയ്തു. ഐ.പി.സി. സെക്ഷൻ 302 പ്രകാരം കൊലപാതകം, സെക്ഷൻ 148 പ്രകാരം മാരകായുധങ്ങൾ ഉപയോഗിക്കൽ, ജോലിക്ക് തടസ്സം സൃഷ്ടിക്കൽ (സെക്ഷൻ 332) തുടങ്ങിയ കുറ്റങ്ങളാണല്ലോ പ്രതി ചേർക്കപ്പെട്ടവരുടെ പേരിൽ പ്രധാനമായും ചുമത്തിയിരുന്നത്.

കേസ്സിലെ എല്ലാ പ്രതികൾക്കും വേണ്ടി വാദിക്കുന്നതിന് ബാരി സ്റ്റർ ഏ.കെ.പിള്ളയെ പാർട്ടി നിയോഗിച്ചു. ഗവൺമെന്റ് തന്നെ ഇതിനപ്പുറമെ രണ്ടവക്കീലൻമാരെ അനുവദിച്ചിരുന്നു. നരസപ്പയ്യ, ഗംഗാധരറാവു എന്നിവരായിരുന്ന സർക്കാർ വക്കീലൻമാർ. രങ്കരാ വ്യവും വിചാരണയുടെ ആദ്യഘട്ടത്തിൽ പ്രതികൾക്ക് വേണ്ടി ഹാജ രായിരുന്നു. വിചാരണ തുടങ്ങുന്നതിന് മുമ്പ് ഏ.കെ.പിള്ള ജയിലിൽ വന്ന് പ്രതികളെയെല്ലാം നേരിട്ട് കണ്ട് സംസാരിച്ചു. കേസ് വിചാരണ തീരുന്നതുവരേയും അദ്ദേഹം മംഗലാപുരത്ത് തന്നെ താമസിച്ചു.

ഗവൺമെന്റ് ഭാഗം കേസ് വാദിച്ചത് ബാരിസ്റ്റർ എം.കെ. നമ്പ്യാരാ യിരുന്നു. അദ്ദേഹം അക്കാലത്ത് ഗവൺമെന്റ് പ്രോസിക്യൂട്ടറായിരുന്നു. പ്രോസിക്യൂഷൻ ഭാഗം തെളിയിക്കുന്നതിന് അദ്ദേഹം തന്റെ മുഴുവൻ കഴിവുകളും ഉപയോഗിച്ചു. എങ്കിലും വിചാരണ സമയത്ത് പകപോക്കൽ നയം അദ്ദേഹം സ്വീകരിച്ചതായി തോന്നിയില്ല എന്ന് വി.വി. കുഞ്ഞമ്പു

രേഖപ്പെടുത്തുന്നുണ്ട്. പാർഥസാരഥി അയ്യങ്കാരായിരുന്ന സെഷൻസ് ജഡ്ജി. പ്രതികൾക്ക് നിൽക്കുന്നതിനു വേണ്ടി കോടതിയിൽ ഒരു വലിയ ഗ്യാലറിതന്നെ പ്രത്യേകമായി കെട്ടി തയ്യാറാക്കിയിരുന്നു. രാവിലെ 11 മണിക്ക് വിചാരണ ആരംഭിച്ചാൽ തുടർച്ചയായി വിചാരണ നടക്കും. ഒരു മണിക്ക് കുറച്ച് സമയം മാത്രം ഒഴിവുണ്ടാകും. വീണ്ടും വിചാരണ ആരംഭിച്ച് നാലര മണിവരെ തുടരും. 4 മാസത്തോളം വിചാരണ നടന്നു.

90-ഓളം പേർ സാക്ഷിപ്പട്ടികയിൽ ഉണ്ടായിരുന്നു. കരിവെള്ള രിൽ നിന്നും കൊടക്കാട്ട നിന്നും കള്ളസാക്ഷിപറയാൻ ആരെയും പോലീസിനു കിട്ടിയിരുന്നില്ല. തിമിരി, ക്ലായിക്കോട്, കയ്യൂർ, നീലേശ്വരം തുടങ്ങിയ പ്രദേശങ്ങളിൽ നിന്നായിരുന്ന സാക്ഷികൾ അധികവും. കാക്കി ട്രൗസറും വെള്ള ബനിയനും തലയിൽ ചുകന്ന പട്ടുകൊണ്ട് ഒരു കെട്ടും ,കയ്യിൽ ഒരു ലാത്തിയും കൊണ്ടായിരുന്ന പ്രതികൾ ജാഥയിൽ പങ്കെടുത്തെന്ന് സാക്ഷികൾ കള്ളമൊഴി നൽകി. കള്ളസാക്ഷി പറയാൻ പോലീസ് പ്രത്യേകം പരിശീലനം തന്നെ നൽകിയിരുന്നു. പക്ഷെ കോടതി മുറിയിലെത്തുമ്പോൾ പരിഭ്രമം മൂലം പോലീസ് പറഞ്ഞ് കൊടുത്തതുപോലെ പലർക്കും പറയാൻ കഴിഞ്ഞില്ല. അതിനാൽ പല സാക്ഷികളും പ്രോസിക്യൂഷൻ ഭാഗത്തെ നിരാശപ്പെടുത്തി. സാക്ഷി കൾക്ക് പ്രതികളെക്കുറിച്ച് യാതൊരു ധാരണയുമുണ്ടായിരുന്നില്ല. ചന്തു ആഫീസറെ ചൂണ്ടി പള്ളിക്കാൽ അബൂബക്കറാണ് എന്ന് ഒരു സാക്ഷി മൊഴി നൽകുകയുണ്ടായി. പരസ്പരവിരുദ്ധമായ പലകാര്യ ങ്ങളാണ് ക്രോസ് വിസ്താരത്തിൽ സാക്ഷികൾ പറഞ്ഞത്. എ.കെ. പിള്ളയും ഗവൺമെന്റ് അഭിഭാഷകരും കേസ് നന്നായി പഠിക്കുകയും വാദിക്കുകയും ചെയ്തു.

പോലീസു ഭാഗം സാക്ഷികളോട് പ്രതികളെ ഓരോരുത്തരെ യായി ചൂണ്ടിക്കാണിക്കുന്നതിന് പ്രോസിക്യൂട്ടർ ആവശ്യപ്പെട്ടപ്പോഴും സാക്ഷികൾ പല തെറ്റുകളും വരുത്തിയിരുന്നു. സുബ്രായൻ വെള്ള ത്തിൽ ചാടിയ സ്ഥലത്തു വഴിയുടെ രണ്ടഭാഗത്തും ആർക്കും തന്നെ നിൽക്കുവാനോ എന്തെല്ലാമാണ് നടന്നതെന്ന് പറയുവാനോ തീരെ സാധ്യമല്ല. കാരണം ഭൂമിയുടെ കിടപ്പ് അത്തരത്തില്ലുള്ളതാണ് . ഒരു ഭാഗം തികച്ചും കുറ്റിക്കാട്ടുകളും മുള്ളുംകൊണ്ട നിറഞ്ഞ കുത്തനെയുള്ള കുന്ന്. വഴിയുടെ പുഴയോട്ട തൊട്ട കിടക്കുന്ന മറ്റെ ഭാഗമാണെങ്കിൽ ഒരു വലിയ താഴ് വരപോല്ലുള്ളതും. വഴിയിൽ നിന്ന് പുഴയുടെ ഭാഗത്തേക്ക് അബദ്ധത്തിൽ ഒന്നു കാൽ ഇടറിയാൽ മരണം വരെ സംഭവിക്കും. ഈ സ്ഥലത്ത് വെച്ച കുറേ പ്രതികൾ പോലീസുകാരനെ അടിക്കുകയും

ഇടിക്കുകയും കുത്തുകയും എട്ടുത്ത വെള്ളത്തിൽ എറിയുകയും ചെയ്യു
ന്നത് സ്വന്തം കണ്ണുകൊണ്ട് കണ്ടിരുന്നു എന്ന് ഒന്നലധികം സാക്ഷികൾ
പറഞ്ഞിട്ടുണ്ട്.

വിചാരണ വേളയിൽ സാക്ഷികളിൽ പലരും ക്രൂമാറി നിജസ്ഥിതി
വ്യക്തമാക്കി. വളണ്ടിയർമാരുടെ കാക്കിയ്യണിഫോം, ഹൊസ്ദുർഗ്ഗ്
താലൂക്ക് കോൺഗ്രസ്സ് കമ്മറ്റി മെമ്പർമാരുടെ ലിസ്റ്റ്, മലബാർ കർഷ
കസംഘം റസീറ്റ്, കെ.പി.സി.സിയുടെ വരിസംഖ്യ റസീറ്റ്, കയ്യൂർ
കോൺഗ്രസ്സ് കമ്മിറ്റിയുടെ റിപ്പോർട്ട് പുസ്തകം തുടങ്ങിയവ തെളിവായി
കോടതിയിൽ ഹാജരാക്കപ്പെട്ടു. പ്രതികൾ കുറ്റം ചെയ്തതായി തങ്ങൾ
വിശ്വസിക്കുന്നില്ലെന്ന ജൂറിമാർ ഐക്യകണ്ഠേന അഭിപ്രായപ്പെട്ടു.

നിയമോപദേഷ്ടാക്കളും അഭിപ്രായങ്ങളും

ജഡ്ജിയെ സഹായിക്കാൻ ചില വ്യക്തികളെ ജൂറിമാരായി ഗവൺ
മെന്റ് നിയമിച്ചിരുന്നു. കെ. ശ്രീനിവാസ ഭണ്ഡാക്കർ, കെ. നാരായണ
നായക്, ലക്ഷ്മണ വൈകുണ്ഠ ഭക്ത, എം.പി. അനന്ത ഭട്ട് (എല്ലാവരും
ഗൗഡ സാരസ്വത ബ്രാഹ്മണർ) എന്നിവരായിരുന്നു ജൂറിമാർ.

1, 32,51 പ്രതികൾ മാത്രമാണ് ഒന്നാമത്തെ കുറ്റത്തിന്റെ ഭാഗമായി
വരുന്നതെന്ന് ഒന്നും രണ്ടും നിയമോപദേഷ്ടാക്കൾ അഭിപ്രായപ്പെട്ടു.
നാല്യം അമ്പത്തിയൊന്നും പ്രതികളാണ് ഈ വകുപ്പിൽ കുറ്റക്കാർ എന്ന്
നാലാമത്തെ ഉപദേഷാടാവ് അഭിപ്രായപ്പെട്ടു. ചെറുതായി മുറിവേല്പ്പി
ക്കുന്നതിനുള്ള സെക്ഷൻ 323 ഐ.പി.സി വകുപ്പിൽ 1,5,9,23,30,31,32,51
പ്രതികൾ കുറ്റക്കാരാണെന്ന് ഒന്നാം ഉപദേഷ്ടാവ് അഭിപ്രായപ്പെട്ടു.
രണ്ടാമത്തെ കുറ്റം രണ്ട്, നാല് ഉപദേഷ്ടാക്കളുടെ അഭിപ്രായത്തിൽ
പ്രതികൾ അതിൽ കുറ്റക്കാരല്ല. ഉപദേഷ്ടാക്കളായ 1,2,3 എന്നിവർ മൂന്ന്,
നാല്, അഞ്ച് വകുപ്പ് പ്രകാരമുള്ള കുറ്റകൃത്യം പ്രതികൾ നടത്തിയിട്ടി
ല്ലെന്ന് അഭിപ്രായപ്പെട്ടു. മൂന്നാമത്തെ ഉപദേഷ്ടാവിനെ ചുമതലയിൽ
നിന്നു ഒഴിവാക്കി.

ജഡ്ജിയുടെ കണ്ടെത്തലും വിധിയും

1942 ഫെബ്രുവരി 1-ന് സെഷൻസ് കോടതി വിധി പറയുമെന്നാണ്
മുൻകൂട്ടി അറിയിച്ചിരുന്നത്. എന്നാൽ അന്ന് കോടതി വിധിപ്രസ്താവന
നടത്തിയില്ല. ഫെബ്രുവരി 2-നാണ് ചരിത്ര പ്രസിദ്ധമായ കയ്യൂർ കേസ്
വിധി പറഞ്ഞത്. വിധി പ്രസ്താവന കേൾക്കുന്നതിന് കോടതിക്കക
ത്തും പുറത്തും ധാരാളം ആളകൾ തടിച്ചുക്കൂടിയിരുന്നു. വൈകുന്നേരം
5 മണിക്ക് കോടതി വിധിപ്രസ്താവന നടത്തി. അത് വിശദമായ

ജഡ്ജ്മെന്റായിരുന്ന. പ്രൊസിക്യൂഷൻ ഹാജരാക്കിയ സാക്ഷികളിൽ പലരും കള്ളസാക്ഷികളാണെന്ന് ജഡ്ജി അസന്നിഗ്ധമായി പ്രഖ്യാപിച്ചു. വി.വി.കുഞ്ഞമ്പു അടക്കമുള്ള 38 പേർ നിരപരാധികളാണന്നും അവരെ നിരുപാധികം വിട്ടിരിക്കുന്നവെന്നും ജഡ്ജി പ്രഖ്യാപിച്ചു. അവശേഷിക്കുന്നവരിൽ 18 പേർക്കെതിരെ സാക്ഷിമൊഴികളുടെ അടി സ്ഥാനത്തിൽ വിവിധ കാലയളവിലേക്ക് ജയിൽശിക്ഷ വിധിച്ചു.

പ്രതികളായ 1,13,31,32,52 എന്നിവർ സെക്ഷൻ 302, സെക്ഷൻ 34, സെക്ഷൻ 148, 132 ഐ.പി.സി പ്രകാരം കുറ്റക്കാരാണ്. 26-ാമത്തെ പ്രതി സെക്ഷൻ 148 ഐ.പി.സി പ്രകാരം കുറ്റക്കാരനാണ്. നാലാംപ്രതി സെക്ഷൻ 148, 332 ഉം സെക്ഷൻ 119 ഐ.പി.സി പ്രകാരം കുറ്റക്കാ രനാണ്. പ്രതികളായ 3,5,9,23,24,28,29,30 എന്നിവർ സെക്ഷൻ 148, 332 ഐ.പി.സി പ്രകാരം കുറ്റവാളികളാണ്. 4,5,35,36,41,44,49 പ്രതികൾ സെക്ഷൻ 148 ഐ.പി.സി പ്രകാരം കുറ്റം ചെയ്തവരാണ്. പ്രതികളായ 2,7,8,10,11,12,14 മുതൽ 22,25,27,33,34,37, മുതൽ 40 വരെ 42,43,45,46,48,50,52 മുതൽ 60 വരെയുള്ള പ്രതികൾ ഒരു വകുപ്പ് പ്രകാരവും കുറ്റക്കാരല്ല. 1,13,31,51 പ്രതികൾക്ക് ഹൈക്കോടതിയുടെ സ്ഥിരീകരണത്തിന് വിധേയമായി സെക്ഷൻ 302, സെക്ഷൻ 34 ഐ.പി.സി പ്രകാരം വധശിക്ഷയും മൂന്നു വർഷത്തെ കഠിനതടവിനും 2 വർഷത്തെ തടവിനും യഥാക്രമം സെക്ഷൻ 148, 332 ഐ.പി.സി പ്രകാരം ശിക്ഷ വിധിച്ചു. അവസാനത്തെ രണ്ട് ശിക്ഷകളും അനുക്രമ മായും എന്നാൽ വധശിക്ഷയോടൊപ്പം അനുഭവിക്കേണ്ടതാണ്. 1920 മദ്രാസ് ആക്ട് 4, സെക്ഷൻ 27 പ്രകാരം 32-ാം പ്രതികളുടെ കാര്യം പരിഗണിക്കുന്നതിന് ഗവർമെന്റിലേക്ക് അയക്കാൻ വിധിച്ചു. 26, 47 പ്രതികളെ മൂന്ന് വർഷത്തേയ്ക്ക് സീനിയർ സർട്ടിഫൈഡ് സ്കൂളി ലേക്ക് അയക്കാൻ നിർദ്ദേശിച്ചു. 3,5,9,23,24,28,29,30 പ്രതികൾക്ക് യഥാക്രമം സെക്ഷൻ 148, 332 ഐ.പി.സി പ്രകാരം മൂന്നു വർഷത്തെ കഠിനതടവിനും രണ്ടു വർഷത്തെ തടവിനും വിധിച്ചു. രണ്ടവിധികളും അനുക്രമമായി അനുഭവിക്കണം. 4,6,35,36,41,44,49 പ്രതികളായ ഓരോരുത്തരേയും സെക്ഷൻ 148 പ്രകാരം മൂന്നുവർഷത്തെ കഠിന തടവിന് ശിക്ഷിച്ചു. 2,7,8,10, മുതൽ 12,14 മുതൽ 22,25,27,33,34.37 മുതൽ 40,42,43,45,46,48,50,52 മുതൽ 60 വരെയുള്ളവരെ കുറ്റവിമുക്തരാക്കി. 1,5,7,10 മുതൽ 17,21,23,33,37,39,42,46 പ്രതികൾക്ക വേണ്ടി ആർ.ആർ. തൽച്ചേർക്കർ ഹാജരായി. 2,6,24,28,29,30,35,36,38,40,48,59,60 എന്നി വർക്ക് എ.കെ. പിള്ളയും യു. ഹമ്മാബയും(സ്വകാര്യ ഡിഫൻസ്) , 18

മുതൽ 20,34,41,43,44,45,47,49,50,52 മുതൽ 58 വരെയുള്ളവർക്ക് എസ്. സരസപൈയും ഹാജരായി.

മഠത്തിൽ അപ്പ, പൊടോര കുഞ്ഞമ്പു നായർ, കോയിത്താറ്റിൽ ചിരുകണ്ണൻ, ച്ചരിക്കാടൻ കൃഷ്ണൻ നായർ, പള്ളിക്കാൽ അബ്ബുബക്കർ എന്നിവരെ കോൺസ്റ്റബിളിന്റെ മരണത്തിന് ഉത്തരവാദികളായി കണ്ടെത്തിയ കോടതി അവരെ മരണം വരെ തൂക്കിക്കൊല്ലാൻ വിധിച്ചു. ച്ചരിക്കാടൻ കൃഷ്ണൻ നായർ ഇതേ കുറ്റമാണ് ചെയ്തതെങ്കിലും മൈനറായതുകൊണ്ട് അഞ്ച് കൊല്ലത്തേക്ക് കോടതി ശിക്ഷിച്ചു. ശിക്ഷി ക്കപ്പെട്ടവരെയെല്ലാം കണ്ണൂർ സെൻട്രൽ ജയിലിലാണ് പാർപ്പിച്ചത്. വിധിപ്രസ്താവിച്ച ഫെബ്രുവരി 2-ാം തീയ്യതി തന്നെ അവരെയെല്ലാം സെൻട്രൽ ജയിലിലേക്ക് കൊണ്ടുപോയി. വധശിക്ഷയ്ക്ക് വിധിക്കപ്പെട്ട നാലു സഖാക്കളേയും പ്രത്യേക ബ്ലോക്കിൽ അടുത്തടുത്ത് നാലു സെല്ലു കളിലാണ് പാർപ്പിച്ചത്.

മദ്രാസ് ഹൈക്കോടതിയിൽ അപ്പീൽ കേൾക്കുന്നതിന് ഏതാണ്ട് അഞ്ചു മാസങ്ങൾ കഴിയേണ്ടിവന്നു. പ്രതികൾക്ക് വേണ്ടി കെ. ഭാഷ്യം അയ്യങ്കാർ, എ.കെ.പിള്ള, ജെ.ആർ. ഗുണ്ടപ്പറാവു എന്നിവർ ഹാജരായി. കേസ്സിന്റെ രാഷ്ട്രീയ സ്വഭാവം പരിഗണിക്കാൻ കോടതി തയ്യാറായില്ല. പ്രതികളെ ക്രിമിനലുകളായി കണ്ടാണ് പെരുമാറിയത്. വധശിക്ഷ ജീവപര്യന്തമാക്കി കുറച്ച് കിട്ടുമെന്ന പ്രതീക്ഷ ഉണ്ടായിരുന്നെങ്കിലും സെഷൻസ് കോടതി വിധിയിൽ മാറ്റമുണ്ടായില്ല. അപ്പീൽ തള്ളിക്കൊ ണ്ട് ഹൈക്കോടതി വിധിവന്നു.

വിധിക്കെതിരെ രാജ്യവ്യാപകമായ പ്രചരണം നടന്നു. നീതിക്ക് വേണ്ടി ഓരോ വാതിലും മുട്ടി. 1942 ജൂലൈ 26ന് കമ്മ്യൂണിസ്റ്റ് പാർ ട്ടിയുടെ മേലുള്ള നിരോധനം ഗവൺമെന്റ് നീക്കി. ഇത് പൊതുജ നാഭിപ്രായ രൂപികരണത്തിന് പാർട്ടി പ്രവർത്തകരെ സഹായിച്ചു. കോഴിക്കോട് ടൗൺഹാളിൽ നടന്ന സമ്മേളനം കയ്യൂർ കേസിൽ നീതിനടപ്പാക്കണമെന്ന് ഗവൺമെന്റിനോട് ആവശ്യപ്പെട്ടു. ആഗസ്റ്റ് 2 കയ്യൂർ പ്രതികളുടെ ദിനമായി ആചരിക്കാൻ കൃഷ്ണപിള്ള ജനങ്ങളോട് അഭ്യർത്ഥിച്ചു. കോഴിക്കോട് മുനിസിപ്പൽ ചെയർമാനും എം.എൽ. സിയുമായ കെ. മാധവമേനോൻ പ്രതികളോട് ദയകാണിക്കണമെന്ന് അധികൃതരോട് അഭ്യർത്ഥിച്ചു. പല ഭാഗത്തുനിന്നും ഇത്തരത്തിലുള്ള അഭ്യർത്ഥന ഉണ്ടായി. തമിഴ്നാട് കമ്മ്യൂണിസ്റ്റ് പാർട്ടി സെക്രട്ടറി മോഹൻകുമരമംഗലം ഇത്തരം അഭ്യർത്ഥനയുമായി മുന്നോട്ടുവരുവാൻ എല്ലാ രാഷ്ട്രീയ സംഘടനകളോടും ആവശ്യപ്പെട്ടു. മംഗലാപുരത്തുനിന്ന്

കെ.ബി. ദിനരാജ് ഹെഗ്ഡെയും മറ്റ് അഞ്ച് എം.എൽ.എമാരും ഈ ആവശ്യം ഉന്നയിച്ച് സർക്കാരിന് നിവേദനം നൽകി. കുടുംബാംഗ ങ്ങളുടെ ദയാഹർജി ഗവൺമെന്റിലേക്ക് അയച്ചു. ഗവർണർക്കും ഗവർണർജനറലിനും ജയിൽ അധികൃതരിലൂടെ പ്രതികൾ നിവേദനം നൽകി. ചെറിയ മാറ്റത്തോടെ വീണ്ടുമൊരു നിവേദനം പ്രതികൾ ഇവർക്ക് സമർപ്പിച്ചു. രാജ്യത്തിന്റെ വിവിധ ഭാഗങ്ങളിൽ നിന്ന് തൊഴി ലാളി-കർഷക-വിദ്യാർത്ഥി സംഘടനകൾ ദയാപൂർവ്വമായ നീതി പ്രതികൾക്ക് നൽകണമെന്ന് ഗവൺമെന്റിനോട് അഭ്യർത്ഥിച്ചു. ഈ പരാതികളും അഭ്യർത്ഥനകളുമെല്ലാം ഹോം ഡിപ്പാർട്ട്മെന്റ് പരിശോ ധിക്കുകയും അവയെല്ലാം തള്ളുകയും ചെയ്തു. ഹൈക്കോടതിയുടെ വിധി പുനപരിശോധിക്കേണ്ടതില്ലെന്ന അഭിപ്രായത്തോടെ ഈ പരാതികൾ ഗവർണർ ജനറലിന് അയച്ചുകൊടുത്തു. "ഇന്ത്യയിലെങ്ങും പോലീസ് ഓഫീസർമാർ ആക്രമിക്കപ്പെടുകയും രാഷ്ട്രീയത്തിന്റെ മറവിൽ വധിക്ക പ്പെടുകയും കത്തിക്കപ്പെടുകയും ചെയ്യുമ്പോൾ, ശിക്ഷയിൽ വരുത്തുന്ന ഇളവ് ഒരു തെറ്റായിരിക്കുമെന്ന് വിധിക്കുവാൻ ഞാനാഗ്രഹിക്കുന്നു'' എന്നായിരുന്നു 1942 സെപ്തംബർ 9-ന് ഗവർണ്ണറുടെ കുറിപ്പ്.

മഹാത്മാഗാന്ധി അടക്കമുള്ള കോൺഗ്രസ് നേതക്കളെല്ലാം അന്ന് ജയിലിലായിരുന്നു. മൊറാഴ കേസ്സിൽ കെ.പി.ആറിന്റെ വധശിക്ഷ ഗാന്ധിയടക്കമുള്ള നേതാക്കൾ ഇടപെട്ടതിന്റെ ഫലമായി റദ്ദ് ചെയ്യി പ്പിക്കാൻ സാധിച്ചിരുന്നു. പക്ഷെ കയ്യൂർ സഖാക്കളുടെ കാര്യത്തിൽ കോൺഗ്രസ് നേതാക്കന്മാർ ഇടപെട്ടില്ല. ക്വിറ്റിന്ത്യാ സമരം നടക്കുന്ന കാലമായിരുന്നു അത്. സോവിയറ്റ് യൂണിയനെ ജർമ്മനി നേരിട്ട് ആക്ര മിക്കാൻ തുടങ്ങിയതോട്ടുകൂടി യുദ്ധത്തിന്റെ സ്വഭാവത്തിൽ മൗലികമായ മാറ്റം വന്നിരിക്കുന്നുവെന്നും സാമ്രാജ്യത്വയുദ്ധം ജനകീയ യുദ്ധമായി മാറിയിരിക്കുന്നുവെന്നും, കമ്മ്യൂണിസ്റ്റ് പാർട്ടി പ്രത്യേക നിലപാടെടുത്ത സന്ദർഭമായിരുന്നു അത്. ക്വിറ്റിന്ത്യാ സമരം ഫാസിസത്തെ സഹായി ക്കുകയാണ് ചെയ്യുകയെന്നും കമ്മ്യൂണിസ്റ്റ് പാർട്ടി അഭിപ്രായപ്പെട്ടു. പാർട്ടിയുടെ ഈ സമീപനമായിരിക്കാം ചിലപ്പോൾ കോൺഗ്രസ് നേതാക്കളെ കയ്യൂർ സഖാക്കളുടെ പ്രശ്നത്തിൽ ഇടപെടുന്നതിൽ നിന്ന് പിന്തിരിപ്പിച്ചത്. നിയമവിധേയമാക്കപ്പെട്ട കമ്മ്യൂണിസ്റ്റ് പാർടി പ്രതികളെ രക്ഷിക്കാൻ വേണ്ടി എല്ലാ മാർഗ്ഗങ്ങളും അവലംബിച്ചു.

1942 ൽ ജർമ്മനി റഷ്യയെ ആക്രമിച്ചതോടെ യുദ്ധത്തിന്റെ സ്വഭാവം മാറുകയും യുദ്ധം ജനകീയ യുദ്ധമായി മാറിയെന്ന് കമ്മ്യൂണിസ്റ്റ് പാർട്ടി നിലപാട് സ്വീകരിക്കുകയും ചെയ്തു. ഇതിന് ഇന്ത്യയില്ലുണ്ടായ ഫലം പാർ ട്ടിയുടെ മേല്ലുള്ള നിരോധനം ഗവൺമെന്റ് എടുത്തുകളഞ്ഞുവെന്നതാണ്.

കയ്യൂർ കേസ്സിലെ പ്രതികൾക്ക് നൽകിയ ശിക്ഷ ഇളവുചെയ്യമെന്ന പ്രതീക്ഷ നാട്ടിലെല്ലായിടത്തും വളർന്നു. അവരെ വിട്ടുകിട്ടുന്നതിനുവേണ്ടി ബഹുജന പ്രക്ഷോഭം ഉയർന്നുവന്നു. അന്നത്തെ കാസർകോട് താലൂക്ക് സെക്രട്ടറി കെ. മാധവൻ ഇങ്ങിനെ വിവരിക്കുന്നു. 'കോടതി വിധിയിൽ ജനരോഷം ആളിക്കത്തി. കയ്യൂർ സമരം ഒരു സമ്രാജ്യത്വ വിരുദ്ധ യുദ്ധമായി ഒരു വിഭാഗം കോൺഗ്രസ്സുകാരും അംഗീകരിച്ചിരുന്നു. അവരും കയ്യൂർ സഖാക്കളെ വിടാനുള്ള പ്രക്ഷോഭത്തിൽ പങ്ക് ചേർന്നു. ഈ പ്രക്ഷോഭത്തിന്റെ അല കേരളത്തിൽ മാത്രമല്ല, ഇന്ത്യയിലാക മാനം വ്യാപിച്ചിരുന്നു. കേരളത്തെപ്പറ്റി കേൾക്കാത്തവർ കയ്യൂരിനെപ്പറ്റി കേട്ടിരുന്നു. പക്ഷെ എന്ത് പ്രക്ഷോഭം നടത്തിയിട്ടും അറസ്റ്റ് ചെയ്യപ്പെ ട്ടവരെ പുറത്ത് കൊണ്ടുവരാനായില്ല.''

കേസ് പ്രിവി കൗൺസിലിൽ

പരാതി അവസാനം പ്രിവി കൗൺസിലിന് മുമ്പാകെ എത്തി. ബ്രിട്ടീഷ് കമ്മ്യൂണിസ്റ്റ് പാർട്ടിയും പാർലിമെന്റിലെ ചില ലിബറൽ പാർട്ടി അംഗങ്ങളും കയ്യൂർ കേസിൽ താൽപര്യമെടുത്തു. ലോക പ്രശസ്ത ക്രിമിനൽ വക്കീൽ ഡി.എൻ. പ്രിറ്റിന്റെ സഹായം ഇവർ തേടി. പ്രിറ്റിനെ സഹായിക്കാൻ വി.കെ. കൃഷ്ണമേനോൻ മുന്നോട്ടുവന്നു. ബ്രിട്ടനിലെ തൊഴിലാളി സംഘടനകൾ കുടുംബസഹായ ഫണ്ട് പിരിച്ചു നൽകി. മാർച്ച് 4ന് ജുഡീഷ്യൽ കമ്മിറ്റിക്ക് മുമ്പാകെ പെറ്റീഷൻ വന്നു. പക്ഷെ കമ്മിറ്റി പെറ്റീഷൻ തള്ളുകയും കീഴ്ക്കോടതിയുടെ വിധി അംഗീകരി ച്ചുകൊണ്ട് ഉത്തരവ് പുറപ്പെടുവിക്കുകയും ചെയ്തു. നീതിയുടെ നേർക്ക് തെറ്റായ സമീപനം ഉണ്ടായിട്ടുണ്ടെന്ന് വിശ്വസിക്കുവാൻ തങ്ങൾ തയ്യാ റായില്ലെന്നായിരുന്ന ജുഡീഷ്യൽ കമ്മിറ്റിയുടെ വീക്ഷണം. ഇതായിരുന്ന പ്രിവി കൗൺസിലിന്റെ തീരുമാനമായി മാറിയത്. ബ്രിട്ടീഷ് സെക്രട്ടറി ഓഫ് സ്റ്റേറ്റ് ഫോർ ഇന്ത്യയെ കാണാൻ ഒരു നിവേദക സംഘത്തെ ബ്രിട്ടീഷ് കമ്മ്യൂണിസ്റ്റ് പാർട്ടി അയച്ചു. റവ. സോറൻസൺ നേതൃത്വം കൊടുത്ത സംഘത്തിൽ സ്റ്റാബോൾജി പ്രഭ, എസ്.ഒ. ഡേവിഡ്, ജോൺ പാർക്കർ എന്നിവർ അംഗങ്ങളായിരുന്നു. പക്ഷെ അവരെ കാണാൻ സെക്രട്ടറി അമേറി പ്രഭ തയ്യാറായില്ല.

കേസ് ബക്കിംഗ് ഹാം കൊട്ടാരത്തിൽ

ജുഡീഷ്യൽ കമ്മിറ്റി റിപ്പോർട്ട് ബക്കിംഗ്ഹാം കൊട്ടാരത്തിലെ രാജാവിന്റെ കോടതി ബഞ്ചിലെത്തുന്നു. അവിടെയും പ്രതികൾക്ക് നീതി നിഷേധിക്കപ്പെട്ടു. കോടതിയിലെ നടപടിക്രമം ചുവടെ ചേർക്കുന്നു.

ബാക്കിംഗ്ഹാം കൊട്ടാരത്തിലെ കോടതി

1943 മാർച്ച് 11

1943 മാർച്ച് 4-ലെ പ്രിവി കൗൺസിലിന്റെ ജൂഡീഷ്യൽ കമ്മിറ്റിയുടെ താഴെപ്പറയുന്ന വാക്കുകളോടെയുള്ള റിപ്പോർട്ട് വായിച്ചു.

എഡ്വേർഡ് ഏഴാമൻ രാജാവ് തിരുമനസ്സിന്റെ 1909 ഒക്ടോബർ 18 ലെ ഉത്തരവുപ്രകാരം ഈ കമ്മറ്റിക്ക് മുമ്പാകെ 1). മഠത്തിൽ അപ്പു 2). പൊടവര കുഞ്ഞമ്പുനായർ 3). ചിരുകണ്ടൻ 4). അബൂബക്കർ പാലായി എന്നിവർ കൊലപാതകത്തിനും മറ്റു കുറ്റങ്ങൾക്കുമായി സൗത്ത് കനറ സെഷൻസ് ജഡ്ജിയുടെ വിധി പ്രകാരം തടവിലാക്കപ്പെട്ടതു സംബന്ധിച്ച് കൗൺസിലിൽ തിരുമനസ്സ് മുമ്പാകെ അപ്പീൽ സമർപ്പിക്കാനായി പ്രത്യേക അവധി അനുവദിക്കാനുള്ള ദയാഹർജി 1942 ജൂലൈ 24ന് മദിരാശി ഹൈക്കോടതി മുമ്പാകെ സമർപ്പിച്ചതിന്റെ വിധി:

ബഹു: തിരുമനസ്സിന്റെ വിധിതീരുമാനപ്രകാരം കമ്മറ്റിയിലെ പ്രഭുക്കന്മാരുടെ സമിതി പ്രസ്തുത ദയാഹർജി പരിഗണിക്കുകയും അതിനനുകൂലമായ വാദമുഖങ്ങൾ ശ്രവിക്കുകയും ചെയ്തതിനുശേഷം ഇന്നേദിവസം തിരുമനസ്സിന് അവരുടെ നേരത്തെ പറഞ്ഞ ഹർജി തള്ളിക്കളയണമെന്ന് തീരുമാനിച്ചതായി ഇതിനാൽ റിപ്പോർട്ട് ചെയ്തുകൊള്ളുന്നു. തിരുമനസ്സ് സൂചിപ്പിച്ച റിപ്പോർട്ട് പരിഗണിക്കുകയും, പ്രിവി കൗൺസിലിന്റെ തീരുമാനത്തിൽ സന്തുഷ്ടിയും അംഗീകാരവും പ്രകടിപ്പിച്ചു കൊണ്ട് നേരത്തെ നൽകിയ വധത്തിനുള്ള ഉത്തരവ് കൃത്യമായി അനുസരിക്കാനും നടപ്പിലാക്കാനും ഉത്തരവായിരിക്കുന്നു. മദിരാശിയിലെ അപ്പോഴത്തെ ഹൈക്കോർട്ട് ജഡ്ജിമാരും ബന്ധപ്പെട്ട മറ്റെല്ലാ ആൾക്കാരും ഇത് മാനിക്കേണ്ടതും അതനുസരിച്ച് പ്രവർത്തിക്കേണ്ടതുമാകുന്നു. ഈ വിവരം 09.03.1943 ലെ കമ്പി അനുസരിച്ചുള്ളതും അതിന്മേലെ 24.03.1943 ലെ ഏ.ഛ ചീ.678 (ആഭ്യന്തരം) അനുസരിച്ചുള്ളതും ആകുന്നു. ഇത് പ്രസ്തുത ഗവ: ഉത്തരവിന്റെ കൂടെ ഫയൽചെയ്യേണ്ടതും സൂക്ഷിച്ച് വെക്കേണ്ടതും ആകുന്നു. (കടപ്പാട്: കെ.കെ.എൻ. കുറുപ്പ്)

തുടർന്ന് പരാതി ബ്രിട്ടീഷ് പാർലമെന്റിലെത്തി. ഹൗസ് ഓഫ് കോമൺസിൽ പ്രശ്നം സജീവമായ ചർച്ചയ്ക്ക് വന്നു. ചർച്ചയുടെ വിശദാംശങ്ങൾ രേഖപ്പെടുത്തിയിട്ടുണ്ട്. അത് ചുവടെ ചേർക്കുന്നു.

ബ്രിട്ടീഷ് ഹൗസ് ഓഫ് കോമൺസ് രേഖകളിൽ നിന്ന്

കുറ്റം ചെയ്ത തടവുകാർ- കയ്യൂർ

34. മിസ്റ്റർ സോറെൻ സെൻ ഇന്ത്യൻ സ്റ്റേറ്റ് സെക്രട്ടറിയോട് അദ്ദേഹത്തിന് കയ്യൂർ കേസിലെ കുറ്റാരോപിതരായ തടവുകാരെപ്പറ്റിയുള്ള എന്തെങ്കിലും കൂടുതൽ വിവരങ്ങളുണ്ടോ എന്നാരാഞ്ഞു.

മിസ്റ്റർ അമേറി: ഒരിന്ത്യൻ പോലീസുകാരൻ മദ്രാസിലെ കയ്യൂരിൽ ഒരു വാറന്റ് കൊടുക്കാൻ പോയ അവസരത്തിൽ ഒരു ജനക്കൂട്ടത്താൽ ആക്രമിക്കപ്പെട്ട കേസിലെ വസ്തുതകളാണ് ബഹുമാനപ്പെട്ട മെമ്പർ സൂചിപ്പിക്കുന്നത്. അയാൾ മർദ്ദിക്കപ്പെടുകയും പുഴയിൽ എറിയപ്പെടുകയും (ജനക്കൂട്ടത്താൽ) കല്ലേറിനാൽ പുഴയിൽ മുങ്ങി മരിക്കുകയുമായിരുന്നു. ഒരുപാട് പേർ അറസ്റ്റ് ചെയ്യപ്പെടുകയും അതിൽ നാലു പേർ മരണശിക്ഷയ്ക്ക് വിധിക്കപ്പെടുകയും ചെയ്തു. ഈ വിധി മദ്രാസ് ഹൈക്കോടതി ശരിവെക്കുകയും അടുത്തകാലത്ത് അപ്പീലിന് പോകാനുള്ള (പ്രതികളുടെ) അപേക്ഷ പ്രിവി കൗൺസിലിന്റെ ജുഡീഷ്യൽ കമ്മറ്റി പരിഗണിച്ച് തള്ളിക്കളയുകയും ചെയ്തിട്ടുള്ളതാണ്.

"മാരകമായ പ്രഹരമേൽപ്പിച്ച ആളെ ഒരു കൂട്ടത്തിൽ തിരഞ്ഞെടുക്കാനോ കോടതിയുടെ മുമ്പിൽ ഹാജരാക്കാനോ" പറ്റില്ലെന്ന സെഷൻസ് ജഡ്ജിയുടെ പരാമർശം ഈ കേസിൽ നീതി നിഷേധിക്കപ്പെട്ടുവെന്ന പൂർണമായും തെറ്റായ ഒരു തോന്നൽ ഉണ്ടാക്കിയിട്ടുണ്ട്.

ഈ കേസിൽ എന്ന പോലെത്തന്നെ ഇരയുടെ മരണത്തിന് കാരണമായ പ്രവൃത്തി ഒന്നോ, ഒന്നിലധികം പേരോ, ഒരു പൊതുവായ ഉദ്ദേശ്യപ്രകാരം ചെയ്തതിനാൽ, അവരിൽ ഓരോരുത്തരും മരണത്തിന് ഉത്തരവാദികളായ കുറ്റ വാളികളാണെന്ന് കണക്കാക്കേണ്ടിവരും, അതിലാരുടെ കൈകൊണ്ടാണ് മരണപ്പെട്ടതെന്നറിയില്ലെങ്കിലും.

മിസ്റ്റർ സോറെൻസൻ: വടക്കൻ അയർലാണ്ടിൽ സമാനമായ കുറ്റം ചെയ്ത ആളുകൾ ഒഴിവാക്കപ്പെട്ടിട്ടുള്ള കാര്യം ബഹുമാന്യവ്യക്തിക്ക് അറിവ ുള്ളതാണോ? വൈസ്രോയിയുടെ ശ്രദ്ധ ഇക്കാര്യത്തിലേക്ക് ക്ഷണിച്ചിട്ടുണ്ടോ എന്ന കാര്യം അയാൾക്ക് പറയാൻ കഴിയുമോ? വൈസ്രോയി ദയ നൽകാൻ ുള്ള അവകാശം ഉപയോഗിക്കുമോ എന്ന കാര്യം അയാൾ അന്വേഷിക്കുമോ?

മിസ്റ്റർ ആമേറി: ഇല്ല. സർ. ഇതുമായി ബന്ധപ്പെട്ട വ്യക്തിക്ക് വേണ്ടി ദയാഹർജി എല്ലായ്പ്പോഴും അയക്കാവുന്നതാണ്.

മിസ്റ്റർ റിഡ്‌ലി: കൊലപാതകം ചെയ്തിട്ടുണ്ടെന്ന് തെളിയിക്കാൻ കഴിയാത്ത സാഹചര്യത്തിൽ ഒരാൾക്ക് ശിക്ഷവിധിക്കാൻ കഴിയുമോ എന്ന നിയമപ്ര ശ്നം ബഹുമാനപ്പെട്ട മെമ്പർ പരിഗണിക്കുമോ.

മിസ്റ്റർ അമേറി: ദയാഹർജിയുമായി ബന്ധപ്പെട്ട ഏത് ചോദ്യവും വൈസ്രേ ായിക്ക് പോകുന്നു. അത്തരമൊരു അപ്പീൽ ഉണ്ടായിട്ടുണ്ടോ എന്ന കാര്യം എനിക്കറിയില്ല.

മിസ്റ്റർ ഗല്ലചർ: തൂക്കിലേറ്റാൻ വിധിക്കപ്പെട്ട നാലു പേരാണോ അതോ സംഭവത്തിൽ പങ്കെടുത്ത എല്ലാവരും കുറ്റക്കാരാണ് എന്നോ നാം മനസ്സി ലാക്കേണ്ടത്? നാലുപേർ തൂക്കിലേറ്റപ്പെടുകയാണെങ്കിൽ എന്തുകൊണ്ട് ബാക്കിയുള്ള എല്ലാവരേയും തൂക്കിലേറ്റുന്നില്ല?

ചുരുക്കത്തിൽ എല്ലാ ദയാഹർജികളും തള്ളപ്പെടുകയായിരുന്നു.
1943 മാർച്ച് 24ന് ജയിൽ സൂപ്രണ്ടിന് വിധി നടപ്പാക്കാനുള്ള ഉത്തരവ്
അയച്ചു. ഉത്തരവിന്റെ പകർപ്പ് മാർച്ച് 26ന് ജയിലിൽ ലഭിച്ചു. 28ന്
ഉത്തരവ് പ്രതികളെ അറിയിച്ചു. ഈ സന്ദർഭത്തിലാണ് വധശിക്ഷയ്ക്ക്
വിധിക്കപ്പെട്ട കയ്യൂരിന്റെ വീരപുത്രന്മാരെ കാണവാൻ പാർട്ടി സെക്രട്ടറി
പി.സി.ജോഷി, പി. സുന്ദരയ്യ, പി. കൃഷ്ണപിള്ള, വി.വി. കുഞ്ഞമ്പു തുടങ്ങി
യവർ കണ്ണൂർ സെൻട്രൽ ജയിൽ സന്ദർശിച്ചത്. അവരോടൊപ്പം ഒരു
ചിത്രകാരനുമുണ്ടായിരുന്നു. അദ്ദേഹമാണ് രക്തസാക്ഷികളുടെ ചിത്രം
വരച്ചത്. കയ്യൂർ സഖാക്കളെ പാർപ്പിച്ച സെല്ലുകൾക്ക് സമീപം ചെന്ന്
നാലുപേരെയും കണ്ട് അവർ സംസാരിച്ചു. അഭിമുഖത്തിന്റെ വിശ
ദാംശങ്ങൾ ജോഷി ഒരു ലേഖനത്തിൽ വിവരിച്ചിട്ടുണ്ട്. ജയിലിൽ നിന്ന്
അവർ നേരെ പോയത് കയ്യൂരിലേക്കാണ്. ചെറുവത്തൂരിലേക്ക് തീവണ്ടി
യില്ലും അവിടെ നിന്ന് തോണിയിലുമാണ് കയ്യൂരിലേക്ക് യാത്ര ചെയ്തത്.
ചെറുവത്തൂർ റെയിൽവെ സ്റ്റേഷനിൽ പാർട്ടി നേതാക്കൾക്ക് വൻസ്വീ
കരണം നൽകി. അന്ന് ഒളിവിലായിരുന്ന പാർട്ടി താലൂക്ക് സെക്രട്ടറി
കെ. മാധവനും നിരഞ്ജനയും സുബ്രഹ്മണ്യം തിരുമുമ്പിന്റെ ഭാര്യ പി.സി.
കാർത്യായനിക്കുട്ടിയമ്മയും നേതാക്കളോടൊപ്പം ഉണ്ടായിരുന്നു.ആദ്യം
പാലായിലെ അബ്ബബക്കറിന്റെ വീട്ടിലെത്തി കുടുംബാംഗങ്ങളെ കണ്ട്
ആശ്വസിപ്പിച്ചു. തുടർന്ന് കയ്യൂരിലെത്തി മറ്റ കുടുംബങ്ങളെ കാണുകയും
പാർട്ടിയുടെ ഐക്യദാർഢ്യം പ്രകടിപ്പിക്കുകയും ചെയ്തു.

കയ്യൂരിൽ ഊഷ്മളമായ വരവേൽപ്പാണ് ജോഷിക്കും സംഘത്തിനും
ലഭിച്ചത്. ബ്രിട്ടീഷ് കമ്മ്യൂണിസ്റ്റ് പാർട്ടി വധശിക്ഷയ്ക്ക് വിധിക്കപ്പെട്ടവരെ
രക്ഷപ്പെടുത്തുന്നതിനുവേണ്ടി കഠിന ശ്രമങ്ങൾ നടത്തിയിരുന്നു. ഈ
ഇടപെടലുകളെല്ലാം പരാജയപ്പെട്ടപ്പോൾ വധശിക്ഷ നേരിടുന്ന നാല്
കർഷക സഖാക്കളുടെ കുടുംബാംഗങ്ങൾക്ക് ധനസഹായമായി 2000
രൂപ കമ്മ്യൂണിസ്റ്റ് പാർട്ടിക്ക് ലഭിച്ചിരുന്നു. ആ തുക വികാരനിർഭരമായ
ചടങ്ങിൽ വെച്ച് സഖാക്കളുടെ കുടുംബങ്ങളെ പി.സി. ജോഷി ഏൽപിച്ചു.

കുടുംബാംഗങ്ങളുടെ അവസ്ഥയും ഇത് തന്നെയായിരുന്നു. ഒരു
ഗ്രാമമാകെ വിറങ്ങലിച്ച നിന്ന ദിവസങ്ങൾ...... ജനങ്ങളിലാകെ ദുഃഖം

തളം കെട്ടിനിന്ന എന്ത് പറഞ്ഞാണ് രക്തസാക്ഷികളുടെ ബന്ധുക്ക ളുടെ ആശ്വസിപ്പിക്കേണ്ടത് എന്നറിയാതെ പാർടി പ്രവർത്തകരെ ല്ലാം വിഷമിച്ചു. പാർട്ടി പ്രവർത്തകരും നേതാക്കളും ജനങ്ങളുമെല്ലാം രക്തസാക്ഷികളുടെ വീട്ടുകൾ സന്ദർശിക്കുകയും സാവധാനം അവരെ ജീവിതത്തിലേക്ക് തിരിച്ചുകൊണ്ടുവരാൻ ശ്രമിക്കുകയും ചെയ്തു.

മാർച്ച് 29ന് രാവിലെ 6 മണിക്ക് കയ്യൂരിന്റെ വീരപുത്രന്മാരെ കൊലമരത്തിലേറ്റി. ഇൻക്വിലാബ് സിന്ദാബാദ്, കമ്മ്യൂണിസ്റ്റ് പാർട്ടി സിന്ദാബാദ്, സാമ്രാജ്യത്വം നശിക്കട്ടെ, ജന്മിത്വം തകരട്ടെ എന്ന മുദ്രാവാക്യം വിളിച്ചുകൊണ്ട് ഉറച്ച കാൽവെപ്പോടെ അവർ കൊലമര ത്തിലേക്ക് നീങ്ങി. ആദ്യം ചിരുകണ്ണനും അബ്ബബക്കറും അരമണിക്കൂർ കഴിഞ്ഞ് കുഞ്ഞമ്പുനായരും അപ്പുവും തൂക്കിലേറി. "യഥാർത്ഥ രാജ്യ സ്നേഹികളായി അവർ ജീവിച്ചു; മഹാന്മാരായ രക്തസാക്ഷികളായി അവർ മരണം വരിച്ചു'' പി.സി.ജോഷിയുടെ വാക്കുകളാണിത്. നാല് കർഷക യുവാക്കൾ രക്തസാക്ഷികളായി മാറി. ധീരോദാത്തമായ രക്തസാക്ഷിത്വത്തിന്റെ വാർത്ത നാടെങ്ങും പടർന്നു.

വധശിക്ഷയെ തുടർന്ന് മൃതശരീരം ഏറ്റുവാങ്ങാൻ പോയ ബന്ധുക്കൾ പിന്നീട് എത്രയോ ദിവസം എഴുന്നേറ്റിട്ടില്ല. കിടപ്പതന്നെയായിരുന്നു. സ്ത്രീകളെല്ലാം സംഘടിച്ച് രക്തസാക്ഷികളുടെ വീട്ടുകളിൽ പോകുകയും കുടുംബക്കാരെയെല്ലാം ആശ്വസിപ്പിക്കുകയും ചെയ്തപ്പോഴാണ് കുറച്ച് ആശ്വാസമായത്. തിരുമുമ്പിന്റെ ഭാര്യ കാർത്ത്യായനി കുട്ടിയമ്മയും കണ്ണൂരിൽ നിന്ന് യശോദടീച്ചറും രക്തസാക്ഷികളുടെ വീട്ടുകളിലെത്തി കുടുംബാംഗങ്ങളെ ആശ്വസിപ്പിച്ചിരുന്നു.

കർഷകരുടെ അവകാശങ്ങൾക്ക് എതിരെയുള്ള കയ്യേറ്റവും അതിനെതിരെ കർഷകർ നടത്തിയ ചെറുത്ത് നിൽപ്പുമാണ് കയ്യൂരിനെ ശ്രദ്ധേയമാക്കുന്നത്. നിലനിൽപ്പിനു വേണ്ടിയുള്ള സമരമായിരുന്നു കയ്യൂർ സമരം. ബ്രിട്ടീഷ് ഭരണകൂടവും അവരുടെ ഗ്രാമീണ സഖ്യകക്ഷി യായ ജന്മിമാരും കൂടി നടത്തിയ അടിച്ചമർത്തൽ നയത്തിന്റെ പ്രതി ഫലനമാണ് കയ്യൂരിൽ കണ്ടത്. രക്തസാക്ഷികളിലൂടെ കയ്യൂർ ലോക വിപ്ലവ പ്രസ്ഥാനത്തിന്റെ ചരിത്രത്തിൽ ജ്വലിക്കുന്ന ഒരദ്ധ്യായമായി മാറി....

കയ്യൂർ കേസ് പ്രതികൾ

കയ്യൂർ കേസ്സിലെ പ്രതികളുടെ ലിസ്റ്റ് പലപ്പോഴായി കേരള രാഷ്ട്രീയത്തിൽ വലിയ തോതിൽ ചർച്ച ചെയ്യപ്പെട്ടതാണ്. കേസ്സിൽ ഇ.കെ. നായനാർ പ്രതിയായിരുന്നുവോ ഇല്ലയോ എന്നത് വലിയ വിവാദമായി കൊഴത്തിട്ടുണ്ട്. ചരിത്രകാരന്മാരും അല്ലാത്തവരും ഈ വിവാദത്തിൽ പങ്കാളികളായിട്ടുണ്ട്. ഒരു സമരത്തിലെ പങ്കാളിത്തം കൊണ്ട് നാം എന്താണ് അർത്ഥമാക്കുന്നത്. സമരം നടക്കുമ്പോൾ നേരിട്ട് പങ്കെടുത്തുവെന്നതാണോ? ഒരു പ്രവർത്തകന്റെ/നേതാവിന്റെ പങ്കാളിത്തം ഈ അർത്ഥത്തിൽ മാത്രം നാം പരിഗണിച്ചാൽ പല സമരങ്ങളിലും നിന്നും പലരും പുറത്താകും. സമരത്തിലോ, സംഭവത്തിലോ നേരിട്ടുള്ള സാന്നിധ്യം മാത്രമല്ല സമരത്തിലെ പങ്കാളിത്തം. സമരം വളർന്നുവരാനുള്ള സന്ദർഭം ഒരുക്കിയെടുക്കുന്നവർ സമരത്തിൽ പങ്കാളികളാണ്. സമരത്തെ പിന്നിൽ നിന്ന് നയിക്കുന്നവരും അങ്ങിനെ തന്നെ. ഈ കാര്യങ്ങളെല്ലാം പരിഗണിക്കുമ്പോൾ ഇ.കെ. നായനാർ കയ്യൂർ സമരത്തിൽ പങ്കാളിയായിരുന്നുവെന്ന് കാണാം. കയ്യൂരിലെ കർഷക സംഘം പ്രവർത്തകരിൽ രാഷ്ട്രീയാവബോധം പകർന്ന് നൽകിയ രാഷ്ട്രീയ ക്ലാസ്സുകൾ കൈകാര്യം ചെയ്യവരിൽ നായനാരുണ്ടായിരുന്നു. പോലീസ് സമർപ്പിച്ച പ്രഥമ വിവര റിപ്പോർട്ടിൽ മൂന്നാം പ്രതിയായി ചേർത്തിരുന്നത് നായനാരുടെ പേരായിരുന്നു. പക്ഷെ, കോടതിയുടെ മുമ്പിൽ വിചാരണ വേളയിൽ ഉണ്ടായിരുന്ന പ്രതിക ളുടെ ലിസ്റ്റിൽ നായനാരുടെ പേര് ഉണ്ടായിരുന്നില്ല. ഈ കോടതി രേഖയെ അടിസ്ഥാനമാക്കിയാണ് നായനാരുടെ പേരിൽ ഈ വിവാ ദമുണ്ടാക്കിയത്. ചിലർ ലേഖനങ്ങളെഴുതി. വലതുപക്ഷ രാഷ്ട്രീയക്കാർ

നിരന്തരമായി പ്രസംഗിച്ചു നടന്നു. ചില മാധ്യമ പ്രവർത്തകർ പുസ്ത കമെഴുതി ഇക്കാര്യം സ്ഥാപിക്കാൻ ശ്രമിച്ചു.

1941 മെയ് 2ന് പ്രസിദ്ധീകരിച്ച മാതൃഭൂമി വാർത്ത ഇങ്ങിനെ, "കയ്യൂർ കേസ്സിൽ ഇനി പിടി കിട്ടാനുള്ള വി.വി. കുഞ്ഞമ്പു (മലബാർ ഡിസ്ട്രിക് ബോർഡ് മെമ്പർ), ഇ.കെ. നായനാർ (കല്യാശേരി), അമ്പാടി കുഞ്ഞി കയ്യൂർ മുതലായവരെ പിടികിട്ടാഴ്കയാൽ അവരുടെ ഇളകുന്ന മുതലുകൾ ജപ്തി ചെയ്യവാൻ ഹൊസ്ദുർഗ്ഗ് മജിസ്ട്രേറ്റ് കല്പന പുറപ്പെടുവിച്ചി രിക്കുന്നു." 1941 ജൂൺ4 ന്റെ മാതൃഭൂമി വാർത്ത ഇതാവർത്തിക്കുന്നു. "നീലേശ്വരം ജൂൺ 2: കയ്യൂർ കൊലക്കേസിലെ പ്രതികളെ മെയ് 30 വരെയായിരുന്ന റിമാന്റിൽ വെച്ചിരുന്നത്. റിമാന്റിന്റെ കാലാവധി ഇപ്പോൾ ജൂൺ 9 വരെ നീട്ടിയിരിക്കുന്നു. കയ്യൂർ കേസ്സിൽ ആകെ 61 പ്രതികളാണുള്ളത്. പ്രതികളുടെ പേരവിവരം താഴെ കൊടുക്കുന്നു." എന്ന് പറഞ്ഞുകൊടുത്ത പേരുകളിൽ ഒന്നാം പ്രതി മഠത്തിൽ അപ്പുവും രണ്ടാം പ്രതി വി.വി. കുഞ്ഞമ്പുവുമാണ്. മൂന്നാംപ്രതി ഇ.കെ. നായനാരും (കല്യാശേരി) അവസാനത്തെ പ്രതി ക്ലായിക്കോട്ടെ കണ്ണനുമായിരു ന്നു. പ്രതികളിൽ മൂന്നാമത്തെയും (ഇ.കെ. നായനാർ) ഇരുപത്തിയെ ട്ടാമത്തെയും (വേങ്ങയിൽ മാലിങ്കൻ, കിണാവൂർ) ആളകളെ ഒഴിച്ച് ബാക്കിയെല്ലാവരേയും പോലീസ് പിടികൂടിയ വാർത്തയും മാതൃഭൂമി നൽകുന്നുണ്ട്. പിന്നീട് വേങ്ങയിൽ മാലിങ്കൻ നായരെയും പിടികൂടാൻ പോലീസിന് കഴിഞ്ഞു. നായനാരെ പിടികിട്ടിയില്ല.

1940 സെപ്ലംബർ 15ലെ മൊറാഴ സംഭവത്തോടെ പാർട്ടി പ്രവർ ത്തകർ പല ഭാഗങ്ങളിൽ ഒളിവിൽ പോകുകയുണ്ടായി. ഭൂരിഭാഗം പേരും ദക്ഷിണകാനറയുടെ വിവിധ ഭാഗങ്ങളിലേക്കാണ് നീങ്ങിയത്. ഇ.കെ. നായനാർ കാഞ്ഞങ്ങാട്ടാണ് എത്തിയത്. ഇവിടത്തെ പാർട്ടിയുമായി ബന്ധപ്പെടുകയും പാർട്ടി പ്രവർത്തനങ്ങളിൽ നായനാർ രഹസ്യമായി പങ്കെടുക്കുകയും ചെയ്ത വിവരം കെ. മാധവൻ തന്റെ ആത്മകഥയിലും മടിക്കൈ ഗ്രാമത്തെക്കുറിച്ചുള്ള പുസ്തകത്തിലും വ്യക്തമാക്കുന്നുണ്ട്. കയ്യൂർ കേസ്സിൽ തൂക്കിക്കൊല്ലാൻ വിധിക്കപ്പെട്ട ചൂരിക്കാടൻ കൃഷ്ണൻ നായർ 'തേജസ്വിനി നീ സാക്ഷി' എന്ന തന്റെ പുസ്തകത്തിൽ കയ്യൂരിലെ നായനാരുടെ സാന്നിദ്ധ്യത്തെ കുറിച്ച് വ്യക്തമായി പരാമർശിക്കുന്ന ണ്ട്. വി.വി. കുഞ്ഞമ്പു, എൻ.ജി. കാമത്ത്, ഇ.കെ. നായനാർ തുടങ്ങിയ നേതാക്കൾ ആ നാട്ടുകാരായിരുന്നില്ല. എന്നാൽ അവർ കമ്മ്യൂണി സ്റ്റ് പാർട്ടിയുടെ നേതാക്കളായിരുന്നു. അവർ ആ സമരത്തിന്റെ അവിഭാജ്യ ഘടകമായി മാറി. പാർട്ടി ക്ലാസ്സുകളെടുത്തും കർഷകരെ സംഘടിപ്പിച്ചും അവർ സാമ്രാജ്യത്വ വിരുദ്ധ സമരത്തിന് ഗതിവേഗം

കൂട്ടി. ബഹുജനങ്ങളെ ബ്രിട്ടീഷ് സർക്കാരിനെതിരെ തിരിച്ചുവിട്ടന്നതിൽ ഇവരുടെ പ്രവർത്തനങ്ങൾ വലിയ പങ്ക് വഹിച്ചു. അത് പോലീസിനെ അങ്കലാപ്പിലാക്കിയിരുന്നു. അവസരം കിട്ടിയപ്പോൾ പോലീസ് അതുപയോഗിച്ചു. കയ്യൂർ കേസ്സിൽ ഇവർ പ്രതികളുമായി.

പ്രമുഖ കോൺഗ്രസ് നേതാവായിരുന്ന ഏ.സി. കണ്ണൻ നായർ തന്റെ ഡയറിക്കുറിപ്പിൽ കാഞ്ഞങ്ങാട് പ്രദേശത്ത് ഇ.കെ. നായനാരുടെ സാന്നിധ്യം സൂചിപ്പിക്കുന്നു. 1940 ഡിസംബർ 16നുള്ള ഡയറിയിൽ കാറാന്തിനേയും എ.ബി. ഷെട്ടിയേയും അറസ്റ്റ് ചെയ്തുവെന്നും തന്റെ വീട്ടിൽ ഒളിവിൽ വല്ലവരുമുണ്ടോ എന്ന് പോലീസ് പരിശോധിച്ചുവെന്നും കണ്ണൻ നായർ രേഖപ്പെടുത്തുന്നു. ഏറമ്പാല കൃഷ്ണൻ നായനാർ തുടങ്ങിയവരെ അന്വേഷിച്ചാകാം പോലീസ് പരിശോധനയെന്നും അദ്ദേഹം അനുമാനിക്കുന്നു. മൊറാഴ കേസ്സിനോടനുബന്ധിച്ച് കെ.പി.ആർ ഗോപാലനെ വധശിക്ഷയ്ക്ക് വിധിച്ച സന്ദർഭത്തിൽ 1942 ഡിസംബറിൽ കമ്യൂണിസ്റ്റ് പാർട്ടി സെക്രട്ടറിയായിരുന്ന പി. കൃഷ്ണപിള്ളയെഴുതിയ ലഘുലേഖ കെ.പി.ആറിനെ കേരളത്തിലെ ബോൾഷെവിക്ക് വീരൻ എന്ന് പരാമർശിച്ച ശേഷം ഇപ്പോൾ കയ്യൂർ കേസിലെ പ്രതിയായി പിടികിട്ടാതിരിക്കുന്ന കൃഷ്ണൻ നായർ കെ.പി. ആറിന്റെ അടുത്ത ചാരച്ചക്കാരനും കല്ല്യാശേരിയുടെ ഒരു യഥാർത്ഥ സന്താനവുമാണെന്ന് പരാമർശിക്കുന്നുണ്ട്. ഇക്കാര്യം പ്രമുഖ മാധ്യമ പ്രവർത്തകനും എഴുത്തുകാരനുമായ എ.വി. അനിൽകുമാർ ഒരു ലേഖനത്തിൽ വ്യക്തമായി സൂചിപ്പിക്കുന്നുണ്ട്.

നായനാർ പ്രതിപ്പട്ടികയിലുണ്ടായിരുന്നുവെന്ന് മലയാളത്തിലെ പ്രമുഖ പത്രമായ മാതൃഭൂമി റിപ്പോർട്ട് ചെയ്തിട്ടുണ്ട്. 1941 മെയ് രണ്ടിനും 1941 ജൂൺ നാലിനും മാതൃഭൂമി പ്രസിദ്ധപ്പെടുത്തിയ വാർത്തകൾ അന്വേഷണാത്മക പത്രപ്രവർത്തകർക്കും ചരിത്ര പണ്ഡിതനായ പ്രൊഫ. എ. ശ്രീധരമേനോനും കമ്യൂണിസ്റ്റ് വിരുദ്ധ രാഷ്ട്രീയക്കാർക്കും മറുപടി നൽകുന്നു.

കോടതി രേഖയെ മാത്രം അടിസ്ഥാനമാക്കി ചരിത്രത്തെ സമീപിച്ചത് കൊണ്ടാണ് മേൽപ്പറഞ്ഞ എഴുത്തുകാർക്ക് അബദ്ധം പറ്റിയത്. നായനാരെ അവഹേളിക്കുന്നതിനുവേണ്ടിയാണ് ഇങ്ങനെയൊരു പുസ്തകമെഴുതിയതെന്ന് തലക്കെട്ട് തന്നെ സൂചിപ്പിക്കുന്നു. പ്രാദേശിക ചരിത്ര രചനയിൽ വൈവിധ്യമാർന്ന ഉപാദാനങ്ങൾ പരിശോധിക്കണം. ഒരു രേഖയെ മാത്രം ആശ്രയിച്ച് വിധി പ്രസ്താവന നടത്തിയാൽ അബദ്ധങ്ങൾ സംഭവിക്കാൻ സാധ്യതയുണ്ടെന്ന് ഇത് സൂചിപ്പിക്കുന്നു. കേസ്സിൽ ആകെ 61 പ്രതികളുണ്ടായിരുന്നുവെന്ന് 1941 ജൂൺ നാലാം

തിയ്യതിയിലെ മാതൃഭൂമി പത്രം പറയുന്നുണ്ട്. പക്ഷെ ശിക്ഷിക്കപ്പെട്ടത് അറുപത് പേരെ മാത്രമാണ്. അതിൽ നായനാരില്ല. നായനാരെ പിടി കിട്ടാതിരുന്നതിനാലും കേസ് സെഷൻസ് കോടതിയിലേക്ക് കമ്മിറ്റ് ചെയ്യാൻ വൈകുന്നതിനാലും അദ്ദേഹത്തെ ഒഴിവാക്കി മംഗലാപുരം കോടതിയിൽ കേസ് ഫയൽ ചെയ്തു. അങ്ങിനെയാണ് നായനാർ കേസ്സിൽ നിന്ന് ഒഴിവാക്കപ്പെട്ടത്. വസ്തുത ഇതായിരിക്കെ പിന്നെ എന്തിനാണ് ഇങ്ങിനെയൊരു പുസ്തകം എഴുതാൻ മാധ്യമ പ്രവർത്തകർ തയ്യാറായത്. കടുത്ത കമ്യൂണിസ്റ്റ് വിരോധം അല്ലെങ്കിൽ നായനാർ എന്ന കമ്യൂണിസ്റ്റ് നേതാവിന്റെ ജനകീയ സ്വീകാര്യത പൊളിച്ചെ ടുക്കാമെന്ന പ്രതീക്ഷ ഇടങ്ങിയവയായിരിക്കണം ഇവരെ ഇതിന് പ്രേരിപ്പിച്ച ഘടകങ്ങൾ. മാത്രമല്ല, ജൂൺ 4 ന്റെ മാതൃഭൂമിയിലെ വാർ ത്തയിൽ പിടികിട്ടാനുള്ള മാലിങ്കൻ നായർ 28-ാമത്തെ പ്രതിയാണ്. പക്ഷെ കോടതി രേഖയിൽ മാലിങ്കൻ നായർ ഇരുപത്തിയേഴാമത്തെ പ്രതിയാണ്. മൂന്നാം പ്രതിയായിരുന്ന നായനാരെ കേസ്സിൽ നിന്ന് ഒഴി വാക്കിയപ്പോൾ തുടർന്നുള്ള പേരുകൾ മുമ്പോട്ട് വന്നത് കൊണ്ടാണ് ഇത് സംഭവിച്ചത്.

ദേശീയ സ്വാതന്ത്ര്യസമരത്തിന്റെ ഏറ്റവും പ്രധാനപ്പെട്ട പൈതൃക ങ്ങളിലൊന്ന് അതിന്റെ മതേതര സ്വഭാവമായിരുന്നു. എല്ലാ മത ജാതി സമൂഹങ്ങളും ദേശീയ പ്രസ്ഥാനത്തിന് പിന്നിൽ അണിനിരന്നിരുന്നു. അതിൽ ഹിന്ദുവും മുസ്ലിമും സിക്കുകാരും ഉണ്ടായിരുന്നു. ഈ സെക്കുലർ സ്വഭാവമാണ് ഉദ്ധംസിംഗിനെയും ചന്ദ്രശേഖറെയും സ്വാധീനിച്ചത്. ദേശീയ സ്വാതന്ത്ര്യസമരത്തിലെ ജ്വലിക്കുന്ന ഏടായ ജാലിയൻ വാലബാഗിലെ മനുഷ്യക്കുശാപ്പിനുത്തരവാദികളിലൊരാളായ ജനറൽ ഓ ഡയറിനെ 1940 മാർച്ച് 13ന് ലണ്ടനിലെ കാക്സ്റ്റൺ ഹാളിൽ വെടിവെച്ച് കൊന്ന വിപ്ലവകാരിയായ ഉദ്ധംസിംഗ് അറസ്റ്റ് ചെയ്യപ്പെട്ട് കോടതി മുമ്പാകെ ഹാജരായി നൽകിയ പേര് റാം മുഹമ്മദ് സിംഗ് എന്നായിരുന്നു. അതുപോലെ വിപ്ലവകാരിയായ ചന്ദ്രശേഖർ 1925 ലെ കകോരി സംഭവത്തെ തുടർന്ന് അറസ്റ്റ് ചെയ്യപ്പെട്ട് കോടതിയിൽ ഹാജരാക്കപ്പെട്ടപ്പോൾ നൽകിയ പേര് ആസാദ് എന്നായിരുന്നു. ദേശീയ പ്രസ്ഥാനത്തിന്റെ വർണ്ണാഭമായ പൈതൃകത്തെയാണ് ഇത് സൂചിപ്പിക്കുന്നത്. കയ്യൂർ രക്തസാക്ഷികളും ഈ മതനിരപേക്ഷ പൈതൃകം സൂചിപ്പിക്കുന്നു.

മംഗലാപുരം കോടതി മുമ്പാകെ എത്തിയ 60 പ്രതികളിൽ ഹിന്ദു ക്കളും മുസ്ലിങ്ങളും ഉണ്ടായിരുന്നു. രക്തസാക്ഷികളായ മഠത്തിൽ അപ്പ, പൊടവര കുഞ്ഞമ്പു നായർ, കോയിത്താറ്റിൽ ചിരുകണ്ടൻ

എന്നിവരോടൊപ്പം നാലാമത്തെ രക്തസാക്ഷി പള്ളിക്കാൽ അബൂ ബക്കറായിരുന്നു. പ്രതികളിൽ അബൂബക്കറിനൊപ്പം അമ്പത്തിമൂന്നാം പ്രതിയായ കുതിരുമ്മൽ അയമ്മദുമുണ്ട്. പ്രതികളിൽ എല്ലാ ജാതിക ളിൽപ്പെട്ടവരുമുണ്ടായിരുന്നു. ഏറ്റവും കൂടുതൽ തിയ്യരായിരുന്നു. 33 പേർ. നായർ 12, ബ്രാഹ്മണൻ-1, വാരിയർ-1, അടിയോടി-1, മണിയാണി-1, വണ്ണാത്തൻ- 4, വണ്ണാൻ-1, കണിശൻ-3, മുസ്ലിം -2, വാണിയൻ- 1. കയ്യൂർ സമൂഹത്തിന്റെ ഒരു പരിച്ഛേദമാണിത്. ജനസംഖ്യയിൽ ഏറ്റവും വലുത് തിയ്യരായിരുന്നു. തൊട്ടുപിന്നാലെ നായർ, മറ്റുള്ളവരാ കട്ടെ, ജാതിയമായി ശ്രേണിവൽക്കരിക്കപ്പെട്ട സമൂഹത്തിന്റെ വിവിധ ആവശ്യങ്ങൾ നിറവേറ്റുന്നവരും.

കയ്യൂരിലേയും പരിസരത്തുള്ള ഗ്രാമങ്ങളിലേയും കർഷക സംഘം പ്രവർത്തകരാണ് കേസ്സിൽ പ്രതികളായ ഭൂരിഭാഗം പേരും. ജന്മി നൽകിയ പേരുകളിൽ സംഘം പ്രവർത്തകരും അല്ലാത്തവരും പ്ര തികളായിട്ടുണ്ട്. ശിക്ഷ അനുഭവിച്ചവരിൽ ചിലർക്ക് സമരവുമായോ കർഷ സംഘവുമായോ ഒരു ബന്ധവുമുണ്ടായിരുന്നില്ല. ക്ലായിക്കോട്, കൊടക്കാട്, നീലേശ്വരം, കിനാന്തൂർ ഗ്രാമങ്ങളിൽ നിന്നുള്ളവരും കയ്യൂർക്കാരുമാണ് പ്രതികളിൽ കൂടുതലും. പിലിക്കോട്, ചെറുവത്തൂർ, കരിവെള്ളൂർ, തിമിരി, ഗ്രാമവാസികളും പ്രതികളിൽപ്പെട്ടു. കർഷക സംഘവും കമ്യൂണിസ്റ്റ് പാർട്ടിയും വേര് പിടിച്ച ഗ്രാമങ്ങളിൽ അവയെ തകർത്തെറിയുകയെന്ന ലക്ഷ്യത്തോടെയാണ് സംഘം പ്രവർത്തകരെ കേസ്സിൽ പ്രതികളാക്കിയത്. കേസ്സിൽപെടുത്തിയാൽ അതോടെ പ്രസ്ഥാനത്തെ നിശബ്ദമാക്കാം എന്ന ധാരണയാണ് ഇതിന് പ്രേരി പ്പിച്ച ഘടകം.

പ്രതികളമായി ബന്ധപ്പെട്ട മറ്റൊരു കാര്യം പല തൊഴിലുകൾ ചെയ്ത് ജീവിച്ചുവന്നവരായിരുന്നു ഇവരെല്ലാം. ഇതിൽ കർഷകരുണ്ട്, കച്ചവ ടക്കാരുണ്ട്, കൈത്തൊഴിൽ കാരുണ്ട്, പാരമ്പര്യ സമൂഹത്തിന്റെ ആവശ്യങ്ങൾ നിറവേറ്റുന്ന വിഭാഗമുണ്ട്. തൊഴിൽ രഹിതരുമുണ്ട്. സംഘം പ്രവർത്തനത്തിൽ സജീവമായി പങ്കാളികളായവരാണ് തൊഴിൽ രഹിതർ. പഴയ ഹോസ്ദുർഗ് സബ് താലൂക്കിലെ പ്രധാനപ്പെട്ട സംഘം പ്രവർത്തകരെല്ലാം കേസ്സിൽ പ്രതികളായി ചേർക്കപ്പെട്ടിരുന്നു. പക്ഷേ കമ്യൂണിസ്റ്റ് പാർട്ടിയുടെ താലൂക്ക് സെക്രട്ടറിയായിരുന്ന കെ. മാധവനും സംഘം പ്രസിഡന്റായിരുന്ന സുബ്രഹ്മണ്യൻ തിരുമുമ്പും പ്രതികളായി മാറിയില്ല എന്നത് ശ്രദ്ധേയമാണ്. ഇതെന്തെകൊണ്ട് സംഭവിച്ചുവെന്നത് വലിയ ചോദ്യമാണ്. ഇവർ രണ്ടുപേർക്കും കയ്യൂരുമായി നല്ല ബന്ധമു ണ്ടായിരുന്നു. സംഘം രൂപീകരണത്തിലും പാർട്ടി സെൽ രൂപീകരണ ത്തിലും കർഷകരെ സംഘടിപ്പിക്കുന്നതിലും നിർണ്ണായകപങ്കുവഹിച്ച

നേതാക്കളാണിവർ. വി.വി. കുഞ്ഞമ്പുവിനെയും, എൻ.ജി. കമ്മത്തി
നെയും പ്രതികളാക്കുകയും ചെയ്തു. കേസ്സിൽ പ്രോസിക്യൂഷനുവേണ്ടി
ഹാജരായ ബാരിസ്റ്റർ എം.കെ. നമ്പ്യാരുടെ സഹോദരനായിരുന്ന
കെ. മാധവൻ. പ്രതിയാകാൻ ഏറെ സാധ്യതയുണ്ടായിരുന്ന മറ്റൊരാൾ
സുബ്രഹ്മണ്യൻ തിരുമുമ്പായിരുന്നു. കർഷകസംഘത്തിന്റെയും കമ്മ്യൂണി
സ്റ്റ് പാർട്ടിയുടെയും കാസർകോട് താലൂക്ക് കമ്മിറ്റികളുടെ അധ്യക്ഷനാ
യിരുന്നു തിരുമുമ്പ്. ഭരണകൂടത്തിന്റെ ചെയ്തികളെ കവിതകളിലൂടെയും
പ്രസംഗങ്ങളിലൂടെയും അതിനിശിതമായി വിമർശിച്ചുകൊണ്ടിരുന്ന
തിരുമുമ്പ് മലബാർ മേഖലയിലാകെ നിറഞ്ഞുനിന്ന നേതാവായിരുന്നു.
കയ്യൂർ സമരം നടക്കുന്നതിന് മുമ്പ് തന്നെ അദ്ദേഹം അറസ്റ്റ് ചെയ്യപ്പെട്ട്
ജയിലിലായിരുന്നു. കയ്യൂരിൽ കർഷകസംഘം രൂപീകരണത്തിലും
രാഷ്ട്രീയ പഠനക്ലാസ്സുകൾ സംഘടിപ്പിക്കുന്നതിലും അദ്ദേഹം മുന്നി
രയിലുണ്ടായിരുന്നു. ദേശീയ സ്വാതന്ത്ര്യ സമരത്തിലും നവോത്ഥാന
പ്രസ്ഥാനത്തിലും സജീവമായിരുന്ന തിരുമുമ്പ് 1928 ൽ ഗവൺമെന്റി
നെതിരെ കവിതയെഴുതിയതിന് അറസ്റ്റ് ചെയ്യപ്പെട്ട് ജയിലിൽ കഴിഞ്ഞ
വിപ്ലവകാരികൂടിയായിരുന്നു. സ്വാഭാവികമായും ഭരണകൂടത്തിന്റെ
കണ്ണിലെ കരടായിരുന്നു അദ്ദേഹം. 1940 സെപ്തംബറിൽ കയ്യൂരിലും
ചെറുവത്തൂർ തുരുത്തിയിലും വെച്ച് നടത്തിയ യുദ്ധവിരുദ്ധ പ്രസംഗത്തി
ന്റെ പേരിൽ രാജ്യദ്രോഹകുറ്റം ചുമത്തപ്പെട്ട് അറസ്റ്റ് ചെയ്തു. തിരുമുമ്പ്
പുത്തൂർ സബ് ജയിലിൽ രണ്ട് മാസവും പിന്നീട് ആലീപ്പുരം, ബല്ലാരി,
കണ്ണൂർ സെൻട്രൽ ജയിലുകളിലുമായി രണ്ട് വർഷവും തടവിൽ കഴിഞ്ഞു.
ഇങ്ങനെ സംഭവിച്ചില്ലായിരുന്നുവെങ്കിൽ കയ്യൂർ കേസ്സിൽ താൻ ഒന്നാം
പ്രതിയാകുമായിരുന്നുവെന്ന് തിരുമുമ്പ് തന്നെ പറഞ്ഞിട്ടുണ്ട്. കേസ്സിൽ
പ്രതികളാക്കപ്പെട്ടിരുന്നില്ലെങ്കിലും പോലീസ് ഇവരെത്തേടിയെത്തി
യിരുന്നു. ഒളിവിൽ നിന്നുകൊണ്ടാണ് താലൂക്ക് സെക്രട്ടറി എന്ന
നിലയിൽ കേസ്സിന്റെ നടത്തിപ്പ് മുഴുവനും കെ. മാധവൻ നിർവ്വഹിച്ചത്.
ഇവർ രണ്ടുപേരും കയ്യൂർ സമരചരിത്രത്തിന്റെ ഭാഗമാണെന്ന കാര്യ
ത്തിൽ സംശയവുമില്ല. കെ. മാധവനെ പ്രതിയാക്കാൻ ജില്ലാ പോലീസ്
സൂപ്രണ്ടിന് വാശിയുണ്ടായിരുന്നു. കെ. മാധവനേയും കെ.പി.സിസി.
പ്രസിഡണ്ടായിരുന്ന കെ.ടി. കുഞ്ഞിരാമൻ നമ്പ്യാരേയും പോലുള്ള
വരെ പ്രതികളാക്കിയാൽ സാക്ഷികളായി ഭേദപ്പെട്ടവരെ കിട്ടാൻ
പ്രയാസമായിരിക്കുമെന്നും കേസ്സിന് തെളിവുണ്ടാകില്ലെന്നും പോലീസ്
സർക്കിൾ ഇൻസ്പെക്ടറായിരുന്ന രാമൻ വാദിച്ചു. മാത്രമല്ല, ഇവരെ
പ്രതികളാക്കിയാൽ അവരുടെ ഏറ്റവും അടുത്ത ബന്ധുവായ ബാരിസ്റ്റർ
എം.കെ. നമ്പ്യാരുടെ പ്രോസിക്യൂട്ടർ എന്ന നിലയിലുള്ള സേവനം
ലഭിക്കാതെ വന്നേയ്ക്കാമെന്ന അവസ്ഥയുണ്ടാകുമെന്നും പോലീസ്

കരുതി. അതിനാൽ അവരെ പ്രതിപ്പട്ടികയിൽ ചേർത്തില്ല. പക്ഷെ ഇവർക്കെതിരെ തടങ്കൽ വാറണ്ട് പുറപ്പെടുവിച്ചു. അതിനാൽ കെ.മാ ധവൻ കയ്യൂർ സംഭവത്തെ തുടർന്ന് ഒളിവിൽ പോകുകയും ഒളിവിൽ നിന്ന് പാർട്ടി പ്രവർത്തനം നടത്തുകയും ചെയ്തു.

പ്രതിപട്ടികയിൽ പേരുള്ളവരും മേൽ സൂചിപ്പിക്കപ്പെട്ട നേതാക്കളും മാത്രമായിരുന്നില്ല കയ്യൂർ സമരത്തിൽ പങ്കെടുത്തത്. അതിൽ ചർച്ച ചെയ്യപ്പെടാതെ പോകുന്നത് സ്ത്രീകളുടെ പങ്കാളിത്തമാണ്. സ്ത്രീക ളുടെ സഹായവും സഹകരണവുമില്ലാതെ പുരുഷന്മാർക്ക് എങ്ങിനെ യാണ് കർഷകസംഘം സംഘടിപ്പിക്കാനും ജാഥ നടത്താനും സമരം നയിക്കാനും കഴിയുന്നത്? ഭർത്താക്കന്മാരും സഹോദരന്മാരും മക്കളും സംഘം പ്രവർത്തകരായതിന്റെ ആഘാതം മുഴുവൻ ഏറ്റുവാങ്ങിയത് വീട്ടുകളിലെ സ്ത്രീകളായിരുന്നു. സ്ത്രീകളുടെ സമരപങ്കാളിത്തവും രാഷ്ട്രീയ പങ്കാളിത്തവും നിശബ്ദമാണ്. പക്ഷെ ആ നിശബ്ദതയ്ക്ക് കാരിരുമ്പിന്റെ ശക്തിയുണ്ടെന്ന് നാം അറിയേണ്ടതുണ്ട്. പ്രതികളെ അന്വേഷിച്ച് പോലീസ് വീട്ടുകളിലെത്തിയപ്പോൾ ചോദ്യം ചെയ്യപ്പെട്ടത് സ്ത്രീക ളാണ്. പോലീസിന്റെ വൃത്തികെട്ട ചോദ്യം ചെയ്യലുകൾ, അവരുടെ കണ്ണുരുട്ടൽ, ലാത്തി പ്രയോഗം ഇതെല്ലാം സ്ത്രീകൾ സഹിച്ചു. ഒളിവിൽ കഴിയുന്ന സംഘം പ്രവർത്തകരെ കണ്ണിലെ കൃഷ്ണമണി പോലെ അവർ സംരക്ഷിച്ചു. മാനസികവും ശാരീരികവുമായ പീഡനം സഹിച്ചുകൊണ്ട് സഖാക്കളെ കുറിച്ച് ഒരു രഹസ്യം പോലും പറയാൻ അവർ തയ്യാറാ യില്ല. പോലീസ് വേട്ടയാടലിനെ തുടർന്ന് പ്രവർത്തകർ കാട്ടുകളിൽ അഭയം തേടിയപ്പോൾ അവർക്ക് ഭക്ഷണമെത്തിച്ച് ജീവൻ നിലനിർ ത്തിയത് സ്ത്രീ സഖാക്കളാണ്. ഇത് കയ്യൂരിന്റെ മാത്രം അനുഭവമല്ല. ഇന്ത്യയിലെമ്പാടും നടന്ന സമരങ്ങളിൽ സ്ത്രീകളുടെ പരോക്ഷമായ സാന്നിദ്ധ്യം വളരെ വലുതാണ്. 1948 ലെ പാർട്ടിയുടെ കൽക്കത്താ കോൺഗ്രസ് തീരുമാനത്തെ തുടർന്ന് സ്വതന്ത്ര ഇന്ത്യൻ ഭരണകൂടം കമ്മ്യൂണിസ്റ്റ് പാർടിയെ നിരോധിച്ചിരുന്നുവല്ലോ. മാത്രമല്ല പാർടി പ്ര വർത്തകർക്കെതിരെ മൃഗീയമായ മർദ്ദനം അഴിച്ചുവിട്ടിരുന്നുവെന്നതും രേഖപ്പെടുത്തിയിട്ടുണ്ട്. ഈ കമ്മ്യൂണിസ്റ്റ് വേട്ടയാടലിലാണല്ലോ പ്രമുഖ സ്വാതന്ത്ര്യസമര സേനാനിയും കമ്മ്യൂണിസ്റ്റ് നേതാവുമായ. മൊയാരത്ത് ശങ്കരൻ രക്തസാക്ഷിയായത്! ഒളിവിൽ കഴിയുന്നവരെ കുറിച്ച് വിവരം ലഭിക്കുന്നതിനുവേണ്ടി കമ്മ്യൂണിസ്റ്റ് ഗ്രാമങ്ങളിലെ എത്രയെത്ര സ്ത്രീക ളാണ് മൃഗീയ മർദ്ദനത്തിന് വിധേയരായത്. മടിക്കൈ എരിക്കുളത്തെ കാരിച്ചിയമ്മ മൂന്ന് ദിവസം തുടർച്ചയായി സായുധ പോലീസിന്റെ മർദ്ദ നത്തിന് വിധേയമായി. മർദ്ദനം മൂലം മുഖം ഒരു ഭാഗത്തേയ്ക്ക് കോടി

പോയെങ്കിലും വിപ്ലവകാരികളെ ഒറ്റുകൊട്ടുക്കാൻ അവർ തയ്യാറായി രുന്നില്ല. ഇത്തരക്കാരാണ് നിശബ്ദമായി ചരിത്രം സൃഷ്ടിക്കുന്നവർ, പക്ഷെ രേഖകളിൽ പലപ്പോഴും അവരുണ്ടാകില്ല. കയ്യൂരിലും അതാണ് സംഭവിച്ചത്. പോലീസ് സ്ത്രീകളെ ആരെയും അറസ്റ്റ് ചെയ്തില്ല. പക്ഷെ അവർ ക്രൂരമായി വേട്ടയാടപ്പെട്ടു. സ്ത്രീകളുടെ ഈ ത്യാഗവും കയ്യൂർ സമര ത്തിന്റെ ഭാഗമാണ്.

കയ്യൂർ നടത്തിയ ചെറുത്തുനിൽപ്പിൽ സ്ത്രീകളുടെ സജീവ പങ്കാളി ത്തമുണ്ടായിരുന്നു. കൊടകരവളപ്പിൽ ചെമ്മരത്തി അരിവാളും നാടൻ തോക്കും ഉപയോഗിക്കാനറിയാവുന്ന സഖാവായിരുന്നു. ഒളിവിലെ സഖാക്കളുടെ ചുമതല അവർക്കായിരുന്നു. കയ്യൂർ സംഭവത്തിന് ശേഷം നാട്ടിലുള്ള ആണങ്ങളെ മുഴുവൻ അറസ്റ്റുചെയ്യുകയും എംഎസ്പിക്കാർ കൃഷി നശിപ്പിക്കുകയും ചെയ്തപ്പോൾ ചെമ്മരത്തിയുടെ നേതൃത്വ ത്തിൽ സ്ത്രീകൾ സംഘടിപ്പിച്ച പ്രതിരോധം ചരിത്രത്തിലെ ഉജ്ജ്വല അധ്യായമാണ്. കോയിത്താറ്റിൽ പാറു, ടി.വി. കൊറുമ്പി, മണത്തിൽ മാണിക്കം, പൊടവര ചിരുതേയി തുടങ്ങിയവരുടെ പേരുകൾ കയ്യൂ രിന്റെ എഴുതാത്ത ചരിത്രത്തിൽ ജ്വലിച്ചുനിൽക്കുന്നു. ഗ്രാമമാകെ പോലീസ് വലയത്തിലാകുകയും മൃഗീയമായ നരവേട്ട ആരംഭിക്കുകയും ചെയ്തതോടെ പലരെയും പോലീസ് അറസ്റ്റുചെയ്യുകയും നിരവധിപേർ ഗ്രാമം വിട്ടുകയും ചെയ്തപ്പോൾ കയ്യൂരിലെ സ്ത്രീകളാണ് കമ്മ്യൂണിസ്റ്റ് പ്രസ്ഥാനത്തെ ഉൾക്കരുത്തോടെ സംരക്ഷിച്ചത്. സ: ജോഷിയുൾപ്പ ടെയുള്ള പാർട്ടി നേതാക്കൾ കയ്യൂരിലേക്ക് വന്നപ്പോൾ തിരുമുമ്പിന്റെ സഹധർമ്മിണി കാർത്യായനിക്കുട്ടിയമ്മയും അവരോടൊപ്പമുണ്ടായി രുന്നു. കൊടക്കാട് സമ്മേളനത്തിലും മറ്റും സജീവമായ പങ്കാളിത്തം വഹിച്ചവരാണ് കാർത്യായനികുട്ടിയമ്മ.

ചുരുക്കത്തിൽ പ്രതിപട്ടികയിൽ പേരുള്ളതുകൊണ്ട് മാത്രം ഒരാൾ സമരത്തിലെ പങ്കാളിയാകണമെന്നില്ല. അതുപോലെ, പ്രതിപട്ടിക യിൽ പേരില്ലാത്തതുകൊണ്ട് ഒരാൾ സമരവുമായി ബന്ധമില്ലാത്തയാ ളാണെന്ന് വിധി പ്രസ്താവന നടത്തുന്നതും ചരിത്രത്തിന്റെ രീതിയല്ല. ചരിത്രരചനയെ സഹായിക്കുന്ന ഉപാദാനങ്ങൾ കേവലം ലിഖിത രേഖ മാത്രമാണെന്ന് പൊതുവെ അംഗീകരിക്കപ്പെട്ട കാര്യമാണ്. അതോടൊപ്പം ജനങ്ങളുടെ ഓർമ്മകൾക്ക് പ്രാദേശിക ചരിത്ര രചനയിൽ വലിയ പങ്കുണ്ട്. നാട്ടിലെ പാട്ടുകളും കഥകളും ചൊല്ലുകളും ബദൽ ചരിത്ര രചനയിൽ സാർവത്രികമായി ഇന്ന് ഉപയോഗപ്പെടുത്തി വരുന്നു. കയ്യൂർ കേസ്സുമായി ബന്ധപ്പെട്ടും ഇങ്ങിനെ ഒരു ബദൽ ചരിത്ര രചനയും വായനയും ഇന്ന് സാധ്യമാണെന്ന് തെളിയക്കപ്പെട്ടിട്ടുണ്ട്.

പ്രതികളുടെ ലിസ്റ്റ്

പോലീസ് കോടതിയിൽ നൽകിയ ചാർജ്ജ് ഷീറ്റിൽ 60 പേരുണ്ടാ യിരുന്നു, ഇവരെല്ലാവരും കോടതി വിധി പ്രസ്താവന നടത്തുന്നതുവരെ ജയിലിൽ തടവനുഭവിച്ചു. കോടതി ചിലരെ വെറുതെ വിട്ടു. അഞ്ചുപേരെ വധശിക്ഷയ്ക്ക് വിധിച്ചു. അതിലൊരാളെ മൈനറായത് കൊണ്ട് വധശി ക്ഷയിൽ നിന്ന് ഒഴിവാക്കി. ബാക്കിയുള്ളവരെ വിവിധ കാലത്തേക്ക് ശിക്ഷിച്ചു. 31 പ്രതികൾ 15 നും 24 നം ഇടയിൽ പ്രായമുള്ളവരായിരുന്നു. നാല് പ്രതികൾ 45 വയസ്സ് കഴിഞ്ഞവരായിരുന്നു. 15 പേർ 25 നം 34 നമിടയില്ലുള്ളവരായിരുന്നു. കേസ്സിലെ പ്രതികളുടെ വിശദാംശങ്ങൾ താഴെ ചേർക്കുന്നു.

പേര്	സ്ഥലം	സമു ദായം	വയ സ്സ്	തൊഴിൽ	ശിക്ഷ
1	2	3	4	5	6
1. മഠത്തിൽ അപ്പ	കയ്യൂർ	തീയ്യ	23	കൃഷി	വധശിക്ഷ
2. വി.വി.കുഞ്ഞമ്പു	കരിവെള്ളൂർ	വണ്ണാ ത്താൻ	36	തൊഴിൽര ഹിതൻ	വെറുതേ വിട്ടു
3. പയ്യൻ കേള നായർ	ചെറുവഞ്ചൂർ	നായർ	35	കൃഷി	5 വർഷം കഠിനതടവ്
4. കോട്ള കുഞ്ഞി ക്കോരൻ	കയ്യൂർ	തീയ്യ	23	കൃഷി	2 വർഷം കഠിനതടവ്
5. കൊടക്കരെവല പ്പിൽ വെള്ളങ്ങ	കയ്യൂർ	തീയ്യ	28	കൃഷി	5 വർഷം കഠിനതടവ്
6. കുണ്ടന്റെ വളപ്പിൽ രാമൻ	കയ്യൂർ	തീയ്യ	45	കൃഷി	2 വർഷം കഠിനതടവ്
7. കോരൻമാസ്റ്റർ	ചെറുവഞ്ചൂർ	തീയ്യ	22	അധ്യാ പനം	വെറുതേ വിട്ടു
8. നാലിലാം കണ്ടത്തിൽ രാമൻ	അരയക്കിൽ തിമിരി	തീയ്യ	27	കൃഷിയും	വെറുതെ വിട്ടു
9. മാധവൻ അമ്പു	കയ്യൂർ	തീയ്യ	24	കൃഷിയും കച്ചവടവും	5 വർഷം കഠിനതടവ്
10. കാരവീട്ടിൽ കഞ്ഞിരാമൻ നായർ	ക്ലായിക്കോട്	നായർ	23	കൃഷി	വെറുതേ വിട്ടു
11. പൊടവര കേളനായർ	ക്ലായിക്കോട്	നായർ	38	കൃഷി	വെറുതേ വിട്ടു
12. ചുരിക്കാടൻ അമ്പുനായർ	ക്ലായിക്കോട്	നായർ	40	കൃഷി	വെറുതേ വിട്ടു
13. പൊടവര കുഞ്ഞമ്പു നായർ	ക്ലായിക്കോട്	നായർ	29	കൃഷി	വധശിക്ഷ

14. കുറുവാടൻ കൃഷ്ണൻ നായർ	ക്ലായിക്കോട്	നായർ	20	കൃഷി	വെറുതേ വിട്ടു
15. കുറുവാടൻ രാമൻ നായർ	ക്ലായിക്കോട്	നായർ	39	കൃഷി	വെറുതേ വിട്ടു
16. കുറുവാടൻ നാരായണൻ നായർ	ക്ലായിക്കോട്	നായർ	15	കൃഷി	വെറുതേ വിട്ടു
17. ഒറ്റപ്പരക്കാൽ അമ്പു മണിയാണി	ക്ലായിക്കോട്	മണി യാണി	32	കൃഷി	വെറുതേ വിട്ടു
18. കണിശൻ അമ്പു	ക്ലായിക്കോട്	കണി ശൻ	38	ജ്യോത്സ്യൻ	വെറുതേ വിട്ടു
19. കൃഷ്ണ വാര്യർ	ക്ലായിക്കോട്	വാരി യർ	16	നെല്ല കാരൻ	വെറുതേ വിട്ടു
20. നീലൻ വീട്ടിൽ രാഘവൻ	ക്ലായിക്കോട്	തീയ്യ	23	കൃഷി	വെറുതേ വിട്ടു
21. അയ്യങ്കി അമ്പു	തിമിരി	തീയ്യ	23	കൃഷി	വെറുതേ വിട്ടു
22. വണ്ണാൻ കണ്ണൻ	ക്ലായിക്കോട്	വണ്ണാ ൻ	17	വൈദ്യൻ	വെറുതേ വിട്ടു
23. വണ്ണാത്തൻ ചന്തു	കിനാന്തൂർ	വണ്ണാ ത്തൻ	29	കച്ചവടം	5 വർഷം കഠിനതടവ്
24. കരിമ്പു വളപ്പിൽ അമ്പു	കിനാന്തൂർ	തീയ്യ	50	കച്ചവടം	5 വർഷം കഠിനതടവ്
25. ചെറൂട്ട അമ്പു നായർ	കിനാന്തൂർ	നായർ	23	കച്ചവടം	വെറുതേ വിട്ടു
26. കോരൻ(കൊ വ്വൽ)	കിനാന്തൂർ	തീയ്യ	16	ക്ലലിപ്പണി	3 വർഷം ദുർഗ്ഗ ണപരിഹാര പാഠശാലയി ലേക്ക് അയച്ചു
27. വേങ്ങയിൽ മാലിങ്കൻ നായർ	കിനാന്തൂർ	നായർ	19	കൃഷി	വെറുതേ വിട്ടു
28. പൊക്കായി (തൊണ്ടിയിൽ)	കയ്യൂർ	തീയ്യ	23	കൃഷി	5 വർഷം കഠിനതടവ്
29. കണ്ടത്തിൽപ്പുര യിൽ വെള്ളുങ്ങ	കയ്യൂർ	തീയ്യ	20	കൃഷി	5 വർഷം കഠിനതടവ്
30 അമ്പാടിക്കുഞ്ഞി. പി.ടി	കയ്യൂർ	തീയ്യ	24	കൃഷി	5 വർഷം കഠിനതടവ്
31. ചിരുകണ്ണൻ കോയിത്താറ്റിൽ	കയ്യൂർ	തീയ്യ	20	കൃഷി	വധശിക്ഷ
32. ചുരിക്കാടൻ കൃഷ്ണൻ നായർ	കയ്യൂർ	നായർ	17	കൃഷി	വധശിക്ഷ (മൈനരായതു കൊണ്ട് ഇളവ് ലഭിച്ചു)

33. പരിയാരത്ത് കൃഷ്ണൻ നായർ	ക്ലായിക്കോട്	നായർ	25	കൃഷി	വെറുതേ വിട്ടു
34. വാണിയൻ ശങ്കരൻ മാസ്റ്റർ	കൊടക്കാട്	വാണിയൻ	38	അധ്യാപനം	വെറുതേ വിട്ടു
35. കൊയ്യൻ കണ്ണൻ	കൊടക്കാട്	തീയ്യ	33	കച്ചവടം	2 വർഷം കഠിന തടവ്
36. എലിച്ചി കണ്ണൻ	കൊടക്കാട്	തീയ്യ	51	കൃഷി	2 വർഷം കഠിന തടവ്
37. പി.സി.കുഞ്ഞി രാമൻ അടിയോടി	പിലിക്കോട്	അടിയോടി	30	അധ്യാപനം	വെറുതേവിട്ടു
38. പൊക്കൻ മലയരുമ്പത്ത്	കയ്യൂർ	തീയ്യ	19	കാലി വളർത്തൽ	വെറുതേവിട്ടു
39. ഗണപതി കാമത്ത്	നീലേശ്വരം	ബ്രാഹ്മണൻ	21	തൊഴിൽ രഹിതൻ	വെറുതേവിട്ടു
40. ചന്ദ്രശേഖരൻ (ചന്ദ്രൻ)	നീലേശ്വരം	തീയ്യ	34	കൃഷി	വെറുതേവിട്ടു
41. കുഞ്ഞമ്പുകിഴക്കേ മഠത്തിൽ	നീലേശ്വരം	തീയ്യ	26	കൃഷി	2 വർഷം കഠിന തടവ്
42. നീലായി കുഞ്ഞമ്പു	നീലേശ്വരം	തീയ്യ	24	കൃഷി	വെറുതേവിട്ടു
43. കണിശൻ അമ്പുക്കൻ	നീലേശ്വരം	കണിശൻ	33	ജോത്സ്യൻ	വെറുതേവിട്ടു
44. താഴത്ത് അമ്പാടി	നീലേശ്വരം	തീയ്യ	44	കൃഷി	2 വർഷം കഠിന തടവ്
45. കാര്യമ്പു (വളപ്പാറ)	നീലേശ്വരം	തീയ്യ	27	കൃഷി	വെറുതേവിട്ടു
46. വണ്ണാത്തൻ ചന്തുകുട്ടി	നീലേശ്വരം	വണ്ണാത്തൻ	22	തൊഴിൽ രഹിതൻ	വെറുതേവിട്ടു
47. കൊട്ടൻ മഠത്തിൽ	നീലേശ്വരം	തീയ്യ	16	കൃഷി	3 വർഷം ദുർഗ്ഗുണപരിഹാര പാഠശാലയിലേക്ക് അയച്ചു
48. ചേനൻകുന്നമ്മൽ കുഞ്ഞിരാമൻ	നീലേശ്വരം	തീയ്യ	23	കൃഷി	വെറുതേവിട്ടു
49. കണ്ണങ്കയ് ചിയ്യേനി പൊക്കൻ	നീലേശ്വരം	തീയ്യ	53	കൃഷി	2 വർഷം കഠിന തടവ്
50. കൊവ്വൽ അമ്പാടി പണിക്കർ	നീലേശ്വരം	തീയ്യ	35	കൃഷി	വെറുതേവിട്ടു
51. പള്ളിക്കൽ അബ്ബുബക്കർ	നീലേശ്വരം	മുസ്ലീം	22	കച്ചവടം	വധശിക്ഷ

52. കണ്ടിൽ വീട്ടിൽ അമ്പു	കിനാന്നൂർ	തീയ്യ	20	കൃഷി	വെറുതേവിട്ടു
53. കുതിരുമ്മൽ അയമ്മദ്	നീലേശ്വരം	മുസ്ലീം	20	തോണി ക്കാരൻ	വെറുതേവിട്ടു
54. അനേകുന്നത്ത് അമ്പുഞ്ഞി	നീലേശ്വരം	തീയ്യ	25	ടാപ്പിംഗ്	വെറുതേവിട്ടു
55. കണിശൻ ചന്തു	നീലേശ്വരം	കണി ശൻ	22	ജോത്സ്യം	വെറുതേവിട്ടു
56. താഴത്ത് കുഞ്ഞമ്പു	നീലേശ്വരം	തീയ്യ	27	കൃഷി	വെറുതേവിട്ടു
57. മീത്തൽ വീട്ടിൽ രാമൻ		തീയ്യ	18	കച്ചവടം	വെറുതേവിട്ടു
58. അനേകുന്നത്ത് പക്കീരൻ	നീലേശ്വരം	തീയ്യ	19	കാലി വളർത്തൽ	വെറുതേവിട്ടു
59. വണ്ണാത്തൻ കണ്ണൻ	ക്ലായിക്കോട്	വണ്ണാ ത്തൻ	30	കൃഷി	വെറുതേവിട്ടു
60. കണ്ണൻ	ക്ലായിക്കോട്	തീയ്യ	39	പൂരക്കളിപ രിശീലനം	വെറുതേവിട്ടു

രക്തസാക്ഷികൾ

മാത്തിൽ അപ്പ

കയ്യൂരിലെ ദരിദ്ര കർഷക കുടുംബത്തിലാണ് 1917- ൽ അപ്പ ജനിച്ചത്. അച്ഛൻ മാത്തിൽ അമ്പാടി അന്തിത്തിരിയൻ, അമ്മ ചിരുത, ചെറുപ്പത്തിലേ ധീരനും സാഹസികനുമായിരുന്ന അപ്പ. കയ്യൂർ എൽ.പി സ്കൂളിൽ നിന്നു പ്രാഥമിക വിദ്യാഭ്യാസം നേടിയ അപ്പ കളിരിപ്പയറ്റും അഭ്യസിച്ചിരുന്നു. പഠനശേഷം കൃഷിയും കച്ചവടവുമായി കഴിഞ്ഞു കൂട്ടുന്നതിനിടയിലാണ് നാട്ടിൽ കോൺഗ്രസും അഭിനവ ഭാരത യുവക് സംഘവും കർഷക സംഘവും മറ്റും ഉടലെടുത്തത്. അവയി ലെല്ലാം അംഗമായ അപ്പ സഹജമായ ചുറുചുറുക്കും കർമകുശലതയും കൊണ്ട് വളരെ വേഗത്തിൽ സജീവ പ്രവർത്തകനായി മാറി. കയ്യൂർ കോൺഗ്രസ് കമ്മിറ്റിയുടെ ആഭിമുഖ്യത്തിൽ സംഘടിപ്പിച്ച വളണ്ടിയർ പരിശീലന ക്യാമ്പിൽ പങ്കെടുത്തത് ജീവിതത്തിൽ വഴിത്തിരിവായി. എല്ലാ ബഹുജന സംഘടനകളുടേയും മുൻനിര പ്രവർത്തകനായി അപ്പ വളർന്നു. 1940 ഓടെ കമ്മ്യൂണിസ്റ്റ് പാർട്ടി അംഗമായി. 1941 മാർച്ച് 26-ന് രാത്രി അപ്പവിന്റെ പുഴവക്കത്തെ ചായക്കടയിലേക്കാണ് ഹെഡ്സ്റ്റേ ർ ഗ്ഗ് എസ്. ഐ നിക്കോളാസിന്റെ നേതൃത്വത്തിലുള്ള പോലീസ് സംഘം ആദ്യമെത്തിയത്. അവിടെ കിടന്നുറങ്ങുകയായിരുന്ന അപ്പ വടക്കമുള്ള വളണ്ടിയർമാരെ പോലീസ് മൃഗീയമായി തല്ലിച്ചതച്ചു.

പോലീസുകാരുമായി മൽപിടുത്തം നടത്തി അപ്പ സഖാക്കളെ രക്ഷ പ്പെടുത്തി. ഈ സംഭവത്തിൽ അപ്പുവിന്റെ തലയ്ക്ക് സാരമായി മുറിവേറ്റ. അപ്പ മൂന്ന് തവണ വിവാഹം കഴിച്ചിരുന്നു. പയ്യങ്കുളത്തെ അമ്പുവിന്റെ മകൾ വെള്ളച്ചിയെയാണ് ആദ്യം വിവാഹം കഴിച്ചത്. ഈ ബന്ധം അഞ്ചോ ആറോ മാസമേ ഉണ്ടായിരുന്നുള്ളൂ. പിന്നീട് രക്തസാക്ഷി ചിരു കണ്ടന്റെ സഹോദരി പാറുവിനെ വിവാഹം കഴിച്ചു. ഈ ദാമ്പത്യവും അധികകാലം നീണ്ടുനിന്നില്ല. പൊടോത്തേരുത്തിയിലെ വെള്ളച്ചിയാണ് മൂന്നാം ഭാര്യ. കയ്യൂർ സംഭവം നടക്കുമ്പോൾ ഇവരായിരുന്നു അപ്പുവിനൊ പ്പം. മത്തിൽ കുഞ്ഞിരാമൻ, ഏറ്റുവാടി എന്നിവരാണ് സഹോദരങ്ങൾ.

കർഷകസംഘം രൂപം കൊള്ളുകയും അതിൽ അംഗമാകുകയും ചെയ്തതിനുശേഷം കയ്യൂരിൽ നടന്നിട്ടുള്ള എല്ലാ രാഷ്ട്രീയ മുന്നേറ്റങ്ങളി ല്ലും അപ്പുവിന്റെ സാന്നിധ്യമുണ്ടായിരുന്നു. കയ്യൂരിലെ ജന്മിമാരുടെയും അതുപോലെ ഉദ്യോഗസ്ഥരുടെയും അതിക്രമങ്ങളെയും അഴിമതിയെ യും ശക്തമായി അദ്ദേഹം എതിർത്തു. അവ നിർത്തലാക്കാൻ വേണ്ടിയു ള്ള പോരാട്ടത്തിൽ മുൻപന്തിയിൽ നിന്നു. അതിലൊന്നാണ് ചെറളത്ത് ഭഗവതി ക്ഷേത്രത്തിലെ തൊഴുത് പിരിവുമായി ബന്ധപ്പെട്ട സംഭവം. എത്രയോ വർഷമായി തുടർന്നുവന്ന സമ്പ്രദായമായിരുന്നു ക്ഷേത്ര കോയ്മകളായ ജന്മിമാർ തൊഴുതു പിരിവ് എടുത്തുകൊണ്ടുപോകുന്നത്. ആരും അത് ചോദ്യം ചെയ്തിരുന്നില്ല. പക്ഷേ അപ്പ ചരിത്രത്തിലാ ദ്യമായി അതിനെ ചോദ്യം ചെയ്തു. ക്ഷേത്ര സന്നിധിയിൽ നിന്നെടുത്ത തൊഴുതു പിരിവ് ജന്മിമാരെ കൊണ്ട് തിരിച്ചേൽപ്പിക്കാൻ അപ്പുവിന്റെ ധീരോദാത്തമായ ഇടപെടലില്ലൂടെ കഴിഞ്ഞു. അപ്പ നിർഭയനായിരുന്നു. കയ്യൂർ സംഭവത്തെ തുടർന്ന് 1941 ഏപ്രിൽ മൂന്നിന് അറസ്റ്റ് ചെയ്യപ്പെട്ടു. ലോക്കപ്പിൽ മൃഗീയമായ മർദ്ദനത്തിന് ഇരയായി. 1943 മാർച്ച് 29ന് മറ്റ് മൂന്നുപേരോടൊപ്പം കണ്ണൂർ സെൻട്രൽ ജയിലിൽ തൂക്കിലേറ്റപ്പെട്ടു. കയ്യൂർ കേസ്സിൽ ഒന്നാം പ്രതിയായിരുന്നു.

കോയിത്താറ്റിൽ ചിരുകണ്ടൻ

1922-ൽ പാവപ്പെട്ട കർഷക കുടുംബത്തിലാണ് ജനനം. അമ്മ കോയിത്താറ്റിൽ ചിരുതക്കുഞ്ഞി. രക്തസാക്ഷി അപ്പുവിന്റെ ഉറ്റതോ ഴനും സന്തതസഹചാരിമായിരുന്നു ചിരുകണ്ടൻ. കയ്യൂർ സ്കൂളിൽ നിന്ന് പ്രാഥമിക വിദ്യാഭ്യാസം പൂർത്തിയാക്കിയ ശേഷം കാർഷിക വൃത്തിയുമായി കഴിഞ്ഞു വന്ന ചിരുകണ്ടനെ പൊതു പ്രവർത്തനരം ഗത്തേക്ക് നയിച്ചതും അപ്പുവുമായുള്ള ഈ ആത്മബന്ധം തന്നെ. കോൺഗ്രസ്, അഭിനവ ഭാരത യുവക് സംഘം, കർഷക സംഘം എന്നിവയിൽ അംഗമായ ചിരുകണ്ടൻ വളണ്ടിയർ പരിശീലനവും

നേടി. 1940 -ൽ കമ്യൂണിസ്റ്റ് പാർട്ടിയിൽ അംഗമായി. 1941 മാർച്ച് ആദ്യം റവന്യൂ ഇൻസ്പെക്റ്ററുടെ അപ്രീതിക്കിരയായ, പ്രസിദ്ധമായ പ്രകടന ത്തിന് മുൻകൈ എടുത്തത് ചിരുകണ്ടനായിരുന്നു. ഇതേ തുടർന്ന് മറ്റ അഞ്ചുപേരോടൊപ്പം രാജ്യരക്ഷാറൂൾ പ്രകാരം കേസിൽ പ്രതിയായി. ഈ കേസിലെ പ്രതികളെ അറസ്റ്റ് ചെയ്യാനാണ് മാർച്ച് 26-ന് രാത്രി ഹോസ്റ്റുർഗ്ഗ് എസ്. ഐ നിക്കോളാസും സംഘവും കയ്യൂരിലെത്തി യത്. കയ്യൂർ കേസ് വിചാരണക്കിടെയായിരുന്ന ഈ കേസിന്റേയും വിചാരണ. ഇതിൽ രണ്ട വർഷത്തെ തടവു ശിക്ഷ കിട്ടി. കയ്യൂർ കേസിൽ 31-ാം പ്രതിയായിരുന്ന. പിടിയിലായ ശേഷം ഏറ്റവും കൂടുതൽ പോലീസ് മർദ്ദനം ഏൽക്കേണ്ടി വന്നതും ചിരുകണ്ടനായിരുന്നു. ക്രൂരമായ മർദ്ദനം മൂലം 1943 മാർച്ച് 29-ന് ഇക്കിലേറ്റന്നത് വരേയും സഖാവിന് വിട്ടമാ റാത്ത അസുഖമായിരുന്ന. പുന്നാരത്ത് കുഞ്ഞിപ്പെണ്ണിനെ വിവാഹം ചെയ്തിരുന്നെങ്കിലും അധിക കാലം ഈ ബന്ധം നിലനിന്നില്ല.

1941 ഫെബ്രുവരിയിലെ പാലായിയിലേയും തിമിരിയിലേയും വിളകൊയ്ത്ത് സമരങ്ങളിലും ചിരുകണ്ടൻ പങ്കെടുത്തിരുന്നു. നാല് രക്ത സാക്ഷികളിൽ ഏറ്റവും പ്രായക്കുറവ് ചിരുകണ്ടനായിരുന്നു. ധീരനും ചുറുചുറുക്കുമുള്ള യുവാവായിരുന്നു.

പൊടോര കുഞ്ഞമ്പുനായര്‍

കയ്യൂരിനടുത്ത ക്ലായിക്കോട് 1911-ലാണ് കുഞ്ഞമ്പു നായര്‍ ജനിച്ചത്. അച്ഛൻ കുറുവാടൻ ചന്തൻ നായര്‍, അമ്മ പൊടോര ചിരുതേയി അമ്മ. ആറുമക്കളിൽ രണ്ടാമനായിരുന്ന കുഞ്ഞമ്പു നായര്‍. കയ്യൂർ കേസിൽ 13-ാം പ്രതി. ജ്യേഷ്ഠ സഹോദരൻ പൊടോര കേളനായര്‍ കേസിൽ 11-ാം പ്രതിയായിരുന്ന. 1931-32-ൽ ജ്യേഷ്ഠനോടൊപ്പം കള്ള് ഷാപ്പ് പിക്കറ്റിങ്ങിൽ പങ്കെടുത്താണ് കുഞ്ഞമ്പു നായര്‍ പൊതു രംഗത്തേക്ക് വന്നത്. കോൺഗ്രസിലൂടെ, കർഷക സംഘത്തിലൂടെ, കമ്മ്യൂണിസ്റ്റ് പാർട്ടിയുടെ ഉശിരൻ പ്രവർത്തകനായി അദ്ദേഹം മാറി. കള്ള്ഷാപ്പ് പിക്കറ്റിങ്ങിൽ പങ്കെടുത്തതിനെടുർന്ന് അധികൃതർ കള്ളകേസിൽ കുടുക്കി പീഡിപ്പിച്ചതിനാൽ ഈ കുടുംബം സാമ്പത്തികമായി തകർന്നു. അങ്ങനെ എളേരിയിൽ പോയി പൂനംകൃഷി നടത്തി കുടുംബം പോറ്റാൻ നിർബന്ധിതനായി. ഒടുവിൽ അവിടെതന്നെ താമസമായി. എളേരി മലയോരങ്ങളിൽ കോൺഗ്രസ്സും കർഷക പ്രസ്ഥാനവും കെട്ടിപ്പടുക്ക നേതിൽ അദ്ദേഹം ത്യാഗനിർഭരമായ പ്രവർത്തനം നടത്തി. കയ്യൂർ കേസിന് കാരണമായ പ്രകടനത്തിൽ കുഞ്ഞമ്പുനായര്‍ പങ്കെടുത്തി രുന്നില്ല. പ്രകടനത്തിന് അഭിമുഖമായി വന്ന ചെറുസംഘത്തിലായിരുന്ന അദ്ദേഹം. കളള സാക്ഷി പറയിച്ച് ശിക്ഷിക്കുകയായിരുന്ന. സി.പി.ഐ

നേതാവായ പി.എ.നായരുടെ അമ്മ മാണിയമ്മ, പോടോരകുഞ്ഞി രാമൻ നായർ, പൊടോര ചാത്തുനായർ, കാഞ്ഞങ്ങാട്ട് അഭിഭാഷക നായിരുന്ന പി.കെ.നായർ എന്നിവരാണ് കുഞ്ഞമ്പുനായരുടെ മറ്റ് സഹോദരങ്ങൾ.

1937 മുതൽ കോൺഗ്രസ് പ്രവർത്തനം തുടങ്ങി. അതേ വർഷം പോലീസ് ചാർജ് ചെയ്ത കേസ്സിൽ പ്രതിയായി. മദിരാശിയിൽ കോൺഗ്രസ് ഗവൺമെന്റ് അധികാരത്തിൽ വന്നപ്പോൾ ആ കേസ് പിൻവലിച്ചു. എളേരിയിൽ കോൺഗ്രസ് പാർട്ടിയുടെ പ്രവർത്തകനായി മാറിയ കുഞ്ഞമ്പു നായർ കർഷ സംഘം, അഭിനവ ഭാരത് യുവക് സംഘം എന്നിവയിലും അംഗത്വം എടുത്തു. പിന്നീട് അവയുടെ പ്രധാന പ്രവർത്തകനായി. മലയോരങ്ങളിൽ കോൺഗ്രസ്സിന്റെ സന്ദേശം പ്ര ചരിപ്പിച്ചു. മിതഭാഷിയും ധീരനമായിരുന്ന കുഞ്ഞമ്പുനായർ. നിസ്വാർ ത്ഥനായ കമ്യൂണിസ്റ്റ് എന്ന വിശേഷണത്തിന് തികച്ചും അർഹൻ. ആരുടെയും സഹായത്തിനും എപ്പോഴും എവിടെയും ഓടിയെത്തുന്ന ശീലമായിരുന്നു കുഞ്ഞമ്പു നായരുടേത്. കേസ്സിൽ പ്രതിയായതിനെ തുടർന്ന് 1941 ഏപ്രിൽ ഏഴിന് അറസ്റ്റ് ചെയ്യപ്പെട്ടു.

പള്ളിക്കാൽ അബൂബക്കർ

നീലേശ്വരം പാലായിൽ 1918-ലാണ് അബൂബക്കർ ജനിച്ചത്. അങ്ങേ യറ്റം ദരിദ്രമായ കുടുംബം. ഉമ്മ കുഞ്ഞാമിന കൂലിവേല എടുത്താണ് കുടുംബം പോറ്റിയിരുന്നത്. അബൂബക്കറിന് രണ്ട് അനുജന്മാരുണ്ടായി രുന്നു. കർഷകതൊഴിലാളിയായി ജീവിതം ആരംഭിച്ച അബൂബക്കർ പാലായിൽ എൻ.കെ.കുട്ടൻ, ചന്തു ആഫീസർ എന്നിവരുടെ നേതൃ ത്വത്തിൽ ആരംഭിച്ച വളണ്ടിയർ ക്യാമ്പിലൂടെ കോൺഗ്രസ്സുമായും കർഷകസംഘവുമായും ബന്ധപ്പെടുകയായിരുന്നു. തുടർന്ന് കമ്മ്യൂണിസ്റ്റ് പാർട്ടി പ്രവർത്തകനായി. നിയമവിരുദ്ധ പ്രവർത്തനങ്ങളിൽ സമർത്ഥ നായിരുന്ന അബൂബക്കർ മികച്ച സംഘാടകനുമായിരുന്നു. ടി.എസ്. തിരുമുമ്പിന്റെ നേതൃത്വത്തിൽ 1938ൽ മംഗലാപുരത്തേക്ക് നടത്തിയ കർഷക ജാഥയിൽ അബൂബക്കർ അംഗമായിരുന്നു. 1941-ലെ പാലായി വിളകൊയ്ത്തു കേസിൽ പ്രതിയായ അബൂബക്കറെ തടവിന് ശിക്ഷിച്ചെ ങ്കിലും പിന്നീട് ശിക്ഷ റദ്ദാക്കി. കയ്യൂർ കേസിൽ 51-ാം പ്രതിയായിരുന്നു.

1938 മുതൽ കോൺഗ്രസ്സിലും കർഷക സംഘത്തിലും അംഗമായി. പിന്നീട് പ്രവർത്തനം സജീവമാക്കി. ഇക്കാലയളവിൽ താലൂക്കിൽ ഉണ്ടായിട്ടുള്ള എല്ലാ വളണ്ടിയർ റാലികളിലും ജാഥകളിലും സമ്മേള നങ്ങളിലും അബൂബക്കർ എന്നും മുൻപന്തിയിലുണ്ടായിരുന്നു. 1940 ൽ

കമ്മ്യൂണിസ്റ്റ് പാർട്ടി അംഗമായി. ധീരനായ സഖാവായിരുന്നു. ഏത് സമരത്തിന്റെയും മുന്നിൽ ചാടി വീഴുന്ന ശീലമായിരുന്നു അബ്ബബക്ക റിന്റേത്. നാട്ടുകാർക്ക് വലിയ ഉപകാരിയായിരുന്നതിനാൽ അദ്ദേഹം ഏവർക്കും പ്രിയങ്കരനായിരുന്നു. അവിവാഹിതനായിരുന്നു.

കണ്ണൂർ സെൻട്രൽ ജയിലിൽ
രക്തസാക്ഷികൾക്കൊരു സ്മാരകം

കയ്യൂർ രക്തസാക്ഷികളെ തൂക്കിലേറ്റിയ കണ്ണൂർ സെൻട്രൽ ജയിലിൽ സ്മാരകം നിർമ്മിക്കുവാൻ ഏറെ കാലമെടുത്തു. ആറ് പതിറ്റാണ്ടുകൾക്ക് ശേഷം 2006-ലാണ് ഈ സ്വപ്നം സാക്ഷാൽക്കരിക്കപ്പെട്ടത്. സ്വാത ന്ത്ര്യസമര സേനാനികളും രാഷ്ട്രീയ-സാമൂഹ്യ പ്രവർത്തകരും സ്മാരക നിർമ്മാണത്തിന് വേണ്ടി ഒട്ടേറെ ശ്രമങ്ങൾ നടത്തിയിരുന്നു. പക്ഷെ ഒന്നും ഫലവത്തായില്ല. കയ്യൂർ ചായ്യോത്തെ കെപി. വേണുഗോപാലൻ ഈ ഉദ്യമവുമായി നിരവധി തവണ അധികൃതർക്ക് നിവേദനം നൽകി. കയ്യൂർ രക്തസാക്ഷികൾക്ക് കണ്ണൂർ സെൻട്രൽ ജയിലിൽ ഒരു സ്മാരക മെന്ന ആഗ്രഹം സഫലീകരിക്കുന്നതിന് വേണ്ടി 1987-ൽ അന്നത്തെ കേരള മുഖ്യമന്ത്രിക്ക് വേണുഗോപാലൻ നിവേദനം നൽകി. 2006-ൽ വീണ്ടും സ്മാരകം നിർമ്മിക്കണമെന്നഭ്യർത്ഥിച്ചുകൊണ്ട് മുഖ്യമന്ത്രി വി.എസ്. അച്യുതാനന്ദനും സിപിഐ(എം) സംസ്ഥാന സെക്രട്ടറി പിണറായി വിജയനും ആഭ്യന്തര വകുപ്പ് മന്ത്രിക്കും നിവേദനം നൽകി. മുഖ്യമന്ത്രിയുടെ ജനഹിതം പരിപാടിയിൽ പ്രസ്തുത ആവശ്യം വീണ്ടും വേണുഗോപാലൻ ഉന്നയിച്ചു. ആവശ്യം ന്യായമാണെന്നും യുക്തമായ നടപടികൾ സ്വീകരിക്കുമെന്നും മുഖ്യമന്ത്രി ഉറപ്പ് നൽകി.

ഈ ആവശ്യവുമായി അഡീഷണൽ ചീഫ് സെക്രട്ടറിയെ ബന്ധപ്പെ ടാൻ നിർദ്ദേശിച്ചുകൊണ്ടുള്ള ഗവൺമെന്റിന്റെ കത്ത് വേണുഗോപാലന് ലഭിച്ചു. തിരുവനന്തപുരത്ത് പോയി മുഖ്യമന്ത്രിയെയും അഡീഷണൽ ചീഫ് സെക്രട്ടറിയെയും കാണുകയും കാര്യങ്ങൾ ബോധ്യപ്പെടുത്തുകയും ചെയ്തു. "നിങ്ങൾ നാട്ടിൽ എത്തുമ്പോഴേക്കും ഉത്തരവ് ജയിൽ അധി കൃതർക്ക് ലഭിച്ചിട്ടുണ്ടാകും" എന്ന് മുഖ്യമന്ത്രി ഉറപ്പ് നൽകി. സെൻട്രൽ ജയിലിൽ സ്മാരകം വരുന്നതിനെതിരായി കോൺഗ്രസ് പാർട്ടിയും ബിജെപിയും പ്രതിഷേധവുമായി രംഗത്തിറങ്ങി. പക്ഷെ ഇടതുപക്ഷ പ്ര സ്ഥാനത്തിന്റെ ശക്തമായ ഇടപെടലിനെത്തുടർന്ന് സ്മാരകം യാഥാർ ത്ഥ്യമായി. ജയിൽ മതിലിനകത്ത് വനിതാ സെല്ലിന് സമീപത്തായി നാല് രക്തസാക്ഷികളുടെ പേരുകൾ ആലേഖനം ചെയ്ത സ്മൃതിമണ്ഡപം ഒരുക്കി. 2006 ഡിസംബർ 3-ന് മുഖ്യമന്ത്രി വി.എസ്. അച്യുതാനന്ദൻ സ്മാരകം ഉദ്ഘാടനം ചെയ്തു.

കയ്യൂർ സമരഫലം

കേരള ചരിത്രത്തിലെ അപൂർവ്വ സംഭവങ്ങളിലൊന്നാണ് കയ്യൂർ സമരം. മനുഷ്യ വിമോചന സമര ചരിത്രത്തിലെ ഐതിഹാസിക സംഭവവുമാണിത്. ഒരു പ്രത്യയശാസ്ത്രത്തിൽ വിശ്വസിക്കുകയും അതിനെ അടിസ്ഥാനമാക്കി പ്രവർത്തിക്കുകയും ചെയ്യുന്ന ഒരു പ്രസ്ഥാനത്തിന്റെ പ്രവർത്തകരായി മാറുകയും പ്രസ്ഥാനം നേതൃത്വം നൽകിയ രാഷ്ട്രീയ പോരാട്ടത്തിൽ പങ്കാളികളായി രക്തസാക്ഷികളാവുകയും ചെയ്യുവരാണ് കയ്യൂർ സമര സഖാക്കൾ. ഉന്നത വിദ്യാഭ്യാസ യോഗ്യതയൊന്നുമില്ലാത്ത സാധാരണ ചെറുപ്പക്കാർ. കർഷക സംഘത്തിന്റെ മുൻനിര പ്രവർത്തകർ, തൂക്കിലേറ്റാൻ വിധിക്കപ്പെട്ട ഇവരുടെ ജീവൻ രക്ഷിക്കാൻ കമ്മ്യൂണിസ്റ്റ് പാർട്ടി നടത്തിയ ഇടപെടലുകൾ പരാജയപ്പെടുകയാണ് ചെയ്തത്. ഈ രക്തസാക്ഷികൾ കേരളത്തിലെയും ഇന്തയിലെയും കമ്മ്യൂണിസ്റ്റ്കാരുടെ ഹൃദയത്തിൽ സ്ഥാനം പിടിച്ചു. സാമ്രാജ്യത്വ വിരുദ്ധമായ എല്ലാ സമരങ്ങളുടെയും ഊർജ്ജദായനിയായി മാറി കയ്യൂർ രക്തസാക്ഷികളുടെ ഓർമ്മകൾ. ജനാധിപത്യ അവകാശങ്ങൾക്ക് വേണ്ടി സമരം ചെയ്യുന്നവർക്ക് ആവേശം പ്രദാനം ചെയ്ത രക്തസാക്ഷിത്വം. കയ്യൂർ ഉൾപ്പെടുന്ന കാസർകോട് താലൂക്കിലെ കർഷക കമ്യൂണിസ്റ്റ് പ്രസ്ഥാനത്തിലെ പ്രവർത്തകരിൽ രക്തസാക്ഷിത്വം ആദ്യം ഞെട്ടലുണ്ടാക്കി. പിന്നെ അത് ഒടുങ്ങാത്ത അമർഷത്തിന്റെ കനലായി മാറി. ഇന്ത്യയിലെല്ലായിടത്ത് നിന്നും കയ്യൂർ എന്ന കർഷക ഗ്രാമത്തിലേക്ക് വിപ്ലവകാരികളുടെ തീർത്ഥയാത്ര തുടങ്ങി. രക്തസാക്ഷികളെ അറിയാനും രക്തസാക്ഷികൾക്ക് ജന്മം നൽകിയ നാടിനെ അടുത്ത് കാണാനും വേണ്ടിയായിരുന്ന തീർത്ഥയാത്രകൾ. അത്

ഇപ്പോഴും തുടരുന്നു. സാമ്രാജ്യത്വവും ചൂഷണവും തുടരുന്ന കാലത്തോളം കയ്യൂർ ആവേശകരമായ ഓർമ്മയായി നിൽക്കും. തീർത്ഥാടനം തുടരുകയും ചെയ്യും.

കയ്യൂർ സമരത്തിനശേഷം കമ്മ്യൂണിസ്റ്റ് പാർട്ടി ചരിത്രത്തിൽ ഒരു നിർണ്ണായക സ്ഥാനം കയ്യൂരിന് ലഭിച്ചു. കയ്യൂർ രക്തസാക്ഷികൾക്ക് ആദരവ് പ്രകടിപ്പിച്ച് 1943 ൽ പഞ്ചാബിൽ ചേർന്ന അഖിലേന്ത്യാ കിസാൻസഭ സമ്മേളനം കയ്യൂർ പ്രമേയം പാസാക്കി. മാർച്ച് 29 ന് കയ്യൂർ ദിനം അഖിലേന്ത്യാ കർഷക ദിനമായി രാജ്യവ്യാപകമായി ആചരിക്കാൻ സമ്മേളനം തീരുമാനിച്ചു. പാർട്ടി ഒന്നാം സംസ്ഥാന സമ്മേളനം തൃശ്ശൂരിൽ വെച്ച് നടന്നപ്പോഴും ഒന്നാം പാർടി കോൺഗ്രസ് ബോംബെയിൽ വെച്ച് നടന്നപ്പോഴും കയ്യൂർ രക്തസാക്ഷികൾക്ക് ആദരവ് അർപ്പിക്കുകയും രക്തസാക്ഷി കുടുംബാംഗങ്ങളെ ആദരിക്ക കയും ചെയ്തു.

കേരളത്തിൽ നടക്കുന്ന പാർടി സമ്മേളനങ്ങളിലെല്ലാം കയ്യൂർ രക്തസാക്ഷികളെ കുറിച്ച് സുബ്രഹ്മണ്യൻ തിരുമുമ്പ് എഴുതിയ വീരക യ്യൂർ പുണ്യം എന്ന കവിതയുടെ ആലാപനം നടത്തിയിരുന്നു. 1956 ലെ പാലക്കാട് പാർട്ടി കോൺഗ്രസ്സിൽ ഈ പാട്ട് പാടിയ ചെറുവത്തൂർ സ്വദേശിയും കമ്മ്യൂണിസ്റ്റ് പാർട്ടി അനുഭാവിയുമായിരുന്ന എൻ.വി. അപ്പുവിനെ കയ്യൂരിന്റെ പാട്ടുകാരൻ എന്ന് പാർട്ടി ജനറൽ സെക്രട്ടറി അജയഘോഷ് വിശേഷിപ്പിച്ചിരുന്നു.

കയ്യൂർ രക്തസാക്ഷിയായ മഠത്തിൽ അപ്പ ഉക്കിലേറിയ സമയം ശരീരത്തിലുണ്ടായിരുന്ന സ്വർണ്ണം (കാതിലണിയുന്ന കടുക്കൻ) വിറ്റ വകയിൽ ലഭിച്ച 6 രൂപ 7 അണ ജയിലധികൃതർ അപ്പുവിന്റെ അച്ഛന യച്ചുകൊടുത്തിരുന്നു. ആ തുക മുഴുവനും പാർട്ടി ഫണ്ടിലേക്ക് അദ്ദേഹം സംഭാവന ചെയ്തു. കമ്മ്യൂണിസ്റ്റ് പാർട്ടിയെ കോരിത്തരിപ്പിക്കുന്ന സംഭാ വനയാണ് ഇതെന്ന് പാർടി സെക്രട്ടറി കൃഷ്ണപിള്ള 1945 ജൂൺ 3 ലെ ദേശാഭിമാനി വാരികയിൽ എഴുതി.

കമ്മ്യൂണിസ്റ്റ് പാർട്ടിയുടെയും കർഷക സംഘത്തിന്റെയും സമ്മേ ളനങ്ങളിൽ പതാകയോ കൊടിമരമോ കൊണ്ടുവരുന്നത് കയ്യൂരിൽ നിന്നാണ്. അത് ഇന്നും തുടരുന്നു. വിപ്ലവ പ്രസ്ഥാനത്തിന്റെ ആവേശ കേന്ദ്രമായി കയ്യൂർ ഇന്നും നിലനിൽക്കുന്നു. കമ്മ്യൂണിസ്റ്റ് പാർട്ടിയുടെ പ്രവർത്തനങ്ങളുടെ തുടക്കം, ഫണ്ട് പിരിവ് ഉൾപ്പടെ രക്തസാക്ഷി ത്വത്തിനശേഷം കയ്യൂരിൽ നിന്നാണ് ആരംഭിച്ചിരുന്നത്. കമ്മ്യൂണിസ്റ്റ് പാർട്ടി സെക്രട്ടറി പി. കൃഷ്ണപിള്ളയുടെ ഇത് സംബന്ധിച്ച ഒരു കത്ത്

ഇതിലേക്ക് വെളിച്ചം വീശുന്നു. 1945 ഫെബ്രുവരി 25 ലെ ദേശാഭിമാനി വാരികയിൽ ഇത് പ്രസിദ്ധീകരിച്ചിട്ടുണ്ട്. "കേരളത്തിൽ കയ്യൂർ സഖാക്കളുടെ നാട്ടിൽ നിന്നാണ് ഒന്നാമതായി ഫണ്ട് പിരിവ് തുടങ്ങിയത്. നമ്മുടെ ലക്ഷ്യം നിങ്ങൾ നിറവേറ്റുമെന്നും ജനകീയ ഭരണം സൃഷ്ടിക്കുമെന്നും ഞങ്ങൾക്കുറപ്പുണ്ടെന്ന് അന്തിമ സന്ദേശം തന്നത് കൊണ്ടാണ് രണ്ട കൊല്ലം മുമ്പ് കയ്യൂർ രക്തസാക്ഷികൾ അവരുടെ പരമ ത്യാഗത്തിനൊരുങ്ങിയത്.

"പാർടി സഖാക്കളെ, ശാഖാ സെക്രട്ടറിമാരെ, കയ്യൂർ സഖാക്കൾ നിങ്ങൾക്ക് മാതൃക കാണിച്ച കഴിഞ്ഞു. മാർച്ച് 1 ാം തീയ്യതിക്ക് മുമ്പ് നിങ്ങളുടെ വരി നൽകുക. നാട്ടുകാരുടെ അടുത്തേക്ക് പോകാൻ തയ്യാറാകുക. മലബാറിലെ ഓരോ പാർടി സഖാവും 5 ക വീതം പാർടിക്ക് ത്യാഗം ചെയ്താൽ നമ്മുടെ ക്വാട്ട 10,000 തികയുമെന്ന് നിങ്ങൾ മറക്കരുത്. ലാൽ സലാം." കത്തിൽ കയ്യൂർ ക്ലായിക്കോട് പാർടി ശാഖാ സെക്രട്ടറി കുഞ്ഞി കൃഷ്ണന്റെ ഫണ്ടിനെ സംബന്ധിച്ച് എഴുതിയ കത്തും ചേർത്തിരുന്നു. പാർടി അംഗങ്ങളും അനുഭാവികളും സാധാരണ കൃഷിക്കാരും ചേർന്ന് നൽകിയ 24 രൂപ 6 അണ സംഭാവനയെ കുറിച്ചും കയ്യൂരിൽ നിന്ന് ഫണ്ട് പിരിവ് ആരംഭിക്കണമെന്ന കമ്മ്യൂണിസ്റ്റ് പാർടി തീരുമാനത്തിൽ അഭിമാനം പ്രകടിപ്പിച്ചുമുള്ള വിശദാംശങ്ങളാണ് ശാഖാ സെക്രട്ടറിയുടെ കത്തിലുണ്ടായിരുന്നത്.

കയ്യൂർ എഴുത്തുകാർക്കും നാടക പ്രവർത്തകർക്കും ചരിത്രകാരന്മാർക്കും പഠന വിഷയമായിതീർന്നു. ഭാവി തലമുറയ്ക്ക് വേണ്ടി തങ്ങളുടെ ജീവിതവും സ്വപ്നവും ഹോമിച്ച കയ്യൂർ സഖാക്കളുടെ രക്തസാക്ഷിത്വം വൃഥാവിലായില്ല. അതൊരു കഥയായി, കവിതയായി, നാടകമായി, സിനിമയായി തലമുറകളിലേക്ക് ഒഴുകിക്കൊണ്ടേയിരിക്കുന്നു. അനശ്വരമായ രക്തസാക്ഷിത്വത്തിന്റെ സന്ദേശം എത്രയോ നോവലുകൾക്ക് ഇതിവൃത്തമായി മാറി. നിരഞ്ജനയുടെ ചിരസ്മരണ, പി. വത്സലയുടെ ചാവേർ, പി.വി.കെ പനയാലിന്റെ ഖനിജം തുടങ്ങിയ നോവലുകൾ കയ്യൂരിനെ ആസ്പദമാക്കി എഴുതിയവയാണ്. ലെനിൻ രാജേന്ദ്രന്റെ മീനമാസത്തിലെ സൂര്യൻ എന്ന സിനിമയും ജോൺ എബ്രഹാമിന്റെയും മൂണാൽ സെന്നിന്റെയും സഫലീകരിക്കപ്പെടാതെ പോയ സിനിമാ ശ്രമങ്ങളും ഇതിനോട് ചേർത്ത് വായിക്കേണ്ടവയാണ്.

വടക്കെ മലബാറിനെ കുറിച്ചുള്ള ഗൗരവമായ പഠനത്തിൽ കയ്യൂർ ഒരു പ്രധാന ഭാഗമായി മാറി. ചരിത്രകാരന്മാരുടെയും ഗവേഷകരുടെയും അന്വേഷണങ്ങളിൽ വടക്കെ മലബാറിലെ കർഷക പ്രസ്ഥാനം പ്രധാന

വിഷയമായി മാറിയതിന് പിന്നിൽ കയ്യൂർ ഉൾപ്പടെയുള്ള സമരങ്ങളുടെ സ്വാധീനമുണ്ടെന്ന് കാണാം. കയ്യൂർ തന്നെ ഗവേഷണ വിഷയമായി ഒട്ടേറെ ചരിത്ര ഗ്രന്ഥങ്ങൾ കയ്യൂരിനെ അവലംബിച്ച് പ്രസിദ്ധീകരിക്ക പ്പെട്ടു. ഇന്ത്യയിലെ പ്രമുഖ ചരിത്രകാരനായ ഡോ. കെ.കെ.എൻ. കുറുപ്പ് കയ്യൂരിനെ കുറിച്ചുള്ള പഠനം 'കയ്യൂർ റയട്ട്' എന്ന പേരിൽ പ്രസിദ്ധീകരി ക്കുകയുണ്ടായി. കയ്യൂർ സമരനായകനായിരുന്ന വി.വി.കുഞ്ഞമ്പു സമര രംഗത്തെ നേർക്കാഴ്ചകൾ 'കയ്യൂർ സമര ചരിത്ര'ത്തിൽ വിശദമായി പ്രതിപാദിക്കുന്നുണ്ട്. അതിവൈകാരികതയുടെ തലത്തിലേക്ക് വീണു പോകാതെയാണ് വി.വി കയ്യൂരിനെക്കുറിച്ചുള്ള തന്റെ അനുഭവസാക്ഷ്യം രേഖപ്പെടുത്തിയിട്ടുള്ളത്. കയ്യൂരിനെ അടിസ്ഥാനമാക്കി രണ്ട് ചരിത്രപു സ്തകങ്ങൾ ഞങ്ങൾ പ്രസിദ്ധീകരിച്ചിട്ടുണ്ട്. പ്രസിദ്ധീകരിക്കാത്ത ഒട്ടേറെ ഗവേഷണ പഠനങ്ങളിൽ കയ്യൂർ വിഷയയീഭവിച്ചിട്ടുണ്ടെന്ന് കൂടി സൂചിപ്പി ക്കട്ടെ.

എത്രമാത്രം കവിതകൾക്കും പാട്ടുകൾക്കുമാണ് കയ്യൂർ ഇതിവൃത്ത മായിമാറിയത്. ഇതിൽ എടുത്തുപറയേണ്ടത് തിരുമുമ്പിനെ കുറിച്ചാണ്. കയ്യൂരിൽ കർഷകപ്രസ്ഥാനം വളർത്തിയെടുക്കുന്നതിന് കെ. മാധവൻ, എ.വി., വി.വി. എന്നിവരോടൊപ്പം മുൻനിരയിലുണ്ടായിരുന്ന ആളാണ് 'കമ്മ്യൂണിസ്റ്റ് പാർട്ടിയുടെ പാട്ടുന്ന പടവാളായ' സുബ്രഹ്മണ്യം തിരുമുമ്പ്. അദ്ദേഹത്തിന്റെ ലാൽസലാം, വീരകയ്യൂർ എന്നീ കവിതകൾ പൂർണ്ണമാ യും കയ്യൂരിനെ കുറിച്ചാണ്. കേരളത്തിലെ സാമൂഹിക പരിഷ്ക്കരണ പ്രസ്ഥാനത്തിന്റെ പ്രമുഖ നേതാക്കളിലൊരാളായ പ്രേംജി കയ്യൂരിനെ അനുസ്മരിച്ച് എഴുതിയ കവിതയാണ് കയ്യൂരിന്റെ വീരപാരമ്പര്യം. തന്റെ സർഗ്ഗാത്മക സമ്പത്ത് മുഴുവൻ കേരളത്തിലെ കമ്മ്യൂണിസ്റ്റ് പ്രസ്ഥാനത്തി ന്റെ വളർച്ചയ്ക്ക് വേണ്ടി ഉപയോഗിച്ച കെപിജി കയ്യൂർ സഖാക്കൾ ഇുക്കി ലേറ്റപ്പെട്ട ഉടനെയെഴുതിയ കവിതയാണ് കയ്യൂർ സഖാക്കൾ. കവിതകൾ മാത്രമല്ല ഒട്ടേറെ പാട്ടുകളും കയ്യൂരിനെ ആസ്പദമാക്കിയെഴുതിയിട്ടുണ്ട്. പൊൻകുന്നം ദാമോദരൻ 1953 ൽ കയ്യൂർ സഖാക്കൾ എന്ന പേരിൽ ഉജ്ജ്വലമായ ഒരു ഗാനം കയ്യൂരിനെകുറിച്ചെഴുതിയിട്ടുണ്ട്. പി.വി. ദേവകിയ മ്മയുടെ കയ്യൂർ സഖാക്കളോട് എന്ന കവിത പ്രസിദ്ധമാണ്. ഏഴാച്ചേരി രാമചന്ദ്രന്റെ കയ്യൂർ എന്ന കവിതാ സമാഹാരം ഏറെ ജനപ്രീതി നേടിയ സൃഷ്ടിയാണ്. തേജസ്വിനി നീ സാക്ഷി കുഞ്ഞപ്പ പട്ടാന്നൂരിന്റെ കയ്യൂരിനെ കുറിച്ചുള്ള ഒരു ദീർഘ കവിതയാണ്. കരിവെള്ളൂർ മുരളിയുടെ ചരിത്രം ഒരു നദിയായൊഴുകുന്നു എന്ന കവിത ജനശ്രദ്ധയാകർഷിച്ച ഒന്നാണ്. പ്രശസ്ത വിപ്ലവ ഗായകനായ കെ.പി.ആർ പണിക്കരുടെ പന്തങ്ങൾ, അഭിവാദ്യങ്ങൾ തുടങ്ങിയ പാട്ടുകളിൽ കയ്യൂർ നിറഞ്ഞു നിൽക്കുന്നു.

കയ്യൂർ സമരവും രക്തസാക്ഷിത്വവും നിരവധി നാടകങ്ങൾക്ക് പ്രചോ
ദനമായിട്ടുണ്ട്. ആനന്ദ് എഴുതിയ നൃത്തനാടകമാണ് കയ്യൂർ വീരഗാഥ.
എൺപതുകളിൽ കേരളത്തിലങ്ങോളമിങ്ങോളം നിരവധി സ്റ്റേജുകളിൽ
അവതരിപ്പിച്ച കോഴിക്കോട് ദേശാഭിമാനി തിയറ്റേഴ്സിന്റെ കയ്യൂരിന്റെ
മക്കൾ എന്ന നാടകം കെ.എസ്. ദാസിന്റേതാണ്. തിരുവനന്തപുര
ത്തെ നാടകവേദിയായ സൂര്യസാരഥി അവതരിപ്പിച്ചുകൊണ്ടിരിക്കുന്ന
ജ്വാലാകലാപം ആർ. നന്ദകുമാർ കയ്യൂരിനെ കേന്ദ്രീകരിച്ചെഴുതിയ
നാടകമാണ്.. ബംഗാളിലെ ഇടതുപക്ഷ നാടക പ്രവർത്തകർ അവത
രിപ്പിച്ചുകൊണ്ടിരിക്കുന്ന കയ്യൂരിനെ മറന്നിട്ടില്ല എന്ന ബംഗാളി നാടകം
ബീരാജ് ഭട്ടാചാര്യയുടേതാണ്. ഇതിനെ പിന്തുടർന്നാണ് കരിവെള്ളൂർ
മുരളി എഴുതി സംവിധാനം ചെയ്ത അബ്ബബക്കറിന്റെ ഉമ്മ പറയുന്നു
എന്ന ഏറെ ജനശ്രദ്ധ നേടിയ നാടകം.

കഥാപ്രസംഗരൂപത്തിലും കയ്യൂർ കേരളത്തിൽ ഓളം സൃഷ്ടിച്ചിട്ടുണ്ട്.
ഇപ്പോൾ അത്ര ജനകീയമല്ലെങ്കിലും ഒരു കാലത്ത് മലയാളികളുടെ
പ്രിയപ്പെട്ട കലാരൂപമായിരുന്ന കഥാപ്രസംഗം. ഓച്ചിറ രാമചന്ദ്രന്റെ
തേജസ്വിനിയുടെ തീരങ്ങളിൽ എന്ന കഥാപ്രസംഗം ആയിരക്കണക്കിന്
വേദികളിലാണ് അവതരിപ്പിച്ചിട്ടുള്ളത്. തേവർതോട്ടം സുകുമാരനും
ചിറക്കര സലീം കുമാറും ചിരസ്മരണ എന്ന പേരിൽ തന്നെ കഥാപ്ര
സംഗം അവതരിപ്പിച്ചിട്ടുണ്ട്.

കയ്യൂർ സമരത്തിൽ പങ്കാളികളായ നാല് ചെറുപ്പക്കാർ രക്തസാ
ക്ഷികളായി മാറിയിട്ട് എഴുപത്തിയെട്ട് വർഷങ്ങൾ കഴിഞ്ഞു. കഴിഞ്ഞ
ഏഴര പതിറ്റാണ്ടുകാലം കയ്യൂർ ഇന്ത്യയിലേയും കേരളത്തിലേയും
പൊരുതുന്ന വിപ്ലവകാരികൾക്ക് പ്രചോദന കേന്ദ്രമായി നിൽക്കുന്നു.
അത് ഇന്നും തുടരുന്നു. എത്രകാലം എന്ന പ്രവചിക്കാൻ കഴിയാത്ത
നിലയിൽ ഇന്ത്യൻ രാഷ്ട്രീയം സമഗ്രമായ മാറ്റത്തിന് വിധേയമായി
ക്കൊണ്ടിരിക്കുന്ന രാഷ്ട്രീയ സന്ദർഭമാണിത്. ഇടതുപക്ഷമടക്കമുള്ള
ജനാധിപത്യ രാഷ്ട്രീയ പ്രസ്ഥാനങ്ങളുടെ ഭാവിയെന്തായിതീരും എന്ന്
ഒരു ഉറപ്പുമില്ല. ഫാസിസത്തിന്റെ കാലൊച്ച അടുത്തുവരുന്നു. ബ്രിട്ടീഷ്
സാമ്രാജ്യത്വത്തിന് എതിരെ നടന്ന ദൈർഘ്യമേറിയ ചെറുത്ത് നിൽപ്പ്
സമരത്തെ ഒരു തരത്തിലും സഹായിച്ചിട്ടില്ലാത്തവരും ഭരണകൂടത്തെ
പിന്തുണച്ചവരും ദേശീയത, ജനാധിപത്യം തുടങ്ങിയ രാഷ്ട്രീയ ആശയ
ങ്ങളെ കുറിച്ച് സംസാരിക്കുന്ന അസംബന്ധ നാടകം അരങ്ങേറുന്ന
കാലവുമാണിത്. വീരോചിതമായ ചെറുത്ത് നിൽപ്പിന്റെ ചരിത്രവും
പൈതൃകവും നശിപ്പിക്കപ്പെടേണ്ടത് പുതിയ ഭരണവർഗ്ഗത്തിന് അത്യാ
വശ്യമായി മാറിയ സാഹചര്യമാണ് ഇന്ത്യയിൽ നിലനിൽക്കുന്നത്.

ദേശീയ സ്വാതന്ത്ര്യസമരത്തിന്റെ അവിഭാജ്യ ഘടകമാണ് കയ്യൂർ സമരം. എന്നിട്ടും നമ്മെളിൽ ചിലർക്കത് പോലീസുകാരനെ കൊന്ന കേസ്സാണ്. സ്വാതന്ത്ര്യസമരവുമായി ഇതിന് ബന്ധമൊന്നുമില്ലെന്ന് വിളിച്ച പറഞ്ഞുകൊണ്ടിരിക്കുന്നതിന്റെ യുക്തി എന്താണ്? സ്വാതന്ത്ര്യ സമരത്തിന്റെ പൈതൃകമൊന്നാകെ സ്വന്തമാക്കാനും അതിൽ മറ്റൊരു പ്രസ്ഥാനത്തിനും പങ്കില്ലായെന്ന് വരുത്തിതീർക്കാനും, സ്വാതന്ത്ര്യാന ന്തര ഇന്ത്യൻ ഭരണകൂട വക്താക്കൾ നടത്തിയ ബോധപൂർവ്വമായ ശ്ര മങ്ങൾ യഥാർത്ഥത്തിൽ ചെയ്യത് സാമ്രാജ്യത്വ വിരുദ്ധ സമരത്തെ വികലമാക്കലൊണ്; അതിനെ ദുർബലപ്പെടുത്തലാണ്. ഇന്ത്യൻ ദേശീയ പ്രസ്ഥാനമെന്നത് ഒരു മഹാപ്രവാഹമായിരുന്നുവെന്നും നിരവധി കൈവഴികൾ വന്നുചേർന്നത് കൊണ്ടാണ് അത് ശക്തിപ്പെട്ടതെ ന്നുമുള്ള അടിസ്ഥാനപരമായ ചരിത്രബോധമില്ലാത്തവരാണ് കയ്യൂർ സ്വാതന്ത്ര്യസമരത്തിന്റെ ഭാഗമല്ലെന്ന് വാദിക്കുന്നത്.

കയ്യൂരിൽ പോലീസുകാരൻ മരണപ്പെട്ടത് ഒറ്റപ്പെട്ട സംഭവമല്ല. അത് ഒരു പതിറ്റാണ്ട് കാലം നടന്നുവന്ന ഭരണകൂട വിരുദ്ധ സമരത്തിന്റെ ഭാഗമാണ്. ദൈർഘ്യമേറിയ സമരത്തിലെ ഒരു സംഭവമാണ് പോലീ സുകാരന്റെ മരണം. കയ്യൂർ സമരത്തെ കയ്യൂർ സംഭവമാക്കി ന്യൂനീകരി ക്കുന്ന പ്രവണത വലതുപക്ഷ രാഷ്ട്രീയക്കാരും എഴുത്തുകാരും സ്വീകരി ക്കുന്നതുകൊണ്ടാണ്, കയ്യൂരിനെ സമഗ്രമായി വിലയിരുത്തുവാൻ തയ്യാ റാകാത്തതുകൊണ്ടാണ്, കയ്യൂർ സ്വാതന്ത്ര്യസമരത്തിന്റെ ഭാഗമല്ലെന്ന് പറയാൻ ഇക്കൂട്ടരെ പ്രേരിപ്പിക്കുന്നത്. 1930കളുടെ അവസാനത്തോടെ മലബാറിൽ ഉയർന്നുവന്ന വിപ്ലവ മുന്നേറ്റങ്ങളുടെ ഭാഗമാണ് കയ്യൂർ. അത് ആദ്യത്തേയും അവസാനത്തേയുമല്ല. വലിയൊരു തുടർച്ചയുടെ ഭാഗമാണ് കയ്യൂർ. അതിനാൽ കയ്യൂരിനെ കുറിച്ചുള്ള അനുസ്മരണങ്ങൾ ഏത് രൂപത്തിലായാലും പ്രതിസന്ധികളെ അതിജീവിക്കുമെന്ന പ്രഖ്യാ പനമാണ്. ഭരണകൂട ഭീകരതയ്ക്ക് മുന്നിൽ തളരില്ലെന്നും കീഴടങ്ങില്ലെന്നും ഉള്ള വിളംബരവുമാണ് കയ്യൂരിനെ ആസ്പദമാക്കിയുള്ള പുസ്തക പ്രസീ ദ്ധീകരണം പോലും.

കയ്യൂർകാരുടെ സമരപോരാട്ടങ്ങൾ, തീക്ഷ്ണമായ അനുഭവങ്ങൾ, ത്യാഗം, അവരുയർത്തിയ ആശയങ്ങളും ചിന്തകളുമെല്ലാം നമ്മളെ വീണ്ടും വീണ്ടും ഓർമ്മപ്പെടുത്തുകയാണ് അനുസ്മരണ ചടങ്ങുകൾ ചെയ്യുന്നത്. അത് രാഷ്ട്രീയ നവോത്ഥാനത്തിന്റെ ഓർമ്മപ്പെടുത്തലാണ്. രക്തസാക്ഷിത്വത്തിന്റെ ചിന്തകൾ പുതിയ തലമുറയിലേക്ക് എത്തിക്ക ന്നതിനുവേണ്ടിയാണ് നാം കയ്യൂർ രക്തസാക്ഷികളെയും സമരത്തെയും വീണ്ടും വീണ്ടും അനുസ്മരിക്കുന്നത്. ഇത് കേവലം ഒരു ആഘോഷമല്ല.

ഇന്ത്യയിൽ സാമ്രാജ്യത്വത്തിനെതിരായ പോരാട്ടത്തിൽ രക്ഷസാ ക്ഷികളായ കർഷക സംഘം പ്രവർത്തകരാണ് മഠത്തിൽ അപ്പവും ചിരുകണ്ണനും കഞ്ഞമ്പുനായരും അബ്ബബക്കറും. ജീവിതത്തെക്കുറി ച്ചുള്ള തങ്ങളുടെ സ്വപ്നവും മോഹവുമെല്ലാം സാമ്രാജ്യത്വ ജന്മിവിരുദ്ധ സമരങ്ങൾക്ക് വേണ്ടി ആത്മാർപ്പണം ചെയ്തവരാണിവർ. ചൂഷണവും ഭരണക്കൂട ഭീകരതയും ഇല്ലാത്ത നല്ല നാളെകളെ സ്വപ്നം കണ്ട ഈ ചെറുപ്പക്കാർ തങ്ങളുടെ ജീവനും കൂടി ഹോമിക്കുകയാണ് സമരപ ങ്കാളിത്തത്തിലൂടെ ചെയ്തത്. രക്തസാക്ഷികളുടെ ത്യാഗനിർഭരമായ ജീവിതമാണ് നാം അനുസ്മരിക്കുന്നത്. മൂലധനം പുതിയ പുതിയ മേച്ചിൽ പുറങ്ങൾ തേടി ഭ്രമണ്ഡലമാകെ പരക്കം പായുകയും പ്രതിഷേധങ്ങളുടെ എല്ലാ അടയാളങ്ങളെയും ഇല്ലാതാക്കുകയും ചെയ്തുകൊണ്ടിരിക്കുന്ന സവിശേഷ രാഷ്ട്രീയ സാഹചര്യം നിലനിൽക്കുന്ന സന്ദർഭത്തിലാണ് ഈ പുസ്തകം പ്രസിദ്ധീകരിക്കുന്നത്. കൂട്ടായ്മകൾ ഇല്ലാതാക്കപ്പെടുന്ന കാലം. സംഘം ചേരലുകളും സംഘബോധവും അനാവശ്യമാണെന്ന് കരുതുന്ന കാലം. അവ തന്റെ വ്യക്തിപരമായ വളർച്ചയ്ക്ക് വിലങ്ങുത ടിയായി മാറുമെന്ന് വിശ്വസിക്കുകയും, സ്വയം തുരുത്തുകൾ സൃഷ്ടിച്ച് അതിൽ അഭിരമിക്കുകയും ചെയ്യുന്നവരുടെ എണ്ണം കൂടിവരികയും ചെയ്യുന്ന കാലമാണിത്. ചരിത്ര ബോധമില്ലാത്ത ഇന്ത്യക്കാരുടെ അംഗസംഖ്യ വർദ്ധിച്ചുവരുന്ന കാലം. വിവരക്കേടുകൾ ചോദ്യങ്ങളി ല്ലാതെ വിഴുങ്ങുന്ന കാലം. സ്വാതന്ത്ര്യസമരത്തിൽ ഒരു പങ്കാളിത്തവും ഇല്ലാതിരുന്നവർ ദേശാഭിമാനികളായി അഭിനയിക്കുന്ന നെറികേടിന്റെ കാലത്ത് കയ്യൂർ സമരത്തെ കുറിച്ചുള്ള ഏത് ചർച്ചയും വളരെ പ്രസക്ത മാണ്. ഏത് പ്രസിദ്ധീകരണവും ഏറ്റവും വലിയ രാഷ്ട്രീയ പ്രവർത്തന വുമാണ്.

പി.സി. ജോഷി നടത്തിയ അവിസ്മരണീയമായ അഭിമുഖം

1943 മാർച്ച് 29-ന് ബ്രിട്ടീഷ് സാമ്രാജ്യത്വം കയ്യൂർ സഖാക്കളെ തൂക്കിലേറ്റുന്നതിന് ഏതാനും മണിക്കൂറുകൾ മുമ്പ് അവിഭക്ത കമ്മ്യൂണിസ്റ്റ് പാർട്ടിയുടെ ജനറൽ സെക്രട്ടറി പി.സി. ജോഷി, കൃഷ്ണപിള്ളയോടൊപ്പം കണ്ണൂർ സെൻട്രൽ ജയിൽ സന്ദർശി ക്കുകയുണ്ടായി. ജോഷിയുടെ വാക്കുകൾക്ക് മരണത്തിന്റെ മുന്നിൽ നിന്ന കയ്യൂർ സഖാക്കൾ നൽകിയ മറുമൊഴി വിപ്ലവ ചരിത്രത്തിലെ അവിസ്മരണീയമായ അധ്യായങ്ങളിലൊന്നാണ്. ചരിത്രത്തിലെ അത്യ പൂർവ്വമായ ആ നിമിഷങ്ങൾ ജോഷി ഇങ്ങനെ വിവരിക്കുന്നു:

"അവർ നാലു പേരായിരുന്നു-മഠത്തിൽ അപ്പു കുഞ്ഞമ്പു നായർ, ചിരുകണ്ടൻ, അബ്ബബക്കർ. ആരും ഇരുപത്തിയഞ്ച് പിന്നിട്ടിട്ടില്ല. പക്ഷേ അവരൊക്കെ ഗ്രാമത്തിലെ നേതാക്കളായിരുന്നു. വിവിധ കോൺഗ്രസ് കമ്മിറ്റികളിൽ സന്നദ്ധ ഭടന്മാരായി കയ്യും മെയ്യും മറന്ന് ഓടി നടന്ന ഇവർ തന്നെയാണ് കിസാൻ സഭയ്ക്കു തുടക്കമിട്ടതും.

ആ താലൂക്കിലെ കർഷകർക്ക് പാട്ടഭൂമിയിൽ അവകാശമൊ ന്നുമുണ്ടായിരുന്നില്ല. ഇവരുടെ നേതൃത്വത്തിൽ അവിടെ കർഷകർ നിരവധി ചെറുത്തു നിൽപ്പുകൾ നടത്തിയിരുന്നു. കർഷകരെ സംഘടി പ്പിച്ചിരുന്നതിനാൽ പ്രഭുക്കൾക്കും ദേശീയ സ്വാതന്ത്ര്യ പ്രക്ഷോഭത്തിൽ പങ്കാളികളായതിനാൽ പോലീസിനും ഇവർ കണ്ണിലെ കരടായി. മലബാർ സ്പെഷൽ പോലീസിന്റെ ഒരു കമ്പനി ആ പ്രദേശത്ത്

തമ്പടിച്ചിരുന്നു. അവർ കർഷക തൊഴിലാളികളുടെ വീട്ടുകളിൽ കയറി യിറങ്ങി. വസ്തുവകകൾ കൊള്ളയടിച്ചു. ചോദ്യം ചെയ്യാനെന്ന പേരിൽ പിടിച്ചുകൊണ്ടുപോയ കർഷകരെ തല്ലിച്ചതച്ചു. ഇതിനെതിരെ കയ്യൂരിൽ ഒരു ജാഥ സംഘടിപ്പിച്ചു.

ജാഥ കടന്നുപോകുന്ന വഴിയിലൂടെ ഒരു പോലീസുകാരൻ വരുന്ന ണ്ടായിരുന്നു അയാളുടെ നിന്ദ്യവും പ്രകോപനപരവുമായ പെരുമാറ്റം ജനക്കൂട്ടത്തെ ക്ഷുഭിതരാക്കി.ഇത് ആ പോലീസുകാരന്റെ അപകടമര ണത്തിലാണ് കലാശിച്ചത്. ഈ കേസുമായി ബന്ധപ്പെട്ടാണ് മഠത്തിൽ അപ്പ, കുഞ്ഞമ്പു നായർ, ചിരുകണ്ടൻ, അബ്ബക്കർ എന്നിവരെ തൂക്കി ലേറ്റാൻ വിധിച്ചത്.

ഒരാൾക്കൂട്ടം ഇത്തരം ചെറുത്തു നിൽപ് നടത്തുമ്പോൾ ആരാണ് യഥാർത്ഥ കുറ്റവാളിയെന്ന് കണ്ടെത്തുക പ്രയാസമാണെന്ന് കേസ് വാദം കേട്ട സെഷൻസ് ജഡ്ജി പറഞ്ഞു. ഈ വേള യഥാർത്ഥ കുറ്റവാളി കോടതിയുടെ മുന്നിൽ എത്തിയില്ലെന്ന പോലുംവരാമെന്ന് അദ്ദേഹം പറഞ്ഞു. എന്നിട്ടും അദ്ദേഹം ശിക്ഷ വിധിക്കുക തന്നെ ചെയ്തു. ഹൈക്കോടതി അപ്പീൽ അനുവദിച്ചുമില്ല.

ഇതെല്ലാം ദേശാഭിമാനികളെയും ഞെട്ടിച്ചു. എല്ലാ പാർട്ടിയുടെയും നേതാക്കളുടെയും എം.എൽ.എ. മാരുടെയും എം.എൽ.സി.മാരുടേയും നേതൃത്വത്തിൽ ഒരു ദേശം തന്നെ, മദ്രാസ് ഗവർണറുടെ മുന്നിൽ ദയാഹർജിയുമായി ചെന്നു. പക്ഷേ, അതും തിരസ്കരിക്കപ്പെട്ടു.

തുടർന്ന് രാജ്യത്താകമാനം ശബ്ദമുയർന്നു. രാജ്യത്തെമ്പാടുനിന്നും ഇന്ത്യാഗവർമെന്റിന് ഹർജികൾ പ്രവഹിച്ചു. എനിക്കും അവർ ഒരു ഹൃദയസ്പൃക്കായ കത്തെഴുതി.

അവരെഴുതി:

രാജ്യത്തിന്റെ സ്വാതന്ത്ര്യത്തിനായി ജീവൻ ചിന്താനൊരുങ്ങിയാണ് പാർട്ടിയിൽ ചേർന്നത്. മരിക്കുവാൻ ഭയമേതുമില്ല. ഫാഷിസ്റ്റുകളുടെ കടുത്ത ഭീഷണിയിൽ മാത്ര രാജ്യം വിഷമിക്കവെ പോർമുഖത്തല്ല കഴുമരത്തിലാണ് മരണമടയേണ്ടിവരികയെന്ന വ്യാകുലതയേ ഉള്ളൂ.

ഇതേ തുടർന്ന്, ശിക്ഷ ജപ്പാനിലേക്ക് നാട്ടുകടത്തലോ, നിർബ ന്ധിത സൈനിക സേവനമോ ആക്കി ചുരുക്കണമെന്നാവശ്യപ്പെട്ട് ഞാൻ സർക്കാരിന് എഴുതി. ഇന്ത്യാ ഗവൺമെന്റിന് കീഴ്‌വഴക്ക ങ്ങളെ ലംഘിക്കാൻ ഭയമായിരുന്നു. നിയമവാഴ്ചയോട്ടുള്ള അനാദരവ് എന്നൊക്കെ പറഞ്ഞവർ തടിതപ്പി.

വിഫലമായ ഈ ശ്രമങ്ങൾക്കു ശേഷം ഞങ്ങൾ ബ്രിട്ടീഷ് സഖാക്ക ളുടെ സഹായത്തോടെ പ്രിവി കൗൺസിലിനെ സമീപിച്ചു. ഡി.എൻ. പ്രിറ്റ് എന്ന പ്രമുഖ വക്കീൽ തന്നെ കൗൺസിലിനു മുന്നിൽ ഹാജരാ യെങ്കിലും ഒക്കെയും വൃഥാവിലായി. ബ്രിട്ടീഷ് സഖാക്കൾ എന്നിട്ടും വെറുതെയിരുന്നില്ല. ലിബറൽ കക്ഷിക്കാരും ലേബർകക്ഷിക്കാരുമായ എം.പി.മാരുടെ സഹായവും തേടി. ഏതാനും ക്രിസ്തീയ പുരോഹി തന്മാരെക്കൊണ്ടും സർക്കാരിനോടപേക്ഷിപ്പിച്ചു.ഒന്നും പക്ഷേ, ഫലം കണ്ടില്ല.

ഒടുവിൽ ഇന്ത്യയുടെ ആ നാല് മികച്ച കർഷക പുത്രൻ യാത്രയായി. ദേശാഭിമാനികളായ എല്ലാ ഇന്ത്യക്കാരും ആ വിലപ്പെട്ട ജീവിതങ്ങൾ രക്ഷിക്കാൻ തങ്ങളെക്കൊണ്ടാവുന്നതൊക്കെ ചെയ്തിട്ടും തൂക്കുമരത്തി ലേക്കുള്ള പാത ഒഴിവാക്കാനായില്ല.

ബ്രിട്ടനിലെ തൊഴിലാളികളും കമ്മ്യൂണിസ്റ്റ് പാർട്ടി നേതാക്കളും അവരുടെ സഖാക്കളായി ഇവരെ നെഞ്ചിലേറ്റി. ഇവർക്കായി അവസാ നനിമിഷം വരെ പോരാടി. മണ്ണിന്റെ മക്കളായ ഇവർ കമ്മ്യൂണിസ ത്തെ മനുഷ്യകുലത്തിന്റെ വിമോചനത്തിനുള്ള താക്കോൽ വാക്യമായി കണ്ടു.

വളരെ ചെറുപ്പത്തിലേ അവർ മാതൃരാജ്യത്തിന്റെ സ്വാതന്ത്ര്യ പോരാ ളികളായി കമ്മ്യൂണിസ്റ്റ് പാർട്ടിയിൽ അണിചേർന്നു. ധീരദേശാഭിമാനി കളായവർ ജീവിച്ചു. ഉദാത്തമായ രക്തസാക്ഷിത്വത്തിലേക്ക് സുധീരം നടന്നു നീങ്ങുകയും ചെയ്തു.

മലബാറിൽ ഏറ്റവും ശക്തമായ പ്രസ്ഥാനമാണ് കമ്മ്യൂണിസ്റ്റ് പാർട്ടി. ഗ്രാമാന്തരങ്ങളിലും നഗരഹൃദയങ്ങളിലും ചുവപ്പ് പതാക പാറിപ്പറക്കുന്നു. മൂവായിരത്തോളം വരുന്ന പാർട്ടി അംഗങ്ങളിൽ അധികവും കർഷക പുത്രന്മാരാണ്. ഇതിൽ 16 പേർ ജീവപര്യന്തം തടവ് അനുഭവിക്കുകയാണ്. നാല്വപേർ തൂക്കുമരം കാത്ത് കഴിയുന്നു.

മലബാറിലെ പ്രാദേശിക സമ്മേളനത്തിൽ പങ്കെടുക്കണമെന്ന് പാർട്ടി ആവശ്യപ്പെട്ടപ്പോൾ ദീർഘകാലത്തെ ഒരു സ്വപ്നം യാഥാർ ത്ഥ്യമാവുകയായിരുന്നു എനിക്ക്.

തൂക്കുമരം കാത്തു കഴിയുന്ന കയ്യൂർ സഖാക്കളെ ജയിലിൽചെന്ന് കണ്ട് പാർട്ടിയുടെ അഭിവാദ്യം അർപ്പിക്കണമെന്നും അവരുടെ ബന്ധു ക്കളെ സന്ദർശിക്കണമെന്നും പറഞ്ഞപ്പോൾ എനിക്ക് ആദരവിന്റെ അനർഘതയായി.

കോഴിക്കോട് പാർട്ടി കോൺഫറൻസ് അവസാനിച്ച ഉടനെ ഞങ്ങൾ കണ്ണൂർക്ക് തിരിച്ചു. കത്തിയെരിയുന്ന ഉച്ച സൂര്യന കീഴെ ആറായിരത്തോളം വരുന്ന തൊഴിലാളികൾ ദിഗന്തങ്ങൾ പൊട്ടുമാറ് കയ്യൂർ സഖാക്കൾക്ക് ജയ് വിളിച്ചു.

പാർട്ടിയുടെ മലബാർ ഘടകം സെക്രട്ടറി പി. കൃഷ്ണപിള്ള ഞങ്ങൾ ജയിലിൽ സന്ദർശനത്തിന പോവുന്നതായി പ്രഖ്യാപിച്ചു. ഞങ്ങൾ ഏറെ ദൂരം ചെല്ലുന്നയുവരെ മുദ്രാവാക്യത്തിന്റെ മുഴക്കങ്ങൽ ഞങ്ങളെ തേടിയെത്തി.

കണ്ണൂർ സെൻട്രൽ ജയിൽ മറ്റേത് ജയിലും പോലെ ഒന്ന്. കനത്ത ഇരുമ്പുഗേറ്റിലെ കിളിവാതിൽ ഞങ്ങളുടെ മുന്നിൽ കറകറ ഇറന്നു. കുമ്പിട്ട് അകത്തു കടന്ന് ജയിലറുടെ പുസ്തകത്തിൽ ഒപ്പവെച്ചു.

തുരങ്കങ്ങൾ കണക്കെയുള്ള ഊടുവഴികൾ ഞങ്ങൾക്കു മുന്നിൽ വളഞ്ഞു തിരിഞ്ഞ് വളർന്നു. വഴിയുടെ ഒട്ടക്കം 'കണ്ടംസെല്ലിന്റെ'ന്റെ വാതിലുകൾ. ആദ്യ നാലു സെല്ലുകളിൽ അവർ ഉണ്ടായിരുന്നു. അക്ഷോ ഭ്യരായി മുഷ്ടി ചുരുട്ടി അവർ ലാൽ സലാം പറഞ്ഞു. നാലു സെല്ലുകളുടെ യും മുന്നില്ലുടെ പോയ ശേഷം ഞാൻ വീണ്ടും നടുഭാഗത്തേക്ക് വന്നു.

ഒരു വർഷത്തെ ജയിൽ ജീവിതം അവരെ തെല്ല് ചടപ്പിച്ചിരുന്നു. എങ്കിലും അവരുടെ കണ്ണുകളിൽ പ്രകാശമുണ്ടായിരുന്നു. ചെറുപ്പത്തിന്റെ പ്രസരിപ്പും. അവരുടെ ദൃഢതയും ആത്മവിശ്വാസവും'' കമ്മ്യൂണിസ്റ്റ് പാർട്ടി സിന്ദാബാദ്'' എന്ന മുദ്രാവാക്യത്തോടെയേ ഇവർ കൊലമര ത്തിലേക്കു കയറുവെന്ന വിശ്വാസം എന്നിൽ വളർത്തി.

വിവിധ ദേശക്കാരായ കർഷകരും തൊഴിലാളികളും വിദ്യാർ ത്ഥികളും കയ്യൂർ സഖാക്കൾക്കെഴുതിയ അഭിവാദ്യക്കത്തുകളുടെ ഒരു ശേഖരം തന്നെ ഞങ്ങളുടെ പക്കല്യണ്ടായിരുന്നു. അതു നോക്കിയവർ മന്ദഹസിച്ചു.

വിവിധ ഭാഷകളിലെഴുതിയ കത്തുകൾ എങ്ങനെയാണ് സെൻസർ ചെയ്യേണ്ടതെന്നറിയാതെ ജയിലർ വിഷമിച്ചു.ഒടുവിൽ എല്ലാത്തിന്റെ യും ഇംഗ്ലീഷ് തർജമയും ഒപ്പമുണ്ടെന്നറിഞ്ഞപ്പോഴാണ് അയാൾക്ക് ശ്വാസംവരെ വീണത്.

കയ്യൂർ സഖാക്കൾക്ക് ഇംഗ്ലീഷോ, ഹിന്ദുസ്ഥാനിയോ വശമുണ്ടായി രുന്നില്ല. എനിക്കാവട്ടെ മലയാളം ഒട്ടും തന്നെ പിടിയുമുണ്ടായിരുന്നില്ല. ജയിലറുടെ അനുമതിയോടെ കൃഷ്ണപിള്ള എനിക്കവരുടെ വാക്കുകൾ മൊഴിമാറ്റി തന്നു. എന്റെ കവിളുകളില്ലുടെ കണ്ണീർ തടം വെച്ചു. ഇതിനി ടയിൽ എങ്ങനെയൊക്കെയോ എന്റെ വികാരങ്ങൾ വാക്രൂപം പൂണ്ടു.

ഇത്രപോലും സാധിക്കുമായിരുന്നില്ലെങ്കിൽ ഞാൻ തകർന്നുപോവുക തന്നെ ചെയ്യുമായിരുന്നു.

പാർട്ടിക്കു വേണ്ടി ഞാനവരോട് പറഞ്ഞതിന്റെ ചുരുക്കമിതാണ്.

"പാർട്ടി മറ്റാരേക്കാളും നിങ്ങൾ നാലാളെയും കുറിച്ച് അഭിമാനിക്കുന്നു. അംഗങ്ങളുടെ എണ്ണം കേവലം നൂറുകളിലൊതുങ്ങിയിരുന്നപ്പോഴാണ് നിങ്ങൾ പ്രസ്ഥാനത്തിൽ അണിചേർന്നത്. ഇന്ന് 17000 ത്തോളം ആയിരിക്കുന്നു. ഒമ്പതിനായിരം പാർട്ടി മെമ്പർമാരും എണ്ണായിരം കാൻഡിഡേറ്റ് അംഗങ്ങളും. നിങ്ങളയർത്തിയ കൊടി ഞങ്ങൾ ഏറെ ഉയരത്തിൽ പാറിക്കും. നിങ്ങൾ വീരന്മാരെപ്പോലെ പൊരുതിയ യുദ്ധം ഞങ്ങൾ തുടരുകതന്നെ ചെയ്യും".

"അനശ്വരമായ ഒരു ലക്ഷ്യത്തിനായാണ് നിങ്ങൾ മരിക്കുന്നത്. മാതൃ രാജ്യത്തിന്റെ സ്വാതന്ത്ര്യത്തിനും മുഴുവൻ ലോകത്തിന്റെയും മോചനത്തിനും നന്മയ്ക്കും നീതിക്കും വേണ്ടിയാണ് നാം പോരാട്ടുന്നത്. അത് ജയിച്ചേ തീരൂ. അത് ജയിക്കും എന്ന് കാണിക്കുന്നതിനു തന്നെയാണ് നിങ്ങൾ ജീവൻ ചിന്തുന്നത്. നിങ്ങൾ മരിക്കുകയല്ല; നിങ്ങളുടെ കിനാവുകൾ നേരാവുകയാണ്".

"പ്രിയ സഖാക്കളേ, നിങ്ങളെ പാർട്ടിക്ക് നഷ്ടമാവുകയാണ്. പാർട്ടിയെ ഇന്നു കാണുന്ന ഒന്നാക്കി തീർത്തത് നിങ്ങളെപ്പോലുള്ള വരുടെ ആത്മാർപ്പണമാണ്. നിങ്ങളണിചേരുമ്പോൾ മലബാറിൽ പാർട്ടി ദേശാഭിമാനികളായ ചെറുപ്പക്കാരുടെ ഒരു കൂട്ടം മാത്രമായി രുന്നു; ഇന്നത് പ്രവിശ്യയിലെ വലിയ പ്രസ്ഥാനമായിതീർന്നിരിക്കുന്നു. രാജ്യമെങ്ങുമുള്ള നല്ല മനുഷ്യർ ഇതിൽ അണി ചേർന്നു. പാർട്ടി ഉള്ളിട ങ്ങളിലൊക്കെ നിങ്ങളുടെ പേർ സ്നേഹാദരങ്ങളോടെ ഓർമിക്കും. നിങ്ങ ളെപ്പോലുള്ള ചെറുപ്പക്കാരായ രക്തസാക്ഷികളെ ഊട്ടി വളർത്തിയ പ്രസ്ഥാനത്തിൽ അണിചേരാൻ ദേശാഭിമാനികളായ യുവാക്കൾ കൊതിക്കും".

"പാർട്ടി നാല് രക്തസാക്ഷികളെ നേടുകയാണ്. നിങ്ങളെ അവർ കൊലമരത്തിലേക്ക് കൊണ്ടുപോകുന്നത് നോക്കി നിസ്സഹായരാ വാനേ ഞങ്ങൾക്കിന്നാവൂ. പക്ഷേ നിങ്ങളിൽ നിന്നാവേശം കൊണ്ട് ആയിരങ്ങൾ പാർട്ടിയിൽ അണിചേരും.അതവർക്ക് തടയാനാവില്ല. സഖാക്കളേ, നമ്മൾ ഒടുവിൽ വിജയിക്കുകതന്നെ ചെയ്യും. എനിക്ക റപ്പുണ്ട്. നമ്മുടെ പ്രസ്ഥാനവും. തൂക്കുമരങ്ങൾ പാർട്ടിയെ ഒരിക്കലും ശിഥിലമാക്കിയിട്ടില്ല; ശക്തമാക്കിയിട്ടേയുള്ളൂ. നിങ്ങളുടെ രക്തസാക്ഷി ത്വം പാർട്ടിയുടെ യശസ്സ് ഏറ്റുക മാത്രമല്ല, ശക്തി വർദ്ധിപ്പിക്കുക കൂടി

ചെയ്യുന്നു. ഒരു കമ്മ്യൂണിസ്റ്റുകാരനും ഇതിലേറെ ഉദാത്തമായ അന്ത്യം വന്നുചേരാനില്ല''.

"നിങ്ങളുടെ കുടുംബത്തിന് നിങ്ങൾ നഷ്ടമാവുകയാണ്. നിങ്ങൾ പാർട്ടിയിൽ ചേർന്നതോടെ ജനങ്ങളൊന്നാകെ മാതാപിതാക്ക ളായി. ശേഷിക്കുന്ന ഒരുലക്ഷത്തി എഴുപതിനായിരത്തോളം വരുന്ന സഖാക്കൾ നിങ്ങളുടെ കുടുംബത്തെ അവരുടേതു കണക്കെ സ്നേഹിക്കും. പാർട്ടി അവരുടെ കുടുംബമാകും. ഓരോ പാർട്ടി മെമ്പറും അവരുടെ മക്കളും.''

"നിങ്ങളെ കാണാൻ കഴിഞ്ഞ ദിവസം എന്റെ ജീവിതത്തിലെ ഏറ്റവും സൗഭാഗ്യം നിറഞ്ഞ ദിനമായി ഞാൻ കരുതുന്നു. നിങ്ങളേക്കാളേറെ നിങ്ങൾ സ്നേഹിച്ച പാർട്ടിയുടെ അഭിവാദ്യങ്ങൾ ഞാൻ അറിയിക്കുന്നു. ഇവിടെ നിന്ന് ഞാൻ നിങ്ങളുടെ ഗ്രാമത്തിലേക്ക് പോകും.നിങ്ങളുടെ കുടുംബാംഗങ്ങളെ കാണാൻ. എന്തെങ്കിലും സന്ദേശം അവർക്കായി നൽകാനുണ്ടോ.''

"അവരെ ആശ്വസിപ്പിക്കണം. വിഷമിക്കാനൊന്നുമില്ലെന്ന് അവരോട് പറയണം'' ഒറ്റശ്വാസത്തിൽ അവർ പറഞ്ഞു തീർത്തു.

"മറ്റെന്തെങ്കിലും'' ഞാൻ ചോദിച്ചു.

"നിങ്ങൾ പറഞ്ഞതൊക്കെ ഞങ്ങളിൽ തിടം വെച്ച നിന്ന കാര്യ ങ്ങൾ തന്നെയാണ്. അവരിൽ ഒരാൾ പറഞ്ഞു.

"നിങ്ങൾ പറഞ്ഞേ തീരൂ. കൂടിക്കാഴ്ചക്കനുവദിച്ച സമയം ഇനിയുമുണ്ട്. നിങ്ങൾ പറഞ്ഞ ഓരോ വാക്കും പുറത്തു പോയി പറഞ്ഞില്ലെങ്കിൽ അവിടെ കാത്തുനിൽക്കുന്ന സഖാക്കൾ എന്നെ തവിട്ടുപൊടിയാ ക്കും. എനിക്ക് നല്ല ഓർമ്മയുണ്ട്. ഞാനത് അവരോട് പോയി പറയാം. ചിരിക്കാൻ ശ്രമിച്ചുകൊണ്ട് ഞാൻ പറഞ്ഞു.

ജയിലർ സാഹിബ് റിസ്റ്റ് വാച്ച് നോക്കിക്കൊണ്ടിരുന്നു. വേഗം സംസാരിക്കാൻ ഞാനവരോട് പറഞ്ഞു. ഒന്നാമത്തെ സെല്ലിൽ നിന്ന കുഞ്ഞമ്പു പറഞ്ഞു.'' ജനങ്ങൾക്ക് വേണ്ടി ജീവിക്കാൻ പഠിപ്പിച്ചത് പാർട്ടിയാണ്. എന്റെ ജോലി ഞാൻ നിർവ്വഹിച്ചുവെന്ന് പാർട്ടി കരുതു ന്നുണ്ടെങ്കിൽ ഞാൻ ചാരിതാർത്ഥ്യനായി''.

അപ്പ പറഞ്ഞു. "പാർട്ടിയുടെ ശക്തിയേറുന്നുവെന്ന മഹത്തായ വാർത്തയുമായാണ് താങ്കൾ എത്തുന്നത്. ഇത് ഞങ്ങൾക്ക് കൂടുതൽ ദൃഢതയോടെ തൂക്കുമരത്തിലേറാനുള്ള ശേഷി തരുന്നു. രാജ്യത്തിന്റെ സ്വാതന്ത്ര്യത്തിനുവേണ്ടി പോരാടി മരിക്കാനുറച്ച് പാർട്ടിയിൽ അണി ചേർന്നതാണ് ഞങ്ങൾ''.

രണ്ടു കർഷക സമരങ്ങളിലെ ചിരുകണ്ടൻ പറഞ്ഞു: "ഞങ്ങൾ നാലു കർഷകപുത്രർ മാത്രം. പുറത്ത് പരശ്ശതം കാത്തു നിൽക്കുന്നു. ഞങ്ങളെ തൂക്കിലേറ്റാം പക്ഷേ അവരെ നശിപ്പിക്കാനാവില്ല എന്ന ചിന്തയാണ് ഞങ്ങളെ നിലനിർത്തുന്നത്. രാജ്യത്തെമ്പാടുനിന്നുമുള്ള ഈ കത്തുകൾ കാണുമ്പോൾ ഞങ്ങൾക്കവരുടെ സേവനത്തിനായി ഇനിയൊന്നും ചെയ്യാനാവില്ലല്ലോ എന്ന ഖേദമുണ്ട്. ഇനിയും ജന്മമുണ്ടായാലതൊക്കെ ഈ മഹത്തായ ലക്ഷ്യത്തിനായി തന്നെ ത്യജിക്കും".

അബ്ബബക്കർ പറഞ്ഞു: "ഞങ്ങൾ രക്തസാക്ഷികളുടെ ജീവിത ത്തിൽ നിന്നാണ് പ്രകാശം ഉൾക്കൊണ്ടത്. പക്ഷേ, അപ്പോഴൊന്നും ഞങ്ങൾക്കിത്തരം ആദരണീയമായ ഒട്ടുക്കുമുണ്ടാവ്യമെന്ന് കരുതിയില്ല. പുറത്ത് നിൽക്കുന്ന സഖാക്കളോട് പറയുക ഞങ്ങൾ അവർക്കായി കഴുവേറുകയാണെന്ന്. എന്റെ അമ്മയ്ക്ക് പ്രായമേറി. അവരെ സമാശ്വസി പ്പിക്കണം. എന്റെ സഹോദങ്ങൾ തീരെ ചെറുപ്പമാണ്. പാർട്ടിക്കുവേണ്ടി പ്രവർത്തിക്കേണ്ടതെങ്ങനെയെന്നവരെ പഠിപ്പിക്കണം. ഞാനാണ് കുടുംബത്തിലെ മൂത്തയാൾ. കുടുംബകാര്യങ്ങൾ നോക്കിനടത്താൻ ഇനിയാരുമില്ല".

അബ്ബബക്കർ പറഞ്ഞു നിർത്തിയപ്പോൾ സമയമായെന്ന് ജയിലർ പറഞ്ഞു. ഞാനവരുടെ കൈ പിടിച്ചു കുലുക്കാൻ ജയിലറുടെ അനുവാദം തേടി. അദ്ദേഹം സമ്മതിച്ചു.

ഇരുമ്പു കവാടങ്ങളും വരാന്തയും ചേർന്ന് ഒരാൾക്കിടയിൽ സൃഷ്ടിച്ച വേർതിരിവ് എനിക് അരോചകമായി. അവരുടെ അരികത്തുപോയി ആ കൈകളിൽ സ്പർശിക്കാനായെങ്കിലെന്ന് ആഗ്രഹിച്ചു.

അവർ വളണ്ടിയർമാർക്ക് പരിചിതമായ ചിട്ടയിൽ മുഷ്ടി ചുരുട്ടി ലാൽ സലാം പറഞ്ഞു. അപ്പ തെല്ലെനേരം കൂടി എന്റെ കൈകളിൽ പിടിച്ചു. എന്നിട്ട് ശാന്തമായി മന്ത്രിച്ചു. "സഖാവെ..."

അയാളുടെ കണ്ണകൾ സജലങ്ങളായി. ഞാൻ വരാന്തയിലേക്ക് നോക്കി. കൊഴിഞ്ഞ പൂവുകളുടെ സമൃദ്ധി...

പൊട്ടന്നനെ ഞാൻ പറഞ്ഞു:

"ഈ പൂവുകൾ നശിച്ച പോകും. സഖാക്കളെ നിങ്ങൾ പക്ഷേ, അനശ്വരമായ മാനവികതയുടെ പൂവുകളാണ്".

കൃഷ്ണപിള്ള എനിക്കായി മൊഴിമാറ്റി. അപ്പ ആഴത്തിൽ നിശ്വസിച്ചു. അബ്ബബക്കറുടെ കൈവിട്ടു കൊട്ടുക്കാൻ എനിക്ക് തോന്നിയില്ല. ഞാൻ മാപ്പിളമാരുടെ ധീരോദാത്തമായ പാരമ്പര്യത്തെക്കുറിച്ചോർത്തു. നാലു രക്തസാക്ഷികളിലൊരാളെ അവരും നൽകിയിരിക്കുന്നു. മുസ്ലീം

സഹോദരന്മാരുടെ രാജ്യ സ്നേഹത്തെക്കുറിച്ച് ശങ്കിക്കുന്ന ഹിന്ദുക്കളെ
ക്കുറിച്ച് എനിക്ക് സഹതാപം തോന്നി.

ഞാൻ ചിന്തകളിൽ നിറയവെ, അബ്ബക്കർ ലാൽസലാം പറഞ്ഞു.
മനോഹരമായ ആ കൺകളിലും മുഖത്തും ദേശാഭിമാനം നിറഞ്ഞു
കവിഞ്ഞു.ഞങ്ങൾ മടങ്ങാനൊരുങ്ങവെ അവർ വീണ്ടും മുഷ്ടി ചുരുട്ടി.
നന്നെ നേർത്ത കാലടികളോടെ ഞങ്ങൾ പുറത്തേക്ക് നടന്നു. അവരെ
ക്കുറിച്ചുള്ള ആദരത്താൽ ഞങ്ങൾ വിനീതരായി. ഈ നേരമത്രയും
മൗനിയായി അനുയാത്ര ചെയ്തിരുന്ന സുന്ദരയ്യ പറഞ്ഞു: "നിങ്ങളവരെ
സാന്ത്വനിപ്പിക്കാനാണ് പോയത്,ഉണ്ടായത് പക്ഷേ, മറിച്ചാണെന്ന
മാത്രം".

"അവർ നമ്മുടെ രക്തസാക്ഷികളാണ്. ആരുടെയും സാന്ത്വനം
ആവശ്യമില്ലാത്തവർ. അവരേകനാക്കിയ സഖാവാണ് ഞാൻ. എനിക്ക്
സാന്ത്വനം വേണം. അവരതു തന്നു." എനിക്കിത്രയേ പറയാനുള്ളൂ.

ഞങ്ങളവിടെ നിന്ന് കാറിൽ റെയിൽവേ സ്റ്റേഷനിലേക്ക് പോയി.
അവിടെ നിന്ന് റെയിൽവണ്ടിയിൽ ചെറുവത്തൂർക്കും. ചെറുവത്തൂരിൽ
നിന്ന് പുഴ കടന്ന് കയ്യൂരിലെത്തി, ആ സായന്തനത്തിൽ തന്നെ സഖാ
ക്കളുടെ കുടുംബാംഗങ്ങളെ കണ്ടു. 29ന് ഞാൻ മലബാർ സന്ദർശനം
പൂർത്തിയാക്കി കോഴിക്കോട്ടെത്തി. അവിടെ പാർട്ടയുടെ മദ്രാസ്
സെക്രട്ടറി മോഹന്റെ ടെലിഗ്രാം ഞങ്ങളെ കാത്തിരിക്കുന്നുണ്ടായിരു
ന്നു. കൊലമരത്തിലേറ്റൽ വൈകില്ല എന്നായിരുന്ന ടെലിഗ്രാം.

ഞാനിതെഴുതിക്കൊണ്ടിരിക്കെ മലബാറിലെ സഖാക്കൾ വന്നു
പറഞ്ഞു. കയ്യൂർ സഖാക്കളെ 29ന് പുലർച്ചേ തൂക്കിലേറ്റമെന്ന്.
തലേരാത്രി തന്നെ അവരോട് പറഞ്ഞിരുന്നു പുലർച്ചേ കഴുമരത്തിലേ
ക്കുള്ള വഴിയൊരുങ്ങുമെന്ന്.

ദേശഭക്തി ഗാനങ്ങൾ ചൊല്ലിയും കമ്മ്യൂണിസ്റ്റ് പാർട്ടിക്ക് ഇങ്ക്വി
ലാബ് വിളിച്ചും അവർ രാത്രി കഴിച്ചു. കണ്ണൂർ സെൻട്രൽ ജയിലിൽ
അന്നാരും ഉറങ്ങിയില്ല.

പുലർച്ചെ മൂവായിരത്തോളം പേർ ജയിൽ ഗേറ്റിനു മുന്നിൽ തടി
ച്ചുകൂടി. കയ്യൂർ സഖാക്കളുടെ മൃതദേഹം അവർക്ക് വേണമായിരുന്നു.
പക്ഷേ, അവരുടെ ആവശ്യം നേടാനായില്ല. അധികാരികൾ അവരോട്
പിരിഞ്ഞു പോകാൻ പറഞ്ഞു.

ഈ ധീരനായകരെപ്പോലുള്ള പരശ്ശതം പേരെ മലബാറിലെ
കർഷകർ വളർത്തി. രക്തസാക്ഷിത്വത്തിലേക്ക് മന്ദഹാസത്തോടെ
കടന്നു പോകാൻ കരുത്തുള്ളവരെ നമ്മുടെ പ്രസ്ഥാനം ഉണ്ടാക്കിയെ
ടുത്തു. രക്തപതാക അവരുടെ മുന്നിൽ ആദരവാൽ കുനിയുന്നു.

അനുബന്ധം 2

പനിനീർ പൂക്കൾ
എന്നോട് പറയുന്നത്

നിരഞ്ജന

നേരം പുലർന്നു വരുന്നതേ ഉണ്ടായിരുന്നുള്ളൂ. കിഴക്കെവി
ടെയോ നേർത്ത വെള്ളക്കീറൽ. നീലേശ്വരത്തിന്റെ ആകാ
ശത്തിൽ നക്ഷത്രങ്ങൾ അപ്പോഴും തെളിഞ്ഞു നിന്നു.

ഞാൻ ഒരു ചങ്ങാതിയുമൊത്ത് സ്കൂളിലെത്തി. പതിനാറുകാരന്റെ
സഹജമായ സാഹസികതയോടെ ഞാൻ സ്കൂളിന്റെ ചുറ്റുമതിൽ
ചാടിക്കടന്നു പൂന്തോട്ടത്തിലെത്തി. ചെടികളിൽ മഞ്ഞിന്റെ സാന്ദ്രപ്ര
തിരോധം, കടന്നുകയറ്റക്കാരന്റെ പാദങ്ങളിൽ അവ ഉലഞ്ഞു.

പനിനീർച്ചെടികൾ നിൽക്കുന്നിടത്തേക്ക് നടന്നു. അവയിൽ നിന്ന്
മുഴുവനായി വിടർന്ന, ഓജസ്സുള്ള രണ്ടു പൂവുകൾ അടർത്തിയെടുത്തു.
ജീവിതത്തിലെ ആദ്യ മോഷണം. ചിരസ്മരണീയമായ ഒരു ദിനത്തിന്റെ
തുടക്കമായിരുന്നു അത്. ഞങ്ങൾ അടുത്തുള്ള റെയിൽവേസ്റ്റേഷനിലേ
ക്ക കുതിച്ചു. മദ്രാസ്-മംഗലാപുരം പാസഞ്ചറായിരുന്നു ലക്ഷ്യം. അതിൽ
ഞങ്ങൾ കാഞ്ഞങ്ങാട്ട് വണ്ടിയിറങ്ങി.

പ്രധാനിയായൊരു കോൺഗ്രസ് നേതാവ് അവിടെ സത്യാഗ്രഹം
സമരം നടത്തുന്നുണ്ടായിരുന്നു. അദ്ദേഹത്തിന് ഭാവുകങ്ങൾ നേരുന്ന
തിനെത്തിയതായിരുന്നു ഞങ്ങൾ. പ്രഭാതത്തിലെ സൂര്യന് ദീപ്തിയേറി.
തേജസ്സാർന്ന് വെള്ള ഖദർ വസ്ത്രങ്ങളണിഞ്ഞ് പുഞ്ചിരിയുമായി

നേതാവെത്തി. കുറച്ചാളകൾ അദ്ദേഹത്തെ പൂമാലകൾ അണിയിച്ചു. ശ്രദ്ധയോടെ, അദ്ദേഹത്തെച്ചുറ്റി ഒരാൾക്കൂട്ടം വളർന്നു.

ഖദർ വേഷ്ടിയും തൊപ്പിയും ബനിയനമായിരുന്നു എന്റെ വേഷം. ശങ്കയോടെ ഞാൻ സത്യാഗ്രഹിയുടെ ചാരെയെത്തി. അദ്ദേഹത്തി നായി കൊണ്ടുവന്ന പനിനീർ പൂവുകൾ നൽകി. ഭദ്രമായി സൂക്ഷി ച്ചകൊണ്ടു വന്ന പൂവിന് യാത്രയിലെപ്പോഴോ ക്ഷതം പറ്റിയിരുന്നു. ദൈവങ്ങൾ പോല്യം ആ കാഴ്ചയിൽ അസൂയാല്യക്കളായിരിക്കാം.

ബ്രിട്ടീഷുകാരുടെ യുദ്ധക്കൊതിക്കെതിരെ മഹാത്മാഗാന്ധി ഉയർ ത്തിയ മുദ്രാവാക്യങ്ങൾ നേതാവ് ഉരുവിട്ടു. തെല്ലകലെ നിന്നിരുന്ന പോലീസ് സംഘത്തിൽ നിന്ന് മുന്നോട്ടു വന്ന സബ് ഇൻസ്പെക്ടർ ശബ്ദം താഴ്ത്തി പറഞ്ഞു: നിങ്ങളെ അറസ്റ്റ് ചെയ്തിരിക്കുന്നു. 'കയ്യടി നിലച്ചു.

അതൊരു ചടങ്ങായിരുന്ന , പോലീസ് അവരുടെ റോൾ അഭിനയി ച്ചു തീർക്കുകയും.'ജയ് മഹാത്മാഗാന്ധി, ജയ് ഭാരത് മാതാ...' ആൾക്കൂ ട്ടത്തിൽ നിന്ന് എപ്പോഴൊക്കെയോ ഈ ശബ്ദങ്ങൾ ഉയർന്നു. ആൾക്കൂട്ടം പിരിഞ്ഞു.

കുറച്ചകലെയായി വീണ്ടും ഒത്തുകൂടിയ അവർ തൊണ്ടപൊട്ടമാറുച്ച ത്തിൽ വിളിച്ചു.''ഇൻക്വിലാബ് സിന്ദാബാദ്: സാമ്രാജ്യത്വം തുലയട്ടെ'. പോലീസ് അവരോട് പിരിഞ്ഞുപോകാൻ ആവശ്യപ്പെട്ടു. അതിനു ശേഷം നേതാവിനെ പോലീസ് സ്റ്റേഷനിലേക്ക് നടത്തിക്കൊണ്ടപോയി.

ഞാനും ചങ്ങാതിയും മാംഗ്ലൂർക്കുള്ള ട്രെയിനിൽ നാട്ടിലേക്ക മടങ്ങി. സ്ക്കൂളിൽ ബെല്ലടിക്കുന്നതിനു മുൻപേ ഞങ്ങൾ നീലേശ്വരത്തെത്തി.

സ്ക്കൂളിന് പുറത്ത് എൻ ഗണപതി കമ്മത്തിനെ പോല്യുള്ള ചങ്ങാ തികൾ ഉണ്ടായിരുന്നു. മലയാളം സ്ക്കൂളിലാണ് പഠിച്ചിരുന്നതെങ്കിലും കമ്മത്തിന് കന്നട നന്നായി അറിയാമായിരുന്നു. സാഹിത്യത്തോടുള്ള താൽപര്യമായിരുന്നു ഞങ്ങളെ ഒരുമിപ്പിച്ചിരുന്നത്. എന്തും തുറന്ന പറയുന്ന പ്രകൃതക്കാരനായിരുന്ന കമ്മത്ത്. വാ നിറയെ തമാശക ളാവും എപ്പോഴും. ഊഷ്മള ഹൃദയനായ യുവാവ്. പക്ഷേ, കമ്മത്ത് അതിലേറെയൊക്കെയാണെന്ന് പിന്നീട് എനിക്ക തോന്നി. ഒരു സായന്തനത്തിൽ കത്ത് പോസ്റ്റ് ചെയ്യുന്നതിനായി തപാലാപ്പീ സിൽ പോയി ഇഷ്ടികക്കളത്തിനു തൊട്ടുള്ള ഒന്നാം നിലയിലായിരുന്ന തപാലപ്പീസ്. അന്തി ചാഞ്ഞിരുന്ന അപ്പോൾ. ഞാൻ മരക്കോണിയുട ചുവട്ടിൽ എത്തിയപ്പോൾ ആരോതിട്ടക്കപ്പെട്ട് താഴേക്കിറങ്ങാൻ ക്ലേശി ക്കുന്നത് ശ്രദ്ധയിൽ വന്നു. അത് കമ്മത്തായിരുന്നു. എന്നെക്കണ്ടതും കമ്മത്ത് കാൽപിന്നോട്ടുവച്ചു. കമ്മത്ത് കൈകൾ പിന്നിൽ ഒളിപ്പിച്ച

എനിക്ക വിശ്വസിക്കാനായില്ല. കമ്മത്തിന്റെ കൈകളിലൊന്നിൽ ഞാൻ ബലമായി പിടിച്ചു. ഒരു നിമിഷം ആ മുഖത്ത് കടുത്ത ദേഷ്യം മിന്നിമറഞ്ഞതുപോലെ. കമ്മത്ത് എന്നെ രണ്ടു കൈപ്പത്തികളും കാട്ടി. വലതുകയ്യിൽ പശ പടർന്നിരുന്നു.

സംഗതി അപ്പോഴാണ് എനിക്ക് മനസ്സിലായത്. കുറച്ച് നാളായി ബ്രിട്ടീഷ് വിരുദ്ധ പോസ്റ്ററുകൾ തപാലാപ്പീസിന്റെ ചുമരിൽ കാണാറ ണ്ടായിരുന്നു. കുറ്റവാളിയെ ഇതാ കയ്യോടെ പിടിക്കുടിയിരിക്കുന്നു. ഞാൻ ഹൃദയം തുറന്ന ചിരിച്ചു. അതിന ശേഷം മുകളിൽ പോയി ചുമരിൽ പതിച്ചിരുന്ന പുതിയ പോസ്റ്ററുകൾ കണ്ടു. ഇതോടെ ഞങ്ങൾ കൂടുതൽ അടുത്തു.

ഞങ്ങൾക്കൊരു നല്ല ഹിന്ദിമാസ്റ്ററുണ്ടായിരുന്നു. കെ. മാധവൻ മാസ്റ്റർ എന്നായിരുന്ന അദ്ദേഹത്തിന്റെ പേര്. അദ്ദേഹം സ്ക്കൂളിലെ ഒരു സ്ഥിരം മാസ്റ്ററായിരുന്നില്ല. ലിബറൽ ചിന്താഗതിക്കാരനായ രാകൃഷ്ണറാവുവായിരുന്ന അവിടെ പ്രധാനാധ്യാപകൻ. ഹിന്ദിമാസ്റ്റർ ക്ക് സ്പെഷൽ ക്ലാസ്സുകളെടുക്കുവാൻ അദ്ദേഹം അനുവാദം നൽകി. പകലൊടുങ്ങിക്കഴിഞ്ഞ് മെഴുകുതിരി വെട്ടത്തിൽ രാവേറും വരെ നീളുന്ന ആ പഠനത്തിൽ ഞാനും ചേർന്നു. നന്നേ മെലിഞ്ഞ, എഴുന്ന നിൽക്കു ന്ന ചെന്നിയോട്ട കൂടിയ മാധവൻ മാസ്റ്ററെ ആദ്യ കാഴ്ചയിൽ തന്നെ എനിക്ക പിടിച്ചില്ല. എന്തോ മറച്ചുവെച്ചുകൊണ്ടുള്ള അദ്ദേഹത്തിന്റെ ചിരിയിൽ വിഷം കലർന്നതുപോലെ. ഈ വൈകിയ സമയത്ത് മാസ്റ്റർ എവിടെ നിന്നാണ് വരുന്നതെന്ന് ഞാൻ സ്വയം ചോദിച്ചിരു ന്നു. പകലെന്താണ് ഇദ്ദേഹത്തിന് ജോലി?

എഴുതിതുടങ്ങുന്ന ഒരാളുടെ ഉൽകണ്ഠയും കാൽപനികതയുമൊക്കെ ആ വിചാരങ്ങളിൽ നിറഞ്ഞു.

മാസ്റ്റർ എന്നോട് താൽപര്യം കാണിച്ചു. കമ്മത്താണിതിന് വഴിവെച്ചത്. മാസ്റ്ററെക്കുറിച്ച് കമ്മത്ത് പറഞ്ഞ വിവരങ്ങൾ എന്നെ അൽഭുതപ്പെടുത്തി.

മാധവൻ മാസ്റ്റർ ഒരു വിപ്ലവകാരിയായിരുന്നു. അധികാരികൾക്കെ തിരെ ജനങ്ങളെ തിരിച്ചുവിട്ടുകയും കർഷകരെ സംഘടിപ്പിക്കുകയുമായി രുന്ന അദ്ദേഹം ചെയ്ത വന്നത്. ഹിന്ദി മാസ്റ്ററുടെ കുപ്പായം പോലീസിനെ കബളിപ്പിക്കുന്നതിനുള്ള മറയായിരുന്നു. അതിനായി രാത്രി കാലങ്ങ ളിൽ അദ്ദേഹം നീണ്ട ദൂരം സഞ്ചരിച്ചു. പകൽ സമയങ്ങളിൽ ഉറങ്ങി. എന്റെ മനസ്സിൽ മാസ്റ്ററുടെ ചിത്രത്തിന് മിഴിവേറുകയായിരുന്നു. കേരള ത്തിന്റെ സമരഭൂവിൽ ഞാൻ കണ്ട ആദ്യ സഖാവ് മാസ്റ്ററായിരുന്നു. ചുറ്റും നടക്കുന്ന വിപ്ലവപ്രവർത്തനങ്ങളെക്കുറിച്ച് എനിക്ക് ഉൾക്കാഴ്ച തന്നത്

അദ്ദേഹമാണ്. ഒളിവു പ്രവർത്തനങ്ങളെക്കുറിച്ച് അദ്ദേഹത്തിൽ നിന്നു ലഭിച്ച അറിവ് എന്നെ ഉൽസുകനാക്കി. മാസ്റ്റർ എന്നെ ആഴത്തിൽ സ്പർശിച്ചു. ഹിന്ദിക്ലാസുകൾ തുടർന്നില്ലെങ്കിലും എന്നെ സംബന്ധിച്ചിട ത്തോളം നീണ്ട ചുകപ്പൻ ഞായറുകൾ വന്നെത്തിക്കഴിഞ്ഞിരുന്നു.

ഹൈസ്കൂൾ മാസ്റ്ററായ വി.വി.കുഞ്ഞമ്പുവിനെയും അവിടെ വെച്ചാണ് പരിചയപ്പെടുന്നത്. ഒരു മാന്യനായ വിപ്ലവകാരിയാണെന്ന് ആർക്കും ഒറ്റനോട്ടത്തിൽ തോന്നും. ആർഭാടമില്ലാത്ത വസ്ത്രധാരണം, ലാളിത്യം, മിതത്വം, മൃദുഭാഷണം.

മാധവൻ മാസ്റ്ററും കമ്മത്തും ചേർന്ന് അറസ്റ്റ് വാറണ്ട് നിലവില്ലു ള്ള ഏതാനും പേരെ എന്റെ അടുപ്പക്കാരാക്കി. കർഷകനേതാവായ കേരളീയനും വിദ്യാർത്ഥി നേതാവായ പരമേശ്വരനും അതിൽപ്പെട്ടി രുന്നു.

ആ സംഘത്തിന് അന്യനായിരുന്നിട്ടുപോലും അവരെന്നെ വിശ്വസി ച്ചു. അവരുടെ സത്യസന്ധതയും ലാളിത്യവും സമർപ്പണവും അനുപമമാ യിരുന്നു. കേരളത്തിലെ ഗ്രാമാന്തരങ്ങളും പട്ടണങ്ങളും എങ്ങനെ ഉണർ ത്തണമെന് അവരിൽ നിന്ന് പഠിച്ചു. അവരുടേത് പുതിയ തരത്തിലുള്ള സമരമായിരുന്നു. പരദേശികളായ ഭരണക്കാർക്കും സ്വദേശികളായ പീഡകർക്കുമെതിരെയുള്ള ദ്വന്ദ്വസമരം.

ഗാന്ധിയൻ ചിന്താ പദ്ധതിക്കടിമപ്പെട്ടുപോയിരുന്നെങ്കിലും എനിക്കീ പോരാളികളോട് ആദരം തോന്നി. അതോടെ എന്റെ ഗാന്ധിയൻ കോട്ടയ്ക്കുള്ളിൽ വിള്ളലുകൾ വീണു.

കയ്യൂർ സംഭവം ആ പ്രദേശങ്ങളിലാകെ കടുത്ത ഭ്രചലനങ്ങൾ തന്നെ സൃഷ്ടിച്ചു. സ്കൂൾ ഫൈനൽ പരീക്ഷ കഴിഞ്ഞതോടെ ആ വേനൽക്കാലത്ത് മറക്കാനാവാത്ത ഓർമ്മകളുടെ തിരുശേഷിപ്പും പേറി നീലേശ്വരത്തു നിന്ന് യാത്രയായി.

മാംഗ്ലൂരിൽ എത്തിയ ഞാൻ ഒരു പത്രപ്രവർത്തകനായി. ഒപ്പം തൊഴിലാളി വർഗ്ഗത്തിന്റെ വിമോചന പോരാട്ടങ്ങളിലും പങ്കു ചേർന്നു. നീലേശ്വരത്തും ചുറ്റവട്ടങ്ങളിലും എന്തു സംഭവിക്കുന്നുവെന്നതിനെക്കുറി ച്ചും ഞാൻ ശ്രദ്ധാലുവായിരുന്നു.

ഇന്ത്യക്കാരായ ഉദ്യോഗസ്ഥന്മാരില്ലൂടെ ബ്രിട്ടീഷ് സർക്കാർ കയ്യൂരിലും ചുറ്റവട്ടങ്ങളിലും കടുത്ത മർദ്ദനമുറകൾ അഴിച്ചു വിട്ടു. പരശതം പ്രവർത്തകർ തടവിലായി. വി.വി.കുഞ്ഞമ്പുവിനെയും ഗണപതി കമ്മ ത്തിനെയും പോലുള്ള നേതാക്കളും ഇരുമ്പഴിക്കുള്ളിലായി. മാധവനാ കട്ടെ തടവുചാടി ഒളിവുകേന്ദ്രങ്ങളിലിരുന്ന വിപ്ലവപ്രവർത്തനങ്ങൾ സജീവമാക്കി.

നിയമത്തിന്റെ ഉരുക്ക ചട്ടക്കൂടുകളിൽ ഒക്കെയും ഉടഞ്ഞു കൂട്ടന്നത് ഞാൻ കണ്ട ഒരു നവാധ്യയനം. നിഷ്ഠുരമായ വിചാരണകൾ മനുഷ്യത്വ ത്തിനെ ആഴത്തിൽ മുറിപ്പെടുത്തി. ഒക്കെയും മാംഗ്ലൂരിൽ ഞാൻ കണ്ട റിഞ്ഞു. വിചാരണതടവുകാരെ ജയിലിൽ കൊണ്ടുപോയി. കോടതിയ വളപ്പുകളിലേക്ക് കൊണ്ടു പോകുന്നു കണ്ട ഓരോ നാളും അന്തമില്ലാ ത്ത നിയമത്തിന്റെ ലാബറിത്തുകളിൽപെട്ടു പോകുന്ന അവരെക്കുറിച്ച് ഞാൻ പത്രങ്ങളിൽ എഴുതി.

ഒടുവിൽ ന്യായാധിപന്റെ ദിവസം വന്നെത്തി. അന്തസാരശ്രൂന്യ മായ ഫലിതത്തിന്റെ ഒടുക്കം പോലെ. കയ്യൂരിന്റെ നാല് യുവ പ്രതീ ക്ഷകളെ-ചിരുകണ്ടൻ, അപ്പ, കുഞ്ഞമ്പു, അബ്ബബക്കർ എന്നിവരെ വധശിക്ഷയ്ക്ക് വിധിച്ചു. 'ഇൻക്വിലാബ് സിന്ദാബാദ്' എന്ന് ഉറക്കെവിളിച്ച തടവുകാരെയും കൊണ്ട്പോലീസ് വണ്ടി വീണ്ടും ജയിലിലേക്ക കുതിച്ച. അവരുടെ ഒടുങ്ങാത്ത ധൈര്യവും കീഴടക്കാനാവാത്ത ആത്മശേഷിയും എന്നെ വല്ലാതെ ആകർഷിച്ചു.

തടവുകാരെ പിന്നീട് കണ്ണൂർ ജയിലിലേക്ക് മാറ്റി. നിയമത്തിന്റെ കെട്ടുപാട്ടുകളിൽ പെട്ട് കേസ് മദിരാശിയില്ലും ലണ്ടനില്ലും എത്തി. സാമ്രാജ്യത്വത്തിന്റെ വിധിയെഴുത്തിന് പക്ഷേ മാറ്റമേതുമുണ്ടായില്ല. അവർ മരിക്കേണ്ടവരായിരുന്നു.

1943ന്റെ തുടക്കം. നിയമവിധേയമായിട്ടില്ലാത്ത ഇന്ത്യൻ കമ്മ്യൂണിസ്റ്റ് പാർട്ടിയുടെ സെക്രട്ടറി പി.സി. ജോഷി ഏതാനും സഹപ്രവർത്തക രുമായി മാംഗ്ലൂരെത്തി കയ്യൂർക്കുള്ളയാത്രയിൽ ഞാനും ഇവരുടെ സഹചാരിയായി. മതനിഷ്ഠയോടെ നടത്തുന്ന തീർത്ഥയാത്ര പോലെ ഒന്നായിരുന്നു അത്.

ഞങ്ങൾ ചെറുവള്ളൂർ റെയിൽവേ സ്റ്റേഷനിൽ വണ്ടിയിറങ്ങി. വയൽവരമ്പുകളില്ലൂടെ നടന്നു. ഒരു വള്ളത്തിൽ കാര്യങ്കോട് നദി കടന്ന് കയ്യൂരിലെത്തി. പി.സി. ജോഷി, പി. സുന്ദരയ്യ, പി.കൃഷ്ണപിള്ള, പോലീസ് അപ്പോഴും തിരിഞ്ഞിരുന്ന കെ. മാധവൻ, രങ്കറാവു, താൽചെർക്കാർ, എ ശാന്താറാം പൈ, വിദ്യാർത്ഥി നേതാവ് ശിവശങ്കരൻ ഒക്കെ ആ സംഘത്തില്ലുണ്ടായിരുന്നു. വള്ളത്തിന്റെ അണിയത്തിരുന്ന്, ആ സംഘം മുന്നോട്ട് പോകുന്നതും നോക്കി ഞാനിരുന്നു. കയ്യൂരിൽ വധശിക്ഷയ്ക്ക് വിധിക്കപ്പെട്ടവരുടെ ബന്ധുക്കളെ കാണുന്നതിനായുള്ള യാത്ര...പ്രത്യാ ശയുടെ വാക്കുകൾ, സമാശ്വാസത്തിന്റെ വാക്കുകൾ...... രാവേറും വരെ നീണ്ട സമാഗമം. ചെറുവള്ളൂരിൽ മടങ്ങിയെത്തിയ പി.സി. ജോഷിയും സഖാക്കളും സമരനായകന്മാരെ കാണാൻ പുലർച്ചെ കണ്ണൂർക്കുപോയി. ഞാനും മറ്റ ചിലരും മാംഗ്ലൂർക്കും.

അവലംബം

1. വി.വി. കുഞ്ഞമ്പു-കയ്യൂർ സമരചരിത്രം

2. കെ. മാധവൻ-ഒരു ഗാന്ധിയൻ കമ്മ്യൂണിസ്റ്റിന്റെ ഓർമ്മകൾ

3. ച്ചെരിക്കാടൻ കൃഷ്ണൻ നായർ-തേജസ്വിനി നീ സാക്ഷി

4. ഡോ. കെ.കെ.എൻ. കുറുപ്പ്-ദി കയ്യൂർ റയട്ട്

5. ഡോ. സി. ബാലൻ & ഇ.പി. രാജഗോപാലൻ -കയ്യൂർ: അവസ്ഥയും ആഖ്യാനവും

6. ഡോ. സി. ബാലൻ & കെ.പി. വേണുഗോപാലൻ-കയ്യൂർ സമരം: പോരാട്ടത്തിന്റെ കനൽചീന്ത്

7. ഡോ. സി. ബാലൻ: വടക്കൻ പെരുമ

8. കൊട്ടറവാസുദേവ്-കയ്യൂരിന്റെ കഥ

9. കേരളത്തിലെ കമ്മ്യൂണിസ്റ്റ് പാർട്ടിയുടെ ചരിത്രം-ഭാഗം 2, 1940-52